पॅलेस्टिन आणि इस्राइल लोकांत शांतता प्रस्थापित होण्यासाठी माझ्या मुलींचे बलिदान अखेरचे ठरणार असल्यास त्यांच्या मृत्यूमुळे माझ्या जीवनात निर्माण झालेली पोकळी मी सहन करीन.

– डॉ. इझेलदीन अबुइलेश

कोणाचाही तिरस्कार करू नये आणि कोणाहीबद्दल सूडभावना ठेवू नये, हा या आत्मकथेतून मिळणारा बोध आहे.

एर्ली विझेल
शांततेचे नोबेल पारितोषिक विजेते

'इस्राईल व पॅलेस्टाइन या विषयावरील मी वाचलेले सर्वांत परिणामकारक पुस्तक... एक खिळवून ठेवणारा आत्मवृत्तान्त.'

– द ग्लोब आणि मेल

'या पुस्तकात डॉ. अबुइलेशने त्याची क्षमाशीलता आणि सलोखा यांवरची दृढ निष्ठा व्यक्त केली आहे. मध्य पूर्वेतील या पवित्र भूमीत शांतता कायम राहण्यासाठी या दोन्हीची नितांत आवश्यकता आहे.'

– प्रेसिडेंट जिमी कार्टर
शांततेच्या नोबेल पारितोषिकाचे मानकरी

मी तिरस्कार करणार नाही

गाझामधील एका डॉक्टरचा जीवनपट

लेखक
डॉ. इझेलदिन अबुइलेश

अनुवाद
श्यामल कुलकर्णी

मेहता पब्लिशिंग हाऊस

Please contact us at **Mehta Publishing House,** Pune 411030.
✆ +91 020-24476924 / 24460313 / Mob. No. 9545000513
Email : production@mehtapublishinghouse.com
Website : www.mehtapublishinghouse.com

- *या पुस्तकातील लेखकाची मते, घटना, वर्णने ही त्या लेखकाची असून त्याच्याशी प्रकाशक सहमत असतीलच असे नाही.*

I SHALL NOT HATE by Dr. IZZELDIN ABUELAISH

This Edition Arranged with Westwood Creative Artists, Ltd
Translated into Marathi Language by Shyamal Kulkarni

मी तिरस्कार करणार नाही/ अनुवादित आत्मकथा

अनुवाद : श्यामल कुलकर्णी
Email : author@mehtapublishinghouse.com

मराठी अनुवादाचे व प्रकाशनाचे हक्क मेहता पब्लिशिंग हाऊस, पुणे.

प्रकाशक : सुनील अनिल मेहता, मेहता पब्लिशिंग हाऊस,
१९४१, सदाशिव पेठ, माडीवाले कॉलनी, पुणे - ४११०३०.

मुद्रक : पार्कसन्स ग्राफिक्स

मुखपृष्ठ : सतीश भावसार

प्रथमावृत्ती : सप्टेंबर, २०१६

किंमत : ₹ २५०

P Book ISBN 9789386175083
E Book ISBN 9789386175243
E Books available on : amazonkindle Apple Books Google Play Books

माझ्या आई-वडिलांच्या स्मरणार्थ–
माझी आई दलाल
आणि
वडील महम्मद

माझी पत्नी नादिया,
माझ्या मुली बेस्सन, मायर आणि अया
आणि
माझी पुतणी नूर
यांच्या स्मरणार्थ

जगातील सर्व बालकांना समर्पित
त्यांच्याजवळ प्रेम आणि आशा ही दोनच हत्यारे असतात...

प्रस्तावना

इझेलदिन अबुइलेश हे एक पॅलेस्टिनी डॉक्टर आहेत. त्यांचे बालपण गाझा पट्टीतील जबालिया निर्वासित छावणीत गेले. जिथे त्यांचा जन्मदेखील झाला होता. ते स्त्रीरोगतज्ज्ञ होते, शिवाय 'वंध्यत्वावर उपाय' या शास्त्रावर त्यांचे विशेष प्रभुत्व आहे. ते गाझात राहत होते; पण कामाला ते इस्त्राईलच्या हॉस्पिटलमध्ये जात असत. तिथे त्यांचे बहुतांश आयुष्य गेले. हॉर्वर्डमध्ये त्यांनी 'सार्वजनिक आरोग्य' या विषयात प्रशिक्षण घेऊन प्रावीण्य मिळवले. या विषयावरील त्यांची मते आणि त्यांचे संशोधन जगभरात प्रमाण मानले जाते. टोरोंटो विश्वविद्यालयातील डल्ला लाना प्रशालेत ते सहप्राध्यापक आहेत. ही प्रशाला सार्वजनिक आरोग्य या विषयाचे प्रशिक्षण देते.

गाझापट्टीला डॉक्टर आपली मायभूमी मानतात. सबंध मध्य पूर्वेत त्यांनी सुचवलेला औषधोपचार प्रमाण मानला जातो. ते मायभूमी मानत असलेल्या प्रदेशाला जग मात्र जगातील सर्वांत मोठी छळछावणी मानते. या भागात पंधरा लाख पॅलेस्टिनी तीनशे साठ चौरस किलोमीटर्स एवढ्या जमिनीवर दाटीवाटीने राहत आहेत. ते दररोज इस्त्रायली आणि पॅलेस्टिनी प्रदेशामधील वाळवंटातील अदृश्य सीमारेषा ओलांडून जात असत. डॉक्टर या नात्याने ते सीमेच्या दोन्ही बाजूंकडील रोग्यांना औषधोपचार करत. वयात येणाऱ्या मुलींना उत्तम आरोग्य लाभावे, त्याचप्रमाणे त्यांना उत्तम शिक्षण मिळावे याचे महत्त्व आणि गरज माणुसकीच्या नात्याने त्यांना मोलाचे वाटते. त्यामुळे या अशांत भागाची प्रगती होऊ शकेल, असे त्यांचे मत आहे. १६ जानेवारी, २००९ मध्ये इस्त्रायलींच्या बॉम्बहल्ल्यात त्यांच्या मुली आणि पुतणी मारल्या गेल्यामुळेही त्यांनी हे कार्य जोमाने अंगीकारले. त्यांच्यावर झालेल्या या आघाताला त्यांनी जो प्रतिसाद दिला, त्यामुळे त्यांचे कार्य जगातील सगळ्या लोकांच्या अंतःकरणात ठसले. विशेषतः इस्त्राईलमध्ये याचा परिणाम जास्त प्रकर्षाने दिसून आला. त्यांनी आपल्यावरील

व्यक्तिगत आघाताचा सूड घेण्याचा विचारही केला नाही किंवा त्यांच्या स्वतःच्या मनात हल्लेखोरांबद्दल तिरस्काराची भावना येऊ दिली नाही. उलट ते म्हणाले 'या लढ्यात माझ्या मुलींचे बलिदान अखेरचे ठरो.' त्यांनी त्या भागातील लोकांना एकमेकांशी संवाद साधण्याचे आणि शांततेकरता योग्य कृती करण्याचे आवाहन केले.

त्या दुर्घटनेचे दुष्परिणाम इस्रायली दूरदर्शनवर लगेच प्रत्यक्ष दाखवले गेले. चोवीस तासांच्या आत दूरदर्शन आणि यू ट्यूबवर लाखो प्रेक्षकांपर्यंत ही घटना पोहोचली. त्यामुळे हे गाझा डॉक्टर एकदम प्रकाशझोतात आले. अनेक मानवतावादी पारितोषिके या डॉक्टरांना मिळाली. ते आपल्या मुलींच्या स्मरणार्थ धर्मार्थ संस्था उभी करण्याच्या प्रयत्नांत आहेत. मध्य पूर्वेतील मुली आणि स्त्रिया यांना आरोग्य आणि शिक्षण यांद्वारा शारीरिक आणि मानसिक ताकद मिळून त्या प्रबळ व्हाव्यात, असा या संस्थेचा उद्देश राहील.

त्यांचा आयुष्यपट पहिल्यांदाच त्यांनी या पुस्तकात उलगडून दाखवलेला आहे. थोडक्यात, हे पुस्तक म्हणजे एका माणसाच्या नजरेतून टिपलेली मध्य पूर्व भागातील महत्त्वाच्या प्रसंगांची बखरच आहे. जगातील सर्वांत गोंधळून टाकणाऱ्या प्रदेशातील उत्कर्ष आणि शोकात्मिका अनुभवलेल्या व्यक्तीने हे पुस्तक लिहिले आहे. हे सगळे अनुभव तो स्वतः जगला आहे.

- सॅली आर्मस्ट्राँग

परिचय - डॉ. मारेक ग्लेझरमन

एकोणीसशे नव्वदच्या दशकात जेव्हा मी इस्त्राईलमधील बीरशेबा येथील सोरोका मेडिकल केंद्राच्या स्त्रीरोग आणि प्रसूतिशास्त्र या विभागाचा प्रमुख होतो, तेव्हा डॉ. इझेलदिन अबुइलेश यांनी माझ्याशी संपर्क साधला. गाझापट्टीत ज्या रुग्णांवर ते उपचार करीत होते, त्यांच्या संदर्भात त्यांनी माझ्याशी सल्लामसलत केली. तेव्हापासून ते त्यांच्या रुग्णांना माझ्याकडे आणत असत. बहुतांशी, मूल नसलेली अशी ही जोडपी असायची. मी त्यांच्याकडून मोबदला न घेता सल्ला देत असे. काही दिवसांतच माझ्या असे लक्षात आले की, इझेलदिन हे एक निष्ठावंत डॉक्टर आहेत. ते उत्तम डॉक्टर तर आहेतच, शिवाय सहृदय आहेत; माणुसकीच्या नजरेतून ते रुग्णांवर उपचार करीत असत. त्यांच्या रुग्णांबद्दल त्यांना मनापासून आस्था वाटे; शिवाय कणवही वाटे. हे पाहून मी फार प्रभावित झालो. आयुष्याकडे आणि एकंदरीत जगाकडे पाहण्याचा त्यांचा दृष्टिकोन मला फार वाखाणण्याजोगा वाटला. गाझापट्टीतून सीमारेषा पार करून सोरोका हॉस्पिटलमध्ये येणे सोपे नव्हते. सीमा केव्हा बंद केली जाईल, हे सांगता येत नसे. एवढेच नव्हे, तर तुम्ही घरी परत कधी जाऊ शकाल, याची काहीच शाश्वती नसायची. गाझामधील रहिवाशांना आणि त्यांना हा अनुभव रोजचाच होता. तरीसुद्धा इझेलदिन यांनी त्याबद्दल चुकूनदेखील तक्रार केली नाही. येण्याजाण्याचा जो त्रास त्यांना सहन करावा लागत होता, त्याबद्दल कधीही तक्रार केली नाही. जर कधी एखादी घटना अन्यायकारक झाली, तरच ते तक्रार करत. रोजच्या या व्यवस्थेबद्दल त्यांची तक्रार नसायची. यातून जीवनाकडे बघण्याचा त्यांचा आशावादी दृष्टिकोन दिसून येतो. त्यांचा सूर कधीच निराशावादी नसायचा. भूतकाळात काय चुकले याबद्दल टीका किंवा विश्लेषण न करता भविष्यात या परिस्थितीत काय करता येईल, यावर त्यांचा भर असायचा. झाले गेले विसरून ते भविष्यकाळाबद्दल चांगला दृष्टिकोन बाळगायचे. अशी मनाची धारणा असणे, हे या जगात सोपे नाही. विशेषतः ते ज्या परिस्थितीत

जगत होते, त्या बाबतीत तर ही वृत्ती असणे अतिशय कठीण होते.

त्यांचा आणखी एक स्वभावविशेष दिसून येतो तो म्हणजे- आपले ज्ञान अद्ययावत ठेवण्याचा त्यांचा सतत प्रयत्न असे. सतत अधिक प्रशिक्षण घेण्याच्या मताचे ते होते. स्वतःचे कौशल्य वाढवणे आणि नवीन कौशल्य शिकणे, याचा त्यांना कधीच कंटाळा नव्हता. मी त्यांना भेटलो तेव्हा त्यांनी स्त्रीरोग आणि प्रसूतिशास्त्रात शिक्षण घेऊन काम केले होते; परंतु इस्राईलमध्ये येऊन पुढचे शिक्षण घेण्याची त्यांची इच्छा होती. पॅलेस्टिनी औषधोपचार तज्ज्ञाला इस्राईल हॉस्पिटलमध्ये शिकाऊ डॉक्टर पदावर नेमणे, हे माझ्यासाठी फार मोठे आव्हान होते. इस्राईलमध्ये शिकाऊ डॉक्टरांचा अभ्यासक्रम फार कठीण आणि उच्च दर्जाचा आहे. या अभ्यासक्रमासाठी सीमारेषा पार करून गाझापट्टीतून दररोज ते कितपत येऊ शकतील याबद्दल माझ्या मनात शंका होती. ते या शिक्षणक्रमाला लायक आहेत की नाही याबद्दल माझ्या मनात तीळमात्र शंका आली नाही. सीमारेषा ओलांडून इथे हॉस्पिटलमध्ये आपले काम करण्यासाठी आपण रोज वेळेवर हजर राहू शकू की नाही, हे त्यांना स्वतःलादेखील सांगता येऊ शकत नव्हते.

१९९५ मध्ये मी दुसऱ्या एका हॉस्पिटलमध्ये प्रमुख म्हणून रुजू झालो. त्या वेळी इझेलदिन यांना सोरोका मेडिकल सेंटरमध्ये 'स्त्रीरोग आणि प्रसूतिशास्त्र' या विषयाच्या शिकाऊ डॉक्टरच्या अभ्यासक्रमाला प्रवेश मिळाला. त्यांच्याकरता हा अभ्यासक्रम खास तयार केलेला होता. हा अभ्यासक्रम त्यांनी यशस्वीरीत्या पूर्ण करावा एवढ्याच उद्देशाने तो अभ्यासक्रम आखलेला होता. त्यांनी त्यानंतर बोर्डाची परीक्षा पास व्हावी, हा त्यामागे उद्देश नव्हता. सगळ्या प्रतिकूल परिस्थितीत त्यांनी तो पूर्ण केला. निरनिराळ्या विभागांत पाळीपाळीने काम करावे लागे. सीमारेषा ओलांडण्याचा नेहमीचा त्रास, भाषेची अडचण आणि वेळापत्रकातील समस्या या सगळ्या अडचणींना तोंड देत त्यांनी तो अभ्यासक्रम यशस्वीरीत्या पूर्ण केला. उदाहरण द्यायचे झाले तर जर एखाद्या वेळी कामावर पोहोचू शकला नाहीत तर तुमच्या जागी दुसऱ्या कोणालातरी आयत्या वेळी कामाला जावे लागते. हे कोणालाही आवडत नाही. सीमारेषेवर प्रत्यक्ष परिस्थिती काय आहे, यावर इझेलदिन आणि गाझामधील इतर सर्व पॅलेस्टिनी लोकांना इस्राईलमध्ये प्रवेश आयत्या वेळी नाकारला जायचा. काही वेळा रात्रपाळी संपल्यावर सीमारेषा बंद झाल्यामुळे परत जाता येणे शक्य नसायचे; पण त्यांनी सहा वर्षांचा अभ्यासक्रम पूर्ण केला. हिब्रू भाषेवर प्रभुत्व मिळवले. स्त्रीरोगतज्ज्ञ आणि प्रसूतिशास्त्रामध्ये प्रावीण्य मिळवले.

खरेतर इझेलदिन राहत असलेल्या ठिकाणच्या वातावरणामुळे त्यांना नैराश्य येण्याची शक्यता होती. त्यांचा अपेक्षाभंग होऊ शकण्याची दाट शक्यता होती. आजूबाजूला असलेल्या वातावरणाचा त्रास त्यांना होत होता; पण ते अजिबात

निराश झाले नाहीत, डगमगले नाहीत. अतिशय कठीण परिस्थितीतून ते जात होते, तरीही पॅलेस्टेनियन आणि ज्यू यांच्यात शांतता निर्माण होण्यासाठी जे प्रयत्न चालू होते, त्यावर त्यांचा गाढ विश्वास होता. ज्यू समाज हा एकसंध, एकजिनसी, एकसारखा आणि समविचारी लोकांचा आहे, असे त्यांना वाटत नव्हते. अनेक इस्त्रायली, म्हणजेच ज्यू लोकांना ते ओळखत होते. काही तर त्यांचे खास दोस्तही होते. सर्व पॅलेस्टेनियन लोक आतंकवादी आहेत, असे न मानणारे अनेक ज्यू लोक त्यांना माहीत आहेत. तसेच ज्यू लोक हे आपल्या भूमीवर आक्रमण करून ती बळकवणारे, उजव्या विचारसरणीचे आहेत असे मत नसणारे अनेक पॅलेस्टेनियन त्यांना माहीत आहेत. दोन्ही देशांतील लोकांना शांततेने राहायचे आहे, युद्ध आणि रक्तपात याला ते कंटाळले आहेत, असे डॉक्टरांचे मत आहे. पूर्वी दोन्ही देशांतील सामान्य लोक एकमेकांबद्दल वैरभाव ठेवून होते आणि दोन्हीकडच्या सरकारांना शांततेचा मार्ग चोखाळायचा होता. त्यासाठी त्यांचे प्रयत्न चालूही होते. आता मात्र परिस्थिती उलट झाली आहे, असे त्यांना वाटते. दोन्ही देशांतील तळागाळातील लोकांपासून सर्वांना शांततेत जगायचे आहे. त्यांना उत्तम जीवनमान हवे आहे. डोक्यावर सुरक्षित छप्पर आणि मुलांसाठी सुरक्षितता हवी आहे. खरे तर दोन्ही देशांतील नेत्यांनी पूर्वीची लढाई चालू ठेवली आहे.

गेली अनेक वर्षे मी आणि डॉक्टर एकमेकांच्या संपर्कात आहोत. मी त्यांना बऱ्याचदा परिषदांमध्ये भेटतो आणि त्या वेळी मध्य पूर्वेतील तंट्याबद्दल आमची चर्चा होत असते. त्या चर्चेत दोन्ही देशांत शांतता कशी नांदेल; किंबहुना नांदेल की नाही याबद्दल मसलत होते. आम्ही दोघेही आशावादी आहोत. आमच्या दोघांपैकी कोणीही शांततेच्या मार्गातील सैद्धान्तिक अडथळे दूर करून शांततेसाठी एक समान भूमिका शोधण्याच्या प्रयत्नांत अपयश येईल या मताचे नाही. आमचे नेते जेव्हा शांततेच्या वाटाघाटी करतात, त्या वेळेला ते प्रामुख्याने इस्त्राईल आणि नव्याने उदयाला येणाऱ्या पॅलेस्टियन राज्यातील सीमारेषा कोणती असावी, यावरच प्रामुख्याने चर्चा करतात. शेवटी जमिनीबद्दलच हे वाद घोटाळत राहिले आहेत. हे वाद सुटू शकतात, सोडवायला हवेत आणि एके दिवशी हा प्रश्न समूळ सुटेलही.

अर्थात हे वाटते तितके सोपे नाही, हे मी जाणून आहे. दोन्ही देशांतील अनेक जहालवादी लोक शांततेच्या प्रयत्नांत खोडा घालण्याचा सतत प्रयत्न करीत असतात. त्यांची टोकाची भूमिका पुढे रेटण्याचा प्रयत्न करतात. पण हे लोक फारच थोडे आहेत. आपली खरी शोकांतिका ही आहे की, या शांततेच्या चर्चेचा शेवट काय होणार आहे, हे बहुतेक सर्वांना ज्ञात आहे. पण हे लोक ही गोष्ट प्रत्यक्ष कबूल करत नाहीत आणि त्या दृष्टीने मनापासून हा प्रश्न सोडवण्याचा प्रयत्न करीत नाहीत. शेजारी शेजारी राहणारी दोन राष्ट्रे गुण्यागोविंदाने राहिली पाहिजेत. जेरुसलेमला

खास दर्जा देणे, काही हजार निर्वासितांना आपापल्या देशात परत पाठवणे आणि जे लोक परत जाणार नाहीत त्यांना आर्थिक नुकसानभरपाई देणे, या बाबी व्हायला हव्यात. पण शोकांतिका ही आहे की, या दिशेने जाण्याऐवजी याच्या उलट दिशेने शांततेच्या वाटाघाटी चालू आहेत. परिणामतः या संघर्षात दोन्ही राष्ट्रांतील माणसांचे बळी जात आहेत.

लोक मला विचारतात की, माझा आशावाद नुसता तात्त्विक भूमिकेवर आधारित आहे की वास्तवावर? त्याला माझे उत्तर आहे की, या दोन्हीचे मिश्रण माझ्या भूमिकेत आहे. जरी तुम्ही एखाद्या तत्त्वप्रणालीचे असलात तरी, तुम्हाला वास्तवाचे भान ठेवावे लागते. इथल्या वास्तवाला यशस्वीपणे तोंड देण्यासाठी तुम्हाला कोणत्यातरी तत्त्वप्रणालीचा आधार घ्यावा लागतो. काल आणि आज काय घडले, याच्यावर तुम्ही आपल्या जीवनाचे मूल्यमापन करू शकत नाही. तेवढाच विचार केलात, तर भावी काळात तुम्ही कधीच त्या विचारातून बाहेर पडू शकणार नाही. उलट भविष्यकाळाकडे नजर ठेवली तर तुम्ही अडखळाल आणि प्रगती खुंटेल.

इझेलदिन वास्तववादी आहेत. आपण राहतो ते जीवन गुलाबशय्या नाही. पण डॉक्टरी उपचार, औषधोपचार हे दोन्ही देशांना जवळ आणतील यावर त्यांचा गाढ विश्वास आहे. औषधोपचार आणि विज्ञान यांना सीमारेषा नसते; किंबहुना असता कामा नये. मी जेव्हा एखाद्या विषयावर संशोधन करतो, तेव्हा जगात त्या विषयावर प्रसिद्ध झालेले सर्व लेख मी वाचतो आणि सर्व माहितीची आकडेवारी गोळा करतो. लिहिताना या माहितीचा वापर मी संदर्भ म्हणून करीत असतो. मग ती जपान, सीरिया किंवा अमेरिका या कोणत्याही देशातील असो. त्या लिखाणाचा दर्जा महत्त्वाचा असतो. लेखक कोणत्या देशातील आहे याला महत्त्व नसते. आंतरराष्ट्रीय परिषदांमध्ये अनेक देशांतील प्रतिनिधींची भेट होते. काही वेळा आमच्या देशाशी त्यांचे राजनैतिक संबंध नसले तरीही किंवा आलेल्या प्रतिनिधींचे एकमेकांशी असे संबंध नसले तरी काहीही फरक पडत नाही. मी जेव्हा परिषदेत बोलायला उभा राहतो, तेव्हा अरब देशातून आलेले प्रतिनिधी बाहेर निघून जात नाहीत. संयुक्त राष्ट्रसंघात ते कधी कधी असे करतात. ज्यांच्या देशाचा इस्राईलशी, अथवा आपसात राजनैतिक संबंध नसतो अशा माझ्या सहकाऱ्यांशी मी विज्ञान आणि औषधोपचारांविषयी बोलतो. त्या वेळी आम्ही आपल्या व्यावसायिक कौशल्याविषयी बोलत असतो. काही वेळानंतर आम्ही कॉफीपान करताना वैयक्तिक गप्पागोष्टी करतो. आपण एकमेकांना ओळखत असलो तर एकमेकांचा दृष्टिकोन वेगळा आहे, हे मान्य करायला अडचण येत नाही.

इस्रायली सैन्याने गाझा प्रदेशावर बॉम्बहल्ले सुरू करण्याच्या काही दिवस

आधी इझेलदिन माझ्या घरी भेटायला आले होते. नंतर बॉम्बचा वर्षाव चालू असतानादेखील आम्ही एकमेकांशी फोनवर बोलत होतो. 'बाहेर संचारबंदी लागू केलेली असताना आणि सातत्याने बॉम्बहल्ले होत असताना सतत तणावाखाली ते आणि त्यांची मुलेबाळे घरात कशा परिस्थितीत जगत आहेत' हे मी त्यांना विचारले. ते म्हणाले, 'इतर सर्व लोकांप्रमाणे आम्हीही एका खोलीत सर्व जण झोपत आहोत. काही मुलांना आम्ही एका भिंतीशी झोपवतो आणि काही मुलांना दुसऱ्या भिंतीशी झोपवतो. जर घरावर बॉम्ब पडला तर निदान आमचे सर्व कुटुंब तरी गारद होणार नाही.' १६ जानेवारी २००९ रोजी त्यांच्या तीन मुली बॉम्बहल्ल्यात मारल्या गेल्या. या दुर्घटनेनंतर त्यांच्या मनात जर सुडाची भावना पेटली असती तर कुणी त्यांना दोष दिला असता का?

काही मूठभर प्रभावशाली इस्रायली लोकांनी इझेलदिनच्या घरावर झालेल्या हल्ल्याची चौकशी व्हावी अशी मागणी केली. त्यांच्या संरक्षण मंत्रालयाने उडवाउडवीची उत्तरे दिली. या घटनेबद्दल चौकशी झाली पाहिजे, अशी मागणी सध्या अनेक इस्रायली लोकांनी मोठ्या संख्येने लावून धरलेली आहे. या समुदायात इस्रायली लोकसभेचे काही प्रतिनिधी आहेत. पण तरीही कोणत्याही प्रकारची अधिकृत चौकशी चालू नाही. इस्रायली सरकारच्या प्रतिनिधींनी आत्तापर्यंत दिलेली माहिती आणि उपाययोजना अतिशय अपुरी आहे. अधिकृत चौकशीअंती जर असे आढळून आले की, त्यांच्या घरावर बॉम्ब टाकणे ही अनवधानाने झालेली चूक होती; प्रत्यक्षात तसेच झालेले असावे, तर लष्कराने ही चूक मान्य करावी आणि याबद्दल जबाबदारी स्वीकारून त्यांची माफी मागावी.

इझेलदिनची अमर्यादित ऊर्जा या घटनेमुळे तिरस्काराच्या भावनेत रूपांतरित होऊ शकली असती. पण या मार्गाने ते गेले नाहीत. याउलट त्यांनी आपली शक्ती चांगल्या कार्याकडे वळवली. त्यांच्या पुढील वाक्यातून हे प्रतीत होते आहे. 'पॅलेस्टिनी आणि इस्रायली लोकांत शांतता प्रस्थापित होण्यासाठी माझ्या मुलींचे बलिदान अखेरचे ठरणार आहे हे मला कळते, तर त्यांच्या मृत्यूमुळे माझ्या जीवनात निर्माण झालेली पोकळी मी सहन करू शकलो असतो.'

ज्यावर इझेलदिनचा पूर्ण विश्वास आहे ते साध्य करण्यासाठी त्यांची धडपड चालू असते. ज्या वातावरणात ते राहत आहेत, ते वातावरण सुधारण्याचा प्रयत्न स्वतःकडील कौशल्याचा उपयोग करून ते करत आहेत. औषधोपचार करणे हे त्यांचे साधन आहे. उदाहरणच द्यायचे तर, अल्बर्ट शुवित्झर हे आपल्या काळातील एक नामांकित डॉक्टर नसतीलही; पण आपल्या व्यवसायाच्या मदतीने त्यांनी आफ्रिकन लोकांच्या हालअपेष्टा काय आहेत याची सबंध जगाला माहिती करून दिली. अफ्रिका खंडाकडे दुसऱ्या दृष्टिकोनातून पाहायला त्यांनी लोकांना भाग

पाडले. कशा प्रकारे हे लोक प्रचंड दारिद्र्याला आणि अनारोग्याला तोंड देत आहेत, हे त्यांनी जगाला सांगितले. आणि पुढारलेल्या देशांनी या मागासलेल्या लोकांसाठी काय करायला हवे, हे प्रकर्षाने दाखवून दिले. हजारो आफ्रिकन लोकांवर औषधोपचार करणे, हे शुवित्झर यांचे महान कार्य नव्हे, तर पुढारलेल्या जगातील इतर सहकाऱ्यांना या मागासलेल्या लोकांसाठी काय करायला हवे याबद्दल जागृत करणे, हे त्यांचे माझ्या दृष्टीने मोठे कार्य आहे. फ्लॉरेन्स नाईटिंगेल यांचे आणखी एक उदाहरण सांगता येईल. रुग्णांची शुश्रूषा करण्यात तिने आपले आयुष्य वाहून घेतले होते आणि गरीब लोकांच्या औषधोपचारात सुधारणा व्हावी, हेही काम तिने अंगीकारले होते. वैद्यकीय शास्त्राचा मानवतावादी दृष्टिकोनातून कसा उपयोग करता येईल, हे तिने दाखवून दिले. रुग्णांना बरे करण्याआधी त्यांची नीट काळजी घेणे हे महत्त्वाचे आहे, हे तिच्या उदाहरणावरून दिसून येते.

इझेलदिन हे ध्येयाने प्रेरित होते. त्यांच्या मनात लोकांबद्दल अनुकंपा आहे. मानवाचे जीवनमान सुधारणे, हे त्यांचे मुख्य कार्य आहे. त्यांच्या या कार्यामुळेच ते उत्कृष्ट डॉक्टर आहेत, असे माझे मत आहे. मात्र, डॉक्टरी पेशाच्या कर्तव्याच्या पार पुढे जाऊन त्यांनी मानवतावादी दृष्टिकोनातून कार्य केले आहे. हा त्यांचा अलौकिक गुण आहे. इझेलदिनच्या मते, वैद्यकीय उपचार हे लोकांना समजून घेण्याचे आणि एकमेकांच्या अडचणी जाणून घेण्याचे उत्तम साधन आहे. यामुळे लोकांशी चांगला संवाद साधून उत्तम सहजीवन जगण्यासाठी मदत होते. सोरोका हॉस्पिटलमध्ये त्यांनी ज्या ज्या स्त्रियांवर उपचार केले किंवा त्यांच्या प्रसूतीला मदत केली, त्या स्त्रियांना डॉक्टरांची महानता समजली. डॉक्टर त्यांचे जवळचे नातलग झाले. हॉस्पिटलमधील अनेक इस्रायली सहकारी ज्यांनी त्यांच्याबरोबर कठीण आणि तणावाच्या परिस्थितीत काम केले, त्यांनाही इझेलदिन महान वाटतात. यात ऐन वेळी त्यांच्याऐवजी काम करणारे सहकारी, त्याचप्रमाणे डॉक्टरांनी ज्यांच्या बदली काम केले असे सहकारी, त्यांचे वरिष्ठ आणि त्यांच्या श्रेणीतील सहकारी या सगळ्यांनाच त्यांच्या कार्याबद्दल अतीव आश्चर्य आणि समाधान वाटते. एवढेच नाहा, तर हे सगळे जण त्यांना आपला जवळचा मित्र मानतात. इझेलदिन स्वतः जबालिया निर्वासित छावणीतील एक डॉक्टर. आपल्या रुग्णावर एखाद्या निष्णात व्यावसायिक डॉक्टरांप्रमाणेच ते उपचार करतात. त्याबरोबर या रुग्णांबद्दल त्यांच्या मनात कमालीची कणव असते. सोरोका हॉस्पिटलमध्ये येणाऱ्या पॅलेस्टाइन रुग्णांचा संबंध इस्रायली डॉक्टर आणि परिचारिका यांच्याबरोबरदेखील येतो. हे डॉक्टर किंवा परिचारिका आलेल्या रुग्णांवर जरूर आणि योग्य ते आवश्यक उपचार करतात. हे रुग्ण गाझामधून आले आहेत, असा विचारही त्यांच्या मनाला शिवत नाही. अशा प्रकारे वैद्यकीय उपचार हा दोन्ही देशांना जोडणारा एक साकव आहे जणू !

दहा वर्षांपूर्वी इझेलदिन सायप्रस येथील एका वैद्यकीय परिषदेत भाग घेण्यासाठी निघाले होते. गाझापट्टीतून ते निघाले आणि विमानतळावर पोहोचले. पण सुरक्षिततेच्या कारणाखाली तेथील अधिकाऱ्यांनी त्यांना सायप्रसला जाणाऱ्या विमानात चढू दिले नाही. त्यामुळे त्यांचे विमान चुकले. त्यांच्याकडे फक्त एक दिवसाच्या प्रवासासाठी व्हिसा होता. दुसऱ्या दिवशीपर्यंत सायप्रसला जाणारे विमान नव्हते. त्या विमानतळावर ते रात्र काढू शकत नव्हते. अशा पेचप्रसंगी कोणीही संतापले असते. त्यांनी मला फोन केला. काही लोकांशी बोलून त्यांची व्यवस्था दुसऱ्या दिवशीच्या विमानात केली. त्या वेळी ते रात्री आमच्या घरी मुक्कामाला आले. मला वाटले, ते खूप संतापलेले असतील. त्यांचा खरेतर अपमान झालेला होता. पण ते विमानतळावरील एका संबंधित कारकुनावर रागावलेले होते. एका व्यक्तीवर त्यांचा राग होता. त्यांनी या प्रकरणावरून सर्वच इस्रायली लोकांना दोषी ठरवले नाही. असे आहेत इझेलदिन. एखाद्या प्रसंगावरून ते सर्वच समाजाबद्दल कोणतेही विधान करत नाहीत. ते फक्त म्हणाले, 'तो संबंधित मनुष्य अडचण समजून घेणारा नव्हता. त्याला कोणीतरी चुकीचे मार्गदर्शन केलेले असावे. त्याला परिस्थितीचे गांभीर्य न समजल्यामुळे तो असा उद्धटपणे वागला.'

सर्वसाधारण लोकांप्रमाणे एखाद्या घटनेवरून संपूर्ण गटाबद्दल ते आपले मत बनवत नाहीत. समजा, तुम्ही सुट्टी घालवण्याकरता इटलीला गेलात. तिथे एखाद्या टॅक्सी ड्रायव्हरचा तुम्हाला फार वाईट अनुभव आला किंवा हॉटेलमध्ये स्वागतिकेतील एखादा कारकून तुमच्याशी तिरकस वागला. अशा वेळी परत आल्यावर सगळे इटालियन कसे वाईट आहेत, त्यांना प्रवाशांशी कसे वागावे हे कळत नाही, अशी सर्वसाधारण प्रतिक्रिया ते व्यक्त करत नाहीत. दुसऱ्या दिवशी विमानाने ते सायप्रसला गेले. तो कारकून खुसपट काढून एखाद्या अरब प्रवाशाला काहीतरी त्रास द्यायच्या विचाराने वागला नव्हता. जाताना डॉक्टर त्याच्याशी नीट वागले आणि ते आपल्या ठरलेल्या विमानाने सायप्रसला रवाना झाले.

काही वेळा राग येणे आवश्यक असते. लोकांना राग यायलाच हवा. पण इझेलदिनचा राग हा एखाद्या व्यक्तीवर किंवा घटनेवर केंद्रित असतो. ते त्यांचा राग ऊठसूट प्रत्येक वेळा काढत नाहीत. या रागाचे पर्यवसान त्यांनी ठरवलेल्या ध्येयापासून त्यांना परावृत्त करू शकत नाही.

इझेलदिनच्या घरात घडलेल्या शोकांतिकेमुळे- भयानक आघातामुळे ते सर्व जगासमोर आले. महत्त्वाच्या सगळ्या वर्तमानपत्रांनी त्यांची मुलाखत घेतली. जगातील महत्त्वाच्या दूरदर्शन कार्यक्रमातून ते लोकांसमोर आले. जगातील अनेक पुढाऱ्यांना ते भेटले, त्यांच्याशी बोलले. आश्चर्य म्हणजे एवढी प्रसिद्धी मिळूनसुद्धा त्यांच्या स्वभावात कोणताच बदल झाला नाही.

हल्ली मी काही लोकांकडून असे ऐकले की, त्यांच्याइतके सुस्वभावी कोणी असू शकते यावर लोकांचा विश्वासच बसत नाही. स्वतःच्या मुली बॉम्बहल्ल्यात बळी पडल्यावरही ज्यू आणि पॅलेस्टिनी लोकांत शांतता नांदावी, दोन्ही समाजांनी गुण्यगोविंदाने राहावे, अशी इच्छा ते कशी व्यक्त करू शकतात? इस्रायली मित्रांबरोबर आपले संबंध पूर्वीप्रमाणेच सौहार्दपूर्ण कसे राखू शकतात? काही लोकांना वाटते की, त्यांच्यावर कोसळलेल्या आपत्तीचा ते गैरफायदा तर घेत नाहीयेत ना? पण मी त्यांना अनेक वर्षे ओळखतो. या अफवेला, या शंकांना कोणताच थारा मिळू शकणार नाही. वस्तुस्थिती फार वेगळी आहे याची मी ग्वाही देऊ शकतो. दोन्ही समाजांनी एकत्र राहावे, हे स्वप्न त्यांच्यात पूर्ण रुजलेले आहे. त्याचा ते सतत पाठपुरावा करतात. जरी त्यांच्यावर ही आपत्ती कोसळली तरी त्यामुळे विचलित न होता ते दृढ निश्चयाने शांतता प्रस्थापित व्हावी म्हणून कार्य करत आहेत. त्यांच्यावर जी आपत्ती कोसळली तशी आपत्ती इतर कोणावर कोसळली असती तर त्या व्यक्तीला जगणे कठीण झाले असते. पण ते आपले ठरवलेले कार्य करीत राहिले आहेत.

बॉम्बहल्ल्याच्या वेळी बळी गेलेल्या आपल्या मुलींच्या स्मरणार्थ डॉक्टरांनी एक प्रतिष्ठान स्थापन करायचे ठरवले आहे. सध्या या कामावर त्यांचे लक्ष एकवटलेले आहे. ज्यू आणि पॅलेस्टाइन मुलींच्या मध्ये सलोख्याचे संबंध प्रस्थापित व्हावेत, त्यांचे उत्तम शिक्षण व्हावे याकरता एक शाळा सुरू करावी, ही या प्रतिष्ठानची उद्दिष्टे आहेत. ते अनेक ठिकाणी जातात, अनेकांना भेटतात. प्रत्येक वेळेस त्यांच्या मनात प्रामुख्याने विचार असतात ते सलोख्याचे. या भागातील ज्यू आणि पॅलेस्टिनींमधली दरी कोणत्या प्रकारे मिटवता येईल याचे. आत्तापर्यंत ते अनेक नामवंत व्यक्तींच्या संपर्कात आले. डॉक्टरांवर कोसळलेली आपत्ती आणि त्यांचे भविष्यातील स्वप्न या दोन्हींच्या संदर्भात ते अनेकांना भेटले. मला माहीत आहे, माझी खात्री आहे की, हा प्रयत्न ते मध्येच सोडून देणार नाहीत. जर हे उद्दिष्ट पूर्ण करायला कोणी एक व्यक्ती समर्थ असेल, तर ती म्हणजे डॉक्टर इझेलदिन. त्यांना या कार्यात यश मिळो, अशी माझी सदिच्छा आहे.

प्रोफेसर मारेक ग्लेझरमन

चेअरमन, 'हॉस्पिटल फॉर विमेन', उपसंचालक,

राबिन मेडिकल सेंटर, इस्राईल.

(सॅली आर्मस्ट्राँग यांनी घेतलेल्या मुलाखतीच्या आधारे)

अनुक्रमणिका

वाळू आणि आकाश

त्या दिवशी मी नरकापासून खूप दूर आणि स्वर्गाच्या खूप जवळ होतो. गाझा शहरातील दुर्दशेच्या वातावरणापासून चार किलोमीटर अंतरावर एक निर्जन समुद्रकिनारा आहे, तिथे मी होतो. किनाऱ्यावर लाटा येऊन आदळत होत्या. जणू त्या कालचा दिवस पुसून टाकून दुसऱ्या दिवसाची नव्याने चांगली सुरुवात करत होत्या.

समुद्रकिनाऱ्यावर येणाऱ्या इतर कुठल्याही परिवाराप्रमाणेच आम्ही होतो. माझे दोन मुलगे, सहा मुली, चुलत-मावस भावंडे आणि काका, मावश्या- सगळे तिथे होतो. लहान मुले पाण्यात मजा करत होती. वाळूवर आपली नावे लिहीत होती. किनाऱ्यावर वाहणाऱ्या वाऱ्याबरोबर एकमेकांना मोठ्याने साद घालत होती. परंतु मध्यपूर्वेतील बहुतेक बाबींप्रमाणेच हे सगळे चित्र दिसते तसे नव्हते. आमच्यावर कोसळलेल्या संकटातून बाहेर पडून मनाला थोडी शांती मिळावी म्हणून मी माझ्या परिवाराला इथे घेऊन आलो होतो. तो दिवस होता १२ डिसेंबर, २००८. बारा आठवड्यांपूर्वी माझी प्रिय पत्नी नादिया, रक्ताचा कर्करोग विकोपाला गेल्यामुळे मरण पावली होती. आमच्या आठ मुलांना ती पोरके करून गेली होती. आमचा सर्वांत धाकटा मुलगा अब्दुल्ला त्या वेळी फक्त सहा वर्षांचा होता. तिच्या आजाराचे निदान दोनच आठवडे आधी झाले होते आणि ती तडकाफडकी हे जग सोडून गेली. तिच्या मृत्यूने आम्ही थिजून गेलो. तिच्या अस्तित्वाने आमच्या जीवनात एक स्थैर्य, समतोलपणा आलेला होता. जबालिया शहराच्या गोंधळापासून दूर कुठेतरी, आमच्या सगळ्या कुटुंबाला एकत्र आणायचे होते, जेणेकरून आम्हाला थोडी शांतता आणि एकांत मिळेल- तिच्या आठवणींना उजाळा द्यायला आणि आमच्या नात्यातील बंध दृढ करायला.

तो दिवस तसा शीतल होता. डिसेंबरातले आकाश निस्तेज सूर्यामुळे पांढरा रंग दिल्यासारखे दिसत होते. मेडिटेरेनियन समुद्राचे पाणी निळेभोर दिसत होते. माझी मुले छान रमली आहेत, हे मी पाहत होतो. ती समुद्राच्या किनाऱ्यावर आदळणाऱ्या

लाटांबरोबर खेळत होती. कुठेही खेळणारी मुले आनंदात दिसतात, तसे ते दृश्य होते. मला मात्र आमच्या भविष्याची आणि गाझापट्टीच्या भवितव्याची काळजी वाटत होती. काही दिवसांतच आमचे दुःख अनेक पटींनी वाढणार आहे, याची त्या क्षणाला मला सुतराम कल्पना नव्हती. आगामी लष्करी कारवाईबद्दल लोक बोलत होते. गाझापट्टी आणि इजिप्तमधील बोगद्यातून चोरटी वाहतूक होत असे. ज्यावर गेली अनेक वर्षे इस्रायली बाँबहल्ले होत होते. अलीकडे हे हल्ले वरचेवर व्हायला लागले. इस्रायली सैनिक गिलाडशालित याला जून २००६ मध्ये इस्लामी आतंकवादी गटाने पकडले होते. तेव्हापासून त्या भागाला इस्रायलींनी घेरले होते. काही लोकांनी केलेल्या या कृत्यासाठी सबंध पॅलेस्टिनी लोकांनाच शिक्षा व्हावी म्हणून हा घेराव घातलेला होता. पण आता मात्र ही नाकाबंदी जास्त कडक केलेली होती. खरं तर गाझापट्टीत कोणताही माल आणण्यासाठी तो एकमेव मार्ग असल्याने ते बोगदे महत्त्वाचे होते. ज्या ज्या वेळेस बोगद्यांवर बाँबहल्ला होई, त्या त्या वेळी लगेच ते पूर्ववत बांधले जायचे. परत इस्रायली त्यावर बाँबहल्ला करायचे. गाझा पट्टीला एकटे पाडण्याच्या हेतूने इस्राईल आणि इजिप्तमधून येणारे इतर तीन मार्ग प्रसिद्धिमाध्यमांसाठी बंद केले होते. त्यांना तिथे येण्यास मज्जाव केला होता. तिथे काय चाललेले आहे हे जगाला कळू नये यासाठी इस्रायली लोकांचा प्रयत्न होता. वातावरणातील ताणतणाव जाणवत होते.

गाझापट्टीबद्दल जगातील बऱ्याच लोकांना माहिती आहे; पण इथले जगणे कसे आहे याबद्दल ते अनभिज्ञ आहेत. नाकाबंदी केलेल्या आणि गरिबीत खितपत पडलेल्या या भागातल्या लोकांचे जीवन फार हलाखीचे होते. वर्षानुवर्षे, दशकानुदशके अशा अवस्थेत लोक राहत होते. त्यांना दिलेली वचने कधीच पाळली जात नव्हती. आलेल्या सगळ्या संधी वाया जात होत्या. संयुक्त राष्ट्र संघाच्या अहवालाप्रमाणे गाझापट्टी जगातील सर्वांत जास्त दाट लोकसंख्या असलेला भाग आहे. तेथील पंधरा लाख लोकांपैकी बहुतांश लोक पॅलेस्टिनी निर्वासित आहेत. त्यांतही बहुतेक लोक अनेक दशके निर्वासित छावणीत राहत आहेत. आमच्यातील ऐंशी टक्के लोक गरिबीत राहतात. आमच्या शाळांमधील विद्यार्थिसंख्या शाळेच्या क्षमतेपेक्षा कैक पटींनी जास्त आहे. चांगले रस्ते आणि वैद्यकीय सुविधांसाठी पुरेसा पैसा नाही.

आठ निर्वासित छावण्या, गाझा आणि जबालिया ही दोन शहरे मिळून होणाऱ्या विभागाला गाझापट्टी असे म्हणतात. या सर्व ठिकाणी प्रचंड गर्दी आणि आवाजाचा कोलाहल असतो. सगळा टापू गलिच्छ आहे. गाझा शहराच्या पश्चिम भागात असलेल्या बीच छावणी कँपमध्ये एक चौरस किलोमीटर टापूत एक्याऐंशी हजार लोक राहतात. पण नीट काळजीपूर्वक कान देऊन ऐकलेत, तर तिथे तुम्हाला

पॅलेस्टिनी राष्ट्राच्या अस्तित्वाचे ठोके जाणवतील. पॅलेस्टिनी लोक केवळ आपल्या स्वतःकरता जगत नाहीत, हे जगाने समजून घ्यायला पाहिजे. ते एकमेकांसाठी जगतात आणि एक दुसऱ्याला मदत करतात. मी जे माझ्याकरता आणि माझ्या मुलांकरता करतो, ते सर्व मी माझ्या भावंडांसाठी आणि त्यांच्या मुलांकरताही करतो. माझा पगार हा सर्व कुटुंबासाठी आहे. आमचा समाज एकसंध आहे.

गाझापट्टीतील लोकांचा खरा आत्मा, खरे मत तुम्हाला जाणून घ्यायचे असेल तर तेथील कॅफेमध्ये जाऊन बघा. तिथे हुक्का ओढणारे लोक ताज्या राजकीय घडामोडींवर चर्चा करत असतात. जिथे गजबजलेल्या गल्लीबोळात मुले खेळत असतात. तिथेही तुम्हाला हे जाणवेल. बायका खरेदीला ज्या भागात जातात त्या बाजारपेठेत तुम्हाला त्यांचे मन उलगडलेले जाणवेल. खाचखळग्यांनी भरलेल्या रस्त्यावरून वृद्ध माणसे आपल्या स्नेह्यांना भेटायला जात असतात. तिथेदेखील गाझापट्टीचा आत्मा सापडेल. हे वृद्ध त्यांच्या जुन्या दुःखद आठवणींची माळ अव्याहत ओढतात. पूर्वी झालेल्या हानीबद्दल दुःख व्यक्त करत असतात.

प्रथमदर्शनी तुम्हाला असे वाटेल की, हे सर्व जण फार घाईत आहेत. खाली मान घालून, एकमेकांच्या नजरेला नजर न भिडवता ते भरभर जात असतात. पण वास्तव तसे नाही. त्यांच्या हावभावावरून, हालचालीवरून त्यांच्यावर झालेल्या अन्यायाचा, अत्याचाराचा, दडपणाचा राग व्यक्त होत असतो. सतत होणाऱ्या जुलूम, जबरदस्ती, दडपशाही यांचा परिणाम गाझापट्टीत जीवनाच्या प्रत्येक पैलूवर होत असतो. शहरातील भिंतीवर लिहिलेले लेख किंवा काढलेली चित्रे यांतूनही तो उद्रेक बाहेर येतो. प्रौढ, म्हातारी माणसे गंभीर चेहऱ्याने फिरत असतात. त्यांच्या चेहऱ्यातून हा उद्रेक बाहेर येतो. बेरोजगार तरुण, मुले रस्त्यारस्त्यावर घोळके करून उभी असतात आणि लहान मुले समुद्रकिनाऱ्यावर खेळातून विरंगुळा शोधत असतात. या सगळ्यांतून जुलूम जबरदस्ती प्रकट होते. त्या डिसेंबरमधील त्या दिवशी माझ्या कुटुंबातील मुले समुद्रकिनाऱ्यावर खेळत होती.

माझं गाझा असं आहे. तोफा डागलेल्या इस्रायली बोटी क्षितिजावर दिसतात. डोक्यावर, आकाशात हेलिकॉप्टर्स आहेत. इजिप्तमध्ये जाणारे, तस्करी करणारे, लांबलचक बोगदे, संयुक्त राष्ट्रसंघाकडून मदत घेऊन येणारे रस्त्यावरचे ट्रक्स, पडझड झालेल्या इमारती आणि जीवनाला आवश्यक असणाऱ्या; पण मोडकळीला आलेल्या मूलभूत सुविधा, हे सर्व गाझापट्टीत आहे. ताजी फळे, स्वयंपाकासाठी लागणारे तेल, शुद्ध पाणी इथे पुरेसे मिळत नाही. कधीच पुरेसे नसते. त्यामुळे येथील लोकांच्या निष्ठा सतत बदलत असतात. म्हणूनच कित्येक वेळा इथे कोणाची सत्ता आहे, कोणाला लोकांचा पाठिंबा आहे, हेच कळत नाही. या दुरवस्थेबद्दल कोणाला जबाबदार धरायचे, तेच समजत नाही. इस्राईलला दोषी

धरायचे की आंतरराष्ट्रीय समुदाय, फताहा की हमास, टोळ्या की धार्मिक मूलतत्त्ववादी.... कोणाला जबाबदार धरायचे? बहुतांशी लोक इस्राईल, अमेरिका आणि इतिहासाला दोष देतात.

गाझापट्टी मानवी टाइमबाँब आहे. त्याचा स्फोट केव्हा होईल, हे सांगता येत नाही. सबंध २००८ साली धोक्याच्या सूचना येत होत्या, त्याकडे जगाने दुर्लक्ष केले. जानेवारी २००६ मध्ये हमास या गटाला निवडणुकीत यश मिळाले. तेव्हापासून इस्रायली आणि पॅलेस्टिनी लोकांत तणावाचे वातावरण वाढले. तसेच मधूनमधून इस्राईलवर कासम क्षेपणास्त्रे टाकण्यात आली, त्यामुळे या तणावाच्या परिस्थितीत भर पडली. या सर्वांमुळे आंतरराष्ट्रीय समुदायाने पॅलेस्टिनची आर्थिक नाकेबंदी केली.

क्षेपणास्त्रे वापरल्यामुळे लोक हातघाईला आले आहेत. बहुतेक वेळा ही क्षेपणास्त्रे घरगुती पद्धतीने तयार केलेली असल्यामुळे ती योग्य त्या जागेवर पडत नसत. क्षेपणास्त्रांच्या माऱ्यामुळे इस्रायली सैन्याकडून जरुरीपेक्षा जास्त प्रतिहल्ला होत असे. हेलिकॉप्टरच्या तोफांतून इस्रायली क्षेपणास्त्र सोडत असतात. या सगळ्यामुळे पॅलेस्टिनी लोकांची जीवितहानी होत असे. शिवाय नासधूस होत असे. बहुतेक वेळा निष्पाप, प्रतिकार न करू शकणारी मुले या हल्ल्यात सापडायची. यामुळे पॅलेस्टिनी बाजूकडून त्वेषाने कासम क्षेपणास्त्रे सोडली जायची. हे चक्र अविरत चालू असायचे.

डॉक्टर म्हणून मी या घटनाचक्राचे वर्णन स्वतःचेच नुकसान करून घेणारे वर्तन असे करतो. कोणतीच सुधारणा होणे शक्य नाही अशी परिस्थिती निर्माण झाली आहे असे लोकांना वाटते, तेव्हा ते असे अविचाराने वागतात. डॉक्टर म्हणून माझे हे निरीक्षण आहे. गाझापट्टीत राहणाऱ्या आम्हाला सर्व गोष्टी नाकारल्या जायच्या. आम्हाला हव्या असलेल्या प्रत्येक गरजेला आणि आमच्या इच्छांना एकच उत्तर होते- ते म्हणजे 'नकार'. गॅस नाही, वीज नाही, इथून बाहेर पडण्याचा परवाना नाकारला जायचा. मुलांनाही भवितव्य नव्हते; एवढेच काय, आमचा जगण्याचा हक्कदेखील हिरावला जायचा. उत्तम सुशिक्षित लोकदेखील अशा वातावरणाला तोंड देऊ शकत नव्हते. संपूर्ण जगाचा विचार केला तर, उच्च पदवी आणि पदव्युत्तर शिक्षण असलेल्या लोकांचे प्रमाण गाझापट्टीत जास्त आहे; पण त्यांचे आर्थिक आणि सामाजिक जीवन त्यांच्या शिक्षणाच्या दर्जाला अनुसरून नाही. येथील दारिद्र्य, सीमाबंदी, बेरोजगारी आणि सुमार दर्जाची घरे, ही कारणे त्यामागे आहेत. अशा परिस्थितीत राहणाऱ्या माणसांनी तर्कशुद्ध विचार करावा, ही अपेक्षाच चुकीची आहे. येथील प्रत्येकाला कोणत्यातरी प्रकारचा मानसिक आजार आहे. प्रत्येकाला पुनर्वसनाची गरज आहे. पण ही तणावाची परिस्थिती निवळण्यासाठी कोणतीही सुविधा, मदत उपलब्ध नाही. आत्महत्येला प्रवृत्त करणारी क्षेपणास्त्रे टाकणे आणि

आत्मघाती बाँबहल्ले करणे, यांसारख्या कृती. त्यामुळे इस्त्रायलींकडून प्रतिहल्ला होतो. गाझातील लोक त्याचा सूड म्हणून जोमाने हल्ले करतात. परिणामतः इस्त्रायलींकडून आणखी जोरात प्रतिहल्ला होतो. हे चक्र सुरू राहते.

गाझामधील निम्म्यापेक्षा जास्त लोक अठरा वर्षांच्या आतील आहेत. हा वयोगट प्रचंड रागाने धुमसणारा आहे. या वयोगटातील मुलांच्या विचित्र वागण्याबद्दल शिक्षकांकडून तक्रारी येतात, जी सततचा विध्वंस आणि युद्धाचे परिणामस्वरूप आहे. गेल्या दहा वर्षांत स्त्रियांवरील अत्याचारात वाढ झालेली आहे, संघर्षाच्या परिणतीस्वरूप बेरोजगारी आणि त्यामुळे येणारे नैराश्य व असहायता यांतूनच जिवावर उदार होऊन वाट्टेल ते करायला तयार असणारा समाज आकाराला येतो. आपल्याकडे गमावण्यासारखे, बचाव करण्यासारखे असे काहीच नसण्याच्या भावनेमधून ही वृत्ती बळावते.

सीमेपलीकडे असलेल्या लोकांचे लक्ष वेधून घेण्याचा त्यांचा प्रयत्न असतो. त्यांना असे दर्शवायचे असते, 'बघा, इकडे बघा, आमच्या भागात चाललेल्या हालअपेष्टा थांबायला हव्यात.' पण गाझामधील हे तरुण आंतरराष्ट्रीय समाजाचे लक्ष कसे वेधून घेणार? मानवतावादी दृष्टिकोनातून मदत करणाऱ्या जगातील ज्या संघटना आहेत, त्यांना गाझापट्टीत प्रवेश करण्यासाठी आणि प्रवेश होऊ शकला तर परत येण्यासाठी इस्त्राईलकडून परवाना घ्यायला लागतो.

पॅलेस्टिनी लोकांची जी विध्वंसक कृत्ये आहेत, ती त्यांचे नैराश्य प्रकट करण्याचा एक मार्ग आहे. त्यांच्या क्रोधाचा विस्फोट या मार्गाने होतो. जे लोक असे असहाय आणि षंढ असतात, त्यांचा राग असाच प्रकट होत असतो. जगात कुठेही असा समुदाय असेच वर्तन करतो. प्राथमिक अवस्थेत असलेले कासम हे क्षेपणास्त्र स्वस्त असले तरी जेव्हा तुम्ही दोन्ही बाजूंकडून हल्ले-प्रतिहल्ले यांची साखळी आणि त्यातून होणारा संहार लक्षात घेतलात, तर कासम सर्वाधिक हानिकारक आहे, हे लक्षात येईल.

माझे सर्व आयुष्य अशा कमी-जास्त तणावाखाली गेले आहे. अशा वातावरणात आमच्या ज्या मर्यादा आहेत त्यात राहूनच जास्तीत जास्त यश संपादन करण्याचा माझा प्रयत्न राहिला आहे. मी जबालियाच्या निर्वासित छावणीत १९५५ साली जन्मलो. सहा भाऊ आणि तीन बहिणींमध्ये मी सर्वांत मोठा. आमचे आयुष्य साधे-सरळ नव्हते. पण पुढे आपले आयुष्य चांगले जाईल, ही आशा बाळगून मी लहानपणी जगत होतो. खूप कष्ट केले आणि सतत एखाद्या गोष्टीचा ध्यास घेतला तर त्याचे फळ निश्चित मिळते, ही समजूत ठेवून चांगले वागून, कष्ट करून मी डॉक्टर झालो. मी कैरोमध्ये वैद्यकीय अभ्यासाला गेलो. सौदी अरेबियाचे आरोग्य

मंत्रालय आणि लंडन विश्वविद्यालयातील स्त्रीरोग आणि प्रसूतिशास्त्र संस्थेतून मी त्या विषयाची पदविका घेतली. नंतर १९९७ च्या सुरुवातीला सरोका हॉस्पिटल जे इस्राईलमध्ये आह, तिथे या विषयात निवासी शिकाऊ डॉक्टरचे प्रशिक्षण पण घेतले. त्यानंतर इटलीतील मिलान येथील व्ही बुझ्झी (Buzzi) इस्पितळात गर्भ आणि अनुवंशशास्त्र यासंबंधी अभ्यासक्रम पूर्ण केले.

ब्रूसेल्समधील 'इरास्मे' या हॉस्पिटलमध्येही याचा अभ्यास मी केला आणि मग वंध्यत्व या विषयात मी तज्ज्ञ झालो. जर माझ्या या अभ्यासामुळे पॅलेस्टिनी लोकांच्या जीवनात मोठा बदल घडवण्यात माझा हातभार लागणार असेल, तर मला व्यवस्थापनशास्त्र आणि धोरण ठरवण्याचे कौशल्यसुद्धा आत्मसात करायला हवे. म्हणून हॉर्वर्ड विश्वविद्यालयात सार्वजनिक आरोग्य आणि त्याचे व्यवस्थापन या विषयातील पदव्युत्तर पदवीचा अभ्यासक्रम पूर्ण केला. आता इस्राईलमधील शेबा हॉस्पिटलमधील गार्टनर या संस्थेत मी संशोधक या पदावर कार्यरत आहे. माझे संपूर्ण आयुष्य मी एक पाय पॅलेस्टिनमध्ये तर दुसरा पाय इस्राईलमध्ये ठेवून होतो. या भागात हे असे जगणे हे वेगळेच होते. प्रसूती करण्यासाठी किंवा वंध्यत्वावर उपचार करण्यासाठी मी या दोन्ही भागांत जात असे. तसेच श्रीमंत आणि गरीब लोकांचे आरोग्य चांगले राहावे यासाठीच्या उपाययोजनांचा कसा परिणाम होतो, यावर संशोधन करण्यासाठी मी दोन्ही भागांत संचार करीत असे. वैद्यकीय मदत सहज उपलब्ध असलेला समाज आणि अशा मदतीपासून वंचित असलेला समाज यांच्यावर कसा वेगवेगळा परिणाम होतो, हा पण माझ्या संशोधनाचा विषय होता. हे सर्व करत असताना माझ्या असे लक्षात आले की, वैद्यकशास्त्र दोन परस्परविरोधी परिस्थितीत जगणाऱ्या; एवढेच नाही, तर एकमेकांत वितुष्ट असलेल्या दोन समाजांना सांधणारा दुवा होऊ शकतो. डॉक्टर्स हे शांतिदूत ठरू शकतात.

फक्त वरवरचा विचार करून मी या निर्णयापर्यंत आलेलो नाही, तर सखोल विचारानंतरच माझे हे मत झालेले आहे. मी निर्वासित छावणीत जन्मलो आणि वाढलोही निर्वासित म्हणून. दर आठवड्याला तपासणी नाक्यावर होणारी अवहेलना आणि निराशा यांना मी सामोरा गेलो आहे. गाझापट्टीतून सीमा ओलांडून पलीकडे जाण्यासाठी आणि परत गाझापट्टीत येण्यासाठी लागणारा अमर्यादित वेळ यांनाही मी सामोरा गेलो आहे. पण सूड आणि प्रतिसूड घेणे हा आत्मघातकी उपाय आहे, असे माझे ठाम मत आहे. एकमेकांबद्दल आदर, समानता आणि सहजीवन या त्रिसूत्रीच्या आधारेच आपण पुढे जाऊ शकतो. माझा असा दृढ विश्वास आहे की, गाझापट्टीत राहणारे बहुतांशी लोक माझ्या या मताशी सहमत आहेत. आमच्या समोरच्या अनेक अडचणी, नादियाचा मृत्यू, याहूनही अधिक तीव्र प्रकारे आमच्या सुरक्षिततेला धोका आहे. तरीसुद्धा दोन्ही देशांनी समानता, सहजीवन आणि एकमेकांबद्दल

आदर राखूनच पुढे वाटचाल केली पाहिजे. मुले समुद्राच्या लाटांशी खेळत होती तेव्हा हे सगळे विचार माझ्या मनात येत होते.

मी मुद्दामच १२ डिसेंबर ही तारीख मुलांना इथे घेऊन येण्यासाठी निवडली. कारण ही तारीख इस्लामी पंचांगातील सर्वांत पवित्र दिवस अशा हाजच्या नंतर येत होती. कुटुंबांनी एकत्र यायचे, प्रार्थना करायची, गतगोष्टींबद्दलचा आढावा घ्यायचा याकरता हा दिवस पवित्र मानला जातो. म्हणूनच मला ही वेळ उचित वाटली. इस्लामी पंचांगातील 'धू अल् हिज्जा' या महिन्यातील सातव्या आणि बाराव्या दिवसाच्या दरम्यान मक्केची यात्रा करतात; त्याला हाज यात्रा म्हणतात. ही यात्रा जगातील सर्वांत मोठी यात्रा आहे. प्रत्येक सुदृढ स्त्री-पुरुषांनी त्यांच्या आयुष्यात एकदा तरी ही यात्रा करणे आवश्यक आहे; मग मक्केला जा किंवा नका जाऊ. हाज यात्रेच्या दरम्यान वक्तफत अराफत हा मुस्लिम धर्माचा महत्त्वाचा दिवस आहे. त्या दिवशी यात्रेकरू अल्लाकडे दया आणि क्षमा यांची याचना करतात. मक्केमध्ये यात्रेकरू अराफत टेकडीवर जागे राहून प्रार्थना करतात. या टेकडीवरून प्रेषित महम्मदाने शेवटचा उपदेश केला. जे लाखो मुस्लिम मक्केला जात नाहीत, त्यांनी पूर्वेला असलेल्या अलकेब्लापुढे नतमस्तक होऊन, गुडघे टेकून प्रार्थना केली तरी पुरेसे आहे. मी आणि माझे कुटुंबीय असेच करतो. अल्लाच्या आज्ञेवरून अब्राहमने आपल्या मुलाचा बळी देण्याची तयारी केली होती. ती बघून अल्लाने त्याला माफ केले. त्या गोष्टीचे स्मरण या दिवशी करायचे असते. या दिवशी सर्व जण उत्तम कपडे परिधान करून मशिदीत जाऊन ईदच्या प्रार्थना करतात. ज्यांना शक्य आहे ते लोक आपल्या घरच्या बोकडाचे अथवा गायीचे बलिदान अल्लासमोर करतात. अब्राहमने मुलाच्या बलिदानाची तयारी दाखवली त्याचे प्रतीक म्हणून असे केले जाते. आम्ही आमच्या नातेवाइकांबरोबर जबालिया छावणीत प्रार्थना केली आणि कबरस्तानात जाऊन नादियाच्या आत्म्याला शांती मिळण्यासाठी प्रार्थना केली. मी एक बोकड खरेदी केला आणि त्याचे बलिदान करवले. त्यातला दोन तृतीयांश भाग गरीब लोकांना वाटला. हे सगळे प्रथेप्रमाणे केले. उरलेल्या भागाचे कबाब करून, ते समुद्रकिनाऱ्यावर भाजून आम्ही कुटुंबीयांनी त्याचा आस्वाद घेतला आणि ईद साजरी केली.

दुसऱ्या दिवशी सकाळी लवकर उठलो. सॅण्डविचेस केली आणि ती बरोबर घेऊन सहलीला जाण्यासाठी बरोबर सात वाजता माझ्या गाडीने निघालो. माझी गाडी १९८६ सालची सुबारू होती.

किनाऱ्यावर पोचण्याआधी मी माझ्या मुलांना एक खास भेट देणार होतो. डिसेंबरच्या सुरुवातीला मी ऑलिव्हची बाग विकत घेतली होती. समुद्रकिनाऱ्यापासून अर्धा किलोमीटर दूर असलेली ती बाग एक हजार चौरस मीटरची होती. ही जागा छावणीच्या गजबजाटापासून दूर होती. बागेभोवतीच्या तीन मीटरच्या कुंपणामुळे ती

स्वतंत्र, मोकळी होती. या बागेत आम्हा सगळ्या परिवाराला एकत्र जमता येणार होते. तिथे पुढेमागे छोटे घरही बांधू शकलो असतो. मी माझ्या कुटुंबीयांपासून ही गोष्ट गुप्त ठेवली होती. त्यांना प्रत्यक्ष आणून आश्चर्याचा धक्का देण्याचा माझा बेत होता. मुले गाडीतून उतरल्याबरोबर एकदम आश्चर्यचकित झाली. गाझाच्या जवळच असलेली ही अनोखी जागा बघून त्यांना आनंद झाला. तिथे ऑलिव्हची झाडे, द्राक्षांचे वेल, अंजिरे आणि जर्दाळूची झाडे होती. मुलांनी बागेचा कानाकोपरा पिंजून काढला. नीट रांगेत लावलेल्या झाडांचे त्यांनी कौतुक केले. त्या झाडांखाली मुले मजेत लपंडाव खेळू लागली. आपल्याला एक काम करायचे आहे, असे त्यांना सांगेपर्यंत त्यांचा खेळ चालू होता. आम्ही सगळ्यांनी ती बाग स्वच्छ करायला सुरुवात केली. या बागेकडे थोडे दुर्लक्ष झाल्यामुळे तण वाढले होते. मुलांना गाझापट्टीतील छोट्या जागेत गर्दीत राहायची सवय झालेली होती. पण शेतकरी कुटुंबाचा वारसा उपजतच लाभलेली माझी मुले या जागेत सहज वावरू शकली.

भरपूर काम झाल्यावर आम्ही विश्रांतीसाठी बागेतील एक कोपरा निवडला. तिथे द्राक्षाच्या वेलींची सावली होती. आम्ही सतरंज्या पसरल्या आणि बागेतल्या काटक्या गोळा करून छोटी शेकोटी पेटवली. मग गप्पा मारत बरोबर आणलेली सॅण्डविचेस खाल्ली. आमच्या कौटुंबिक घडामोडी हाच आमच्या बोलण्याचा मुख्य विषय होता. माझ्या पत्नीच्या- म्हणजेच मुलांच्या जन्मदात्रीच्या मृत्यूमुळे घराला प्रचंड धक्का बसला होता. चार महिने झाले तरी आम्ही त्यातून सावरलो नव्हतो.

मला मुलांना आणखी एक महत्त्वाची पण चांगली बातमी सांगायची होती. कॅनडामधील एका हॉस्पिटलमध्ये काम करण्याची संधी नुकतीच माझ्यापुढे चालून आली होती. सौदी अरेबियामधील छोटे वास्तव्य वगळता, आमचे कुटुंब गाझापट्टीच्या बाहेर कधीच राहिले नव्हते. सौदी अरेबियात असताना बेस्सन आणि दलाल यांचा जन्म झाला. टोरोंटोला जाऊन राहण्याचा प्रस्ताव हा जीवनात अमूलाग्र बदल करणारा होता. आईच्या मृत्यूपश्चात मुलांना सावरण्यास मदत करणारा हा एक सुखद धक्का होता.

मी हे जेव्हा त्यांना सांगितले तेव्हा माझी मुलगी अया म्हणाली "डॅडी, मला पण तुमच्याबरोबर विमानानं यायचं आहे." त्यामुळे आपले एक मूल तरी इथले सर्व मागे टाकून माझ्याबरोबर यायला, नवीन देशात नव्या आयुष्याची सुरुवात करायला तयार आहे, हे मला कळले. आमचे घर, काका, मावश्या, चुलत भावंडे, मित्रमंडळी या सर्वांना सोडून यायची तिची तरी तयारी होती. थोड्या वेळाने इतर मुलेदेखील तयार झाली. काही दिवसांसाठी आपण कॅनडाला सर्व जण एकत्र जाऊ या मताशी ते सर्व जण सहमत झाले. मोठ्या मुली- एकवीस वर्षांची बेस्सन, वीस वर्षांची दलाल आणि सतरा वर्षांची शथा टोरोंटो विद्यापीठात शिकतील. पंधरा

वर्षांची मायर, चौदा वर्षांची अया, तेरा वर्षांचा महम्मद, दहा वर्षांची रफा आणि सहा वर्षांचा अब्दुल्ला कॅनडातील सरकारी शाळेत जातील. तिथे गेल्यावर अनेक आव्हानांचा सामना करावा लागेल. इंग्रजीमधून शिकावे लागेल. कॅनडातील प्रचंड थंडीला तोंड द्यावे लागेल. वेगळ्या संस्कृतीचा अनुभव घेऊन तिथल्या जीवनाशी समरस व्हायला लागेल. पण असे असले तरी गाझामधील ताणतणावापासून आम्ही दूर जाणार होतो. त्यामुळे मुक्तता मिळेल आणि सुरक्षितता लाभेल. ही माझी आठ मुले त्यांच्या आईच्या मृत्यूनंतर घरातसुद्धा भरकटल्यागत झाली होती. कॅनडाला जाण्याचा हा बदल त्यांच्या दृष्टीने चांगला ठरेल. आम्ही सगळे एकत्र मिळून सर्व निभावून नेऊ. त्यांच्या चेहऱ्यावर मला उत्सुकता दिसत होती. माझ्यातला आशावाद कित्येक महिन्यांनी परत आला.

कुटुंबीयांशी या विषयावर चर्चा झाल्यानंतर आम्ही खाणेपिणे उरकले. मुले आता समुद्रावर जायला उत्सुक होती. आम्ही पंधरा जण होतो. त्यांत चुलत भावंडे पण होती. छोट्या टेकडीवरून जाणारी एक पायवाट होती. त्यावरून आणि बाजूला असलेल्या कुरणातून आम्ही किनाऱ्यावर पोहोचलो. आम्ही सगळे एकत्र चालत होतो. एखादे मूल पुढे पळत गेले तर दुसरी दोघे कुरणात काही दिसते का, सापडते का ते बघत चालत होती. तिघी मागे हातात हात घालून चालत होत्या; मग अजून दोघींनी त्यांच्या हातात हात गुंफले. शेवटी आम्ही सगळे किनाऱ्यावर पोहोचलो. हवेत गारवा होता तरी मुले सरळ पाण्याकडे धावली. ती तिथे पाण्यात डुंबत होती. एकमेकांच्या अंगावर पाणी उडवत होती. मध्येच वाळूत येऊन खेळत होती. हा त्यांचा खेळ कित्येक तास चालला होता. माझी ही बच्चेकंपनी हा माझा आनंदाचा ठेवा होता. त्यांच्या आईचे- नादियाचे आयुष्य या मुलांच्या भोवती गुरफटलेले होते.

माझ्या लग्नापूर्वीपासूनच नादियाच्या कुटुंबाची मला माहिती होती. १९८७ साली आमचे लग्न झाले त्या वेळेला मी बत्तीस वर्षांचा होतो. नादिया चोवीस वर्षांची होती. आमच्या रीतीरिवाजाप्रमाणे आमचे लग्न दोन्ही कुटुंबीयांनी ठरवलेले होते. ज्या तरुणी विवाहाकरता मला दाखवण्यात आल्या, त्यांपैकी नादिया मला सुयोग्य वाटली. ती शांत आणि हुशार होती. रमल्ला येथे तिने दंतवैद्यक तंत्रज्ञाचा अभ्यासक्रम पूर्ण केलेला होता. आमच्या लग्नामुळे दोन्ही कुटुंबीयांना आनंद झाला. परंतु लग्नानंतर लगेच आम्ही सौदी अरेबियाला जाण्याचे ठरवल्यामुळे त्यांचा थोडासा विरस झाला. किंबहुना हा आमचा बेत त्यांना पसंत नव्हता. मी सौदी अरेबियात खासगी दवाखाना चालवत होतो. नादियालासुद्धा कुटुंबापासून दूर जायला नको वाटत होते. बेस्सन आणि दलाल यांचा जन्म सौदी अरेबियात झाला तरी नादिया पूर्णपणे सौदी अरेबियाच्या वातावरणाशी समरस झाली नाही. तिला तिथे उपरेपण जाणवायचे. इथल्या चालीरीती फारच वेगळ्या होत्या. आमच्या माणसांनी भरलेल्या

कुटुंबापासून इथे दूर आल्याची तिला पदोपदी जाणीव होत असे. तिला परत आपल्या देशात जायची ओढ वाटायची. शेवटी १९९१ मध्ये आम्ही आमच्या मातृभूमीला परत आलो.

गाझामध्ये परत स्थिरस्थावर झाल्यावर मी खूप प्रवास केला. अफ्रिका आणि अफगाणिस्तानमध्ये कामाकरता आणि बेल्जियम आणि अमेरिकेत पुढील वैद्यकीय शिक्षण घेण्याकरता हा प्रवास घडला. नादिया मात्र मुलांबरोबर घरी राहत असे. माझी आई, माझी भावंड, त्यांचे परिवार सगळे जवळपास राहत होतो. आमचे कुटुंब जुन्या चालीरीती पाळणारे एक पारंपरिक कुटुंब होते. आई तर अगदी शेजारच्याच घरात राहत होती. नादियाचे आई-वडीलही जवळच राहत होते. बऱ्याच वेळा मी घर सोडून परदेशात कामाला जात असे, अशा वेळी नादियाने या सगळ्यांबरोबर राहणे सुरक्षित होते. बावीस वर्षांच्या वैवाहिक जीवनात तिने माझ्या वारंवार घडणाऱ्या प्रवासाबद्दल कधीही तक्रारीचा सूर लावला नाही. तिच्या पाठिंब्याशिवाय मी हॉर्वर्डमधील शिक्षण आणि अफगाणिस्तानात काबुल येथे जागतिक आरोग्य संघटनेत काम आणि इस्त्राईलमध्ये स्त्रीरोगशास्त्रातील निवासी वैद्यकीय आधिकाऱ्याचे काम करू शकलो नसतो. हे सगळे तिच्यामुळेच शक्य झाले.

ती आता या जगात नाही, हे सत्य पचवणे मला अवघड जात होते. आईच्या वात्सल्याशिवाय माझी मुले आता कशी वाढतील, याची मला काळजी वाटत होती. हे सत्य स्वीकारून जगणे कसे जमणार, असे मला वाटत होते.

माझी सर्वांत मोठी कन्या बेस्सन हिने आपल्या आईच्या मृत्यूनंतर काही दिवसांतच आईची आणि मोठ्या बहिणीची भूमिका निभावायला सुरुवात केली. आज, आत्ता मात्र तिच्यावर पडलेली सगळी जबाबदारी विसरून ती इथे तिच्या बरोबरीच्या मुलांबरोबर धुडगूस घालते आहे, हे बघून मला खरेच समाधान वाटले. तिची जीन्स पाण्यात ओली होत आहे. तिचा हास्याचा खळखळाट मी इथून ऐकतो आहे. हे सगळे मला फार आनंद देत आहे. माझी बेस्सन ही अतिशय गुणी मुलगी आहे. ती गाझा येथील मुस्लिम विश्वविद्यालयात शिकत आहे. या वर्षी ती पदवीधर होईल. ती व्यावसायिक विषयात शिक्षण घेत आहे. कोणतेही काम ती सहज करू शकते. मुलांचे पालनपोषण करणे, घर सांभाळणे किंवा शिक्षणात उत्तम प्रगती करणे, हे सगळे ती लीलया पार पाडते. आईच्या मृत्यूनंतर तिला असे जाणवले की, अभ्यास करून उत्तम यश मिळवणे हे फार सोपे आहे. वास्तव जगात इतर खूप अडचणींशी पदोपदी सामना करावा लागतो. एकवीस वर्षांच्या मुलीच्या दृष्टीने हे सगळे तसे कठीणच होते.

दलाल ही माझी दोन नंबरची मुलगी. माझ्या आईच्या स्मृतिप्रीत्यर्थ तिचे नाव ठेवलेले आहे. ती बेस्सनच्याच विश्वविद्यालयात पदवी शिक्षणक्रमाच्या दुसऱ्या

वर्षाला आहे. ती वास्तुशास्त्रात (आर्किटेक्ट) पदवी घेणार आहे. ती शांत स्वभावाची अभ्यासू मुलगी आहे. माझ्या इतर मुलींप्रमाणेच ती लाजरीबुजरी आहे. वास्तुशास्त्रातील तिचे इमारतीचे आराखडे अतिशय उत्तम असतात. या शास्त्रात जो काटेकोरपणा आवश्यक असतो, तो तिच्यात निश्चित आह, असे मला आढळून आले.

शथा विद्यालयात शेवटच्या वर्षाला होती. जूनमध्ये तिची परीक्षा झाली. त्या परीक्षेत तिला पहिला क्रमांक मिळेल अशी तिला खात्री आहे. त्यामुळे तिचे इंजिनिअर होण्याचे स्वप्न साकार होईल, असे तिला वाटते आहे. या तिघी बहिणी एकमेकींच्या घट्ट मैत्रिणी झालेल्या आहेत. त्या तिघी एकाच खोलीत झोपायच्या. जबालियातील आमचे घर पाच मजली आहे. प्रत्येक मजल्यावर एक भाऊ त्याच्या परिवारासह राहतो. मी माझ्या कुटुंबीयांबरोबर तिसऱ्या मजल्यावर राहतो. मी आणि माझ्या भावाने मिळून ते बांधले आहे. एक भाऊ वेगळ्या घरात राहतो. जबालिया छावणीत त्याचे स्वतःचे घर आधीपासूनच होते. आम्ही आमचे घर बांधायला घेतले तेव्हा तो म्हणाला, 'तुमच्या जवळच; पण माझ्या स्वतःच्या घरात मला राहायचे आहे. म्हणून त्याच्यासाठी आम्ही दुसरे घर बांधले. (माझा सहावा भाऊ नूर हा दोन देशांतील चकमकीमध्ये बेपत्ता झाला आहे, त्याला अनेक दशके लोटली)

मायर आणि अया या नववी आणि आठवीत शिकत आहेत. त्या दोघी फारच लाजऱ्याबुजऱ्या आहेत. कित्येकदा त्या त्यांच्या मोठ्या बहिणींना त्यांच्यासाठी इतरांशी बोलायला सांगत. पण अभ्यासात त्या हुशार आहेत. मायर हुबेहूब तिच्या आईसारखी आहे. ती तिच्या शाळेत गणित विषयात पहिली येते. गाझामध्ये शालेय चढाओढीत ती भाग घेते आणि बहुतेक वेळा जिंकते. तिला माझ्यासारखे डॉक्टर व्हायचे आहे. माझ्या सहाही मुलींत ही सर्वांत शांत स्वभावाची आहे. परंतु गाझातील अस्थिर वातावरणाचा, दोन देशांतील लढायांचा येथील जनतेवर काय परिणाम होतो आहे, हे ती बिनधास्तपणे न घाबरता सांगते. एकदा ती म्हणाली होती की, मी मोठी झाले, आई झाले की माझ्या मुलांनी वास्तव जगात राहावे असे मला वाटते, जिथे रॉकेट हे फक्त अवकाशयान असेल.

अयाचे मतदेखील मायरसारखेच होते. ती खूप तरतरीत, चपळ आणि सुंदर आहे. ती बहिणींच्या घोळक्यात असली की खळखळून हसते. तिला पत्रकार व्हायचे आहे. ती निग्रही स्वभावाची आहे. तिला जे हवे त्यासंबंधी जर माझ्याकडून अपेक्षित प्रतिसाद, होकार आला नाही तर ती आईकडे जायची. एखाद्या नातेवाइकाकडे जायचे आहे किंवा नवीन कपडे हवे असतील आणि या बाबतीत जर माझा नकार असेल तर ती आईकडे तगादा लावायची. ती म्हणायची, 'आम्ही डॉक्टरच्या मुली आहोत. आम्हाला हे मिळालंच पाहिजे.' अयाला भाषा आवडतात. ती अरेबिक साहित्य मनापासून वाचते. ती आमच्या कुटुंबातील कवयित्री आहे.

रफा, तेजस्वी डोळ्यांची ही माझी मुलगी फारच बुद्धिमान, चौकस आणि आनंदी स्वभावाची आहे. यंदा ती चौथीत आहे.

महम्मद तेरा वर्षांचा होता. त्याला वडिलांच्या मार्गदर्शनाची आवश्यकता होती. मी आठवड्यातील चार दिवस घरापासून दूर असल्यामुळे मला त्याची काळजी वाटायची. तेल अवीव इथे शेबा हॉस्पिटलमध्ये मला जावे लागायचे. तो सातवीत होता. त्याचा धाकटा भाऊ अब्दुल्ला हे आमच्या घरातले शेंडेफळ होते. तो पहिलीत होता. तो समुद्रकिनाऱ्यावर बहिणींच्या मागे पळत होता. पायाने वाळू उडवत होता. या माझ्या आईविना वाढणाऱ्या मुलांबद्दल मला फार वाईट वाटायचे. त्याला आपल्या आईची कितपत आठवण राहील?

त्या दिवशी सगळ्या मुलांनी आपली नावे वाळूत रेखाटली आणि त्याच्याजवळ फोटोसाठी ती बसली. अया आणि मायरदेखील फोटोत हसत आहेत असा फोटो आला आहे. लाट आली आणि नावे पुसली गेली त्यामुळे मुलांनी त्या झारोच्या हद्दीच्या पुढे आपली नावे परत लिहिली. समुद्राच्या फेसाळ लाटांबरोबर मुले खेळत होती. कधी ती लाटांच्या बरोबर हिंदकळत होती. तिथेच बोट नांगरलेली होती. त्यात उडी मारून पोरे चढून बसायची, वाळूत किल्ले बांधायची; परत पाण्याकडे धावायची. मुलांचे हे सगळे खेळ कॅमेरा टिपत होता. त्यांचे हे खेळ पाहताना मनात आले, 'करू दे त्यांना हवी तेवढी मजा. जरा वेळ तरी ही मुले आईच्या मृत्यूचे दुःख विसरतील.'

मुले वाळूत खेळत असताना मी जबालिया छावणीत कबाब आणायला गेलो. त्या दिवशी खाटकाकडे सकाळी सकाळी मोठी रांग होती. त्यामुळे मी ठरवले की आधी समुद्रकिनारी जायचे. मुले तिथे खेळू लागली की मग परत जाऊन कबाबासाठी मटण आणायचे. गाडी चालवताना मला नादियाची आठवण झाली. तिच्या मृत्यूनंतर आमचे आयुष्य किती बदलले आहे, हे मला प्रकर्षाने जाणवले. सुरुवातीला मला असे वाटले की, मला माझे संशोधनाचे काम थांबवावे लागेल; कारण त्यासाठी मला सोमवार ते गुरुवार तेल अवीवमध्ये राहायला लागायचे. परंतु मुलांनी मला निक्षून सांगितले की, मी माझे काम थांबवू नये. ती म्हणाली, 'आम्ही आमची काळजी घेऊ, आमचे काम आम्ही करू.' नादियाच्या तालमीत माझ्या कन्या अशा तयार झाल्या होत्या. मुली आईचेच अनुकरण करत होत्या. नादिया घर, मुले, आमचा इतर नातेवाईक परिवार सगळ्यांना सांभाळत होती. जेव्हा जेव्हा मी शिक्षणासाठी, नोकरीसाठी दूर असायचो, तेव्हा ती सगळे व्यवस्थित निभावून न्यायची. मी तरी काय आमचे सगळ्यांचे जीवनमान सुधारावे यासाठीच परगावी धावत होतो. काही वेळा तर तीन-तीन महिने मी घरी नसायचो. हॉर्वर्डला सार्वजनिक आरोग्य या विषयाचा अभ्यास करण्यासाठी मी गेलो होतो, त्या वेळी सबंध वर्षभर मी बाहेर

होतो. हे जरी खरे असले तरी आईविना ही मुले कशी निभावून नेतील? कारण मीदेखील वारंवार बाहेर जाणार! त्यांनी जरी मला सांगितले की 'तुम्ही जात जा, काळजी करू नका,' तरी मला मात्र हा प्रश्न सतावत होता. म्हणून ही मुले आता माझ्याबरोबर टोरोंटोला स्थलांतर करायला तयार झाली, याचा मला खूप आनंद झाला. तिथे आम्ही सगळे एकत्र राहू शकू. दररोज सीमारेषा पार करून जाण्याचा प्रश्नही संपणार होता.

आम्ही जरी तिकडे गेलो तरी आमच्या या मुलखाची ओढ सतत आम्हाला जाणवणार आहे. ऑलिव्ह, अंजिरे, जर्दाळू या माझ्या बागेतल्या झाडांमध्ये, या जमिनीच्या तुकड्यामध्ये, समुद्र आणि आकाशाच्या मीलनामध्ये, फेसाळणाऱ्या, उसळणाऱ्या, वाळूवर पखरण करणाऱ्या लाटांमध्ये नक्कीच काहीतरी शाश्वत सौंदर्य आहे. आतातर त्यात मुलांचा हास्यविनोदाचा आवाजदेखील मिसळला आहे.

या सुंदर चिंतनात मी गढलेलो असताना माझ्या मोबाइलने मला वास्तवात आणले. बेस्सनचा फोन होता. ती मला विचारत होती, "बाबा, कबाब घेऊन केव्हा येणार? आमच्या पोटात कावळे कोकलत आहेत. आम्हाला खूप भूक लागली आहे." मी तिला सांगितले की, 'मी वाटेत आहे. तुम्ही आपल्या बागेत जा आणि ऑलिव्ह झाडांच्या छायेत खेळायला लागा.'

नंतर खूप गप्पा मारत आम्ही कबाबांवर आडवा हात मारला. सूर्यास्तानंतर घरी परतण्यापूर्वी परत एकदा समुद्रावर फेरफटका मारायला आम्ही गेलो.

गाझा पट्टीतील समरभूमीवरच माझी मुले वाढत होती. माझ्यापेक्षा त्यांना या वातावरणाचा कमी त्रास व्हावा असा माझा सतत प्रयत्न असायचा. टोरोंटोला जाण्यापूर्वी आम्हाला इथे येता आले याबद्दल मी समाधानी आहे. कारण नंतर परिस्थिती फारच बिघडत गेली.

सगळ्यांनी सलोख्याने एकत्र राहावे, हे माझे विचार माझ्या मुलांच्या सतत कानावर पडत असत. बेस्सन, दलाल आणि शथा या तिघींनी न्यू मेक्सिकोमधील सँटा-फे या शहरात शांततेकरता कोणते नवीन उपक्रम करावेत, यासंबंधीच्या शिबिरात भाग घेतला होता. पॅलेस्टिनी आणि इस्रायली या दोन देशांतील समन्वयकांनी हे शिबिर आयोजित केले होते. त्यांपैकी एक समन्वयक अनिल हारपाज हिने मला सांगितले की, गेल्या साठ वर्षांपासून या दोन देशांत जी दुश्मनी आहे त्यावरचा उतारा ही तरुण पिढीच ठरू शकेल. माझ्या मुलींनी इस्रायली मुलींना भेटावे, त्यांच्या सहवासात काही काळ राहावे, एका तटस्थ राष्ट्राच्या भूमीवर हे व्हावे, अशी माझी इच्छा होती. तिथे राहून आमच्या दोन्ही समाजांना झालेल्या जखमा भरून यायला कशामुळे मदत होईल, याचा शोध त्यांना घेता येईल. गाझा सोडून

अमेरिकेला जाण्यासाठी जी कागदपत्रे जरूर असतात ती तयार करणे, हे मोठेच दिव्य होते. इस्राईलच्या परवानगीशिवाय गाझातील लोकांना परदेशात कुठेही जाता येत नाही. परंतु हा अनुभव माझ्या मुलांनी घ्यावा, अशी माझी तीव्र इच्छा होती. दोन्ही देशांतील लोक गुण्यागोविंदाने राहू शकतात. एकमेकांना मदत करण्याचे मार्ग शोधणे शक्य होईल. दोन्ही गटांत शांतता कशी नांदेल, याचाही शोध त्यांना घेता येईल. बेस्सनने अशा शिबिरात दोनदा हजेरी लावली. बाकीच्या दोघी मात्र एकेकदाच गेल्या होत्या.

त्या शांतिशिबिराला जाण्यापूर्वी बेस्सन एकटीच इस्रायली लोकांना भेटली होती. २००५ मध्ये दोन्ही देशांतील पाच तरुणींचा एक गट अमेरिकेला जाऊन परत आला होता. हा सर्व प्रवास या पाच जणींनी बसने केला. त्यांची मार्गदर्शक डेबोरा शुगरमन होती. तिने त्यांना बसने नेले. बरोबर एक फोटोग्राफर होता. अमेरिकेच्या अनेक राज्यांतून त्या हिंडल्या. फोटोग्राफर त्या पाच जणींची मते सतत कॅमेऱ्यात टिपत होता. या मुलींच्यात संवाद साधला जावा, एकमेकींचे विचार त्यांनी समजून घ्यावेत, दोन देशांतील वैमनस्याचे अडथळे दूर व्हावेत, शत्रुत्व संपावे, हा त्यांचा प्रयत्न होता. दोन देशांतील अनेक बिकट समस्यांवर काहीतरी उपाय सापडावेत आणि दोन्ही समाजांत एक सेतू तयार व्हावा, हा या प्रवासाचा मुख्य हेतू होता. खरेतर या प्रश्नांना उत्तर शोधणे सोपे नव्हते. एकमेकांना क्षमा करणे, एकमेकांशी मैत्री करणे, हे जरूर आहे; पण हे करताना आशा-निराशेचा खेळ होऊ शकणार होता. त्यांचे संभाषण आणि त्यांचे कार्यक्रम एका माहितीपटात टिपले गेले होते. त्या माहितीपटाचे नाव होते, 'डिअर मिस्टर प्रेसिडेंट'. जॉर्ज बुश यांना भेटून आपण करत असलेल्या कामाला त्यांचा पाठिंबा मिळावा, अशी मुलींना अपेक्षा होती.

या भागातील बहुतेक कुटुंबांना जे हवे आहे त्याचेच हे उदाहरण होते. या परिवारातील तरुण पिढीला आणि विचारवंतांना हे घडायला हवे होते. या समस्यांतून चांगला मार्ग शोधायचा होता. दोन्ही समाजांनी सामंजस्याने राहण्याकरता मार्ग शोधणे जरूर होते. त्या माहितीपटामध्ये बेस्सनने व्यक्त केलेले तिचे मत माझ्या हृदयावर कोरले गेले आहे. 'हा प्रश्न सोडवण्याचे अनेक मार्ग आहेत. आतंकवादाचा मुकाबला आतंकवादाने करायचा किंवा हिंसेला हिंसेने उत्तर द्यायचे; पण यामुळे कोणताच प्रश्न सुटणार नाही.' ती पुढे असेही म्हणाली की, 'झाले गेले विसरणे फार कठीण आहे. गाझामध्ये कैदी होऊन जगणे फार कठीण आहे. मूलभूत हक्कांपासून वंचित राहणे, सतत मानहानी पत्करणे, हे सतत मनावर आघात करते. पूर्वी जे घडले त्याबद्दल एकमेकांना क्षमा करून भविष्याकडे सामंजस्याच्या मार्गाने वाटचाल करणे, हेच योग्य आहे. अर्थात भूतकाळात झालेला अन्याय आणि घडलेल्या गोष्टी विसरणे फार कठीण आहे.' माहितीपटाच्या सुरुवातीला ती म्हणते, "आपण नेहमी

एकमेकांना शत्रू समजूनच विचार करतो. आपण नेहमीच सीमारेषेच्या अलीकडे, पलीकडे राहतो, एकमेकांना कधी भेटत नाही. पण मला असे वाटते की, आपण सगळे सारखेच आहोत. आपण सर्व प्रथम मानव आहोत. त्यानंतर मग आपला देश येतो. मानवता हे आपल्यातले सर्वश्रेष्ठ साम्य आहे.''

इस्रायली आणि पॅलेस्टिनी देशांना विभागणारी जी दरी आहे, ती बुजवण्याचा आटोकाट प्रयत्न मी माझ्या वयाच्या चौदाव्या वर्षापासून करत आहे. त्या वेळी मी उन्हाळ्यात इस्रायली शेतकरी कुटुंबात काम करीत असे. तेव्हा मला असे उमगले की, तेही माझ्यासारखेच मानवतावादी आहेत. त्या दिवशी मी जेव्हा मुलांना समुद्रावर खेळताना पाहिले तेव्हा मला आठवले की, दोन देशांना विभागणारी ही काल्पनिक रेषा मी किती वेळा ओलांडली आहे. राजकारण, परिस्थिती आणि दोन्ही समाजांतील वैमनस्य यांमुळे ही दरी निर्माण झाली होती. माझे बालपण अतिदारिद्र्यात गेले. शालेय जीवनात मी उत्तम तऱ्हेने यश मिळवल्यामुळे माझ्यासमोर काही संधी चालून आल्या. सहा दिवस जे युद्ध झाले, त्यामुळे माझे विचार बदलले. या सर्वांचा माझ्या जीवनावर खोल परिणाम झाला. अगदी लहान होतो तेव्हापासून वाइटातून चांगले काय मिळते आहे, याचा मी सतत शोध घेत होतो. माझा हा प्रयत्न अजूनही चालू आहे. माझ्या यशाच्या वाटेत येणारे अडथळे दूर करण्याचा प्रयत्न सदैव करूनच मी माझी प्रगती साधली. प्रत्येक अडचण दूर करताना मिळणाऱ्या मानसिक ताकदीचा उपयोग नेहमीच पुढच्या अडचणी दूर करताना मला झाला.

संध्याकाळ होईपर्यंत आम्ही समुद्रकिनाऱ्यावर होतो. मग आम्ही परत ऑलिव्ह बागेत गेलो. आमच्या सगळ्या वस्तूंची, सामानाची बांधाबांध केली. मग सगळी मुले भराभरा माझ्या व भावाच्या गाडीत बसली. दिवसभरात केलेल्या गमतीविषयी एकमेकांशी गप्पा मारण्यात, एखाद्या प्रसंगाची नक्कल करण्यात ते मग्न होते. मोठी माणसे मुलांच्या सुखसोहळ्यात आनंदाने सहभागी झाली होती. सगळी मुले गाडीच्या मागच्या भागात दाटीवाटीत बसली होती. गाडी चालवता चालवता मी त्यांची बडबड ऐकत होतो. माझ्या मनात आले की, आम्ही टोरोंटोला जाऊ, तिथे माझी मुले नीट राहतील एकत्रितपणे. आम्ही तिथे सगळे व्यवस्थित करू शकू.

बरोबर चौतीस दिवसांना- सोळा जानेवारीला दुपारी पावणेपाच वाजता इस्राईलचे प्रक्षेपणास्त्र माझ्या मुलींच्या खोलीवर पडले. पाठोपाठ आणखी एक प्रक्षेपणास्त्र पडले. काही क्षणांतच माझी लाडकी बेस्सन, गोड लाजाळू अया आणि माझी हुशार, विचारी मायर या तिघी गतप्राण झाल्या. माझ्या भावाची मुलगी नूरदेखील या हल्ल्यात मरण पावली. शथा आणि तिची चुलत बहीण घईदा या दोघी जबर जखमी झाल्या. माझा भाऊ नासर हादेखील या हल्ल्यात जबर जखमी झाला. बाँबचे तुकडे त्याच्या अंगावर पडले; पण सुदैवाने तो वाचला.

त्यानंतर इस्रायली दूरदर्शनवर हे सर्व दृश्य दाखवले गेले. इस्रायलीसैन्याने वार्ताहरांना तिथे जायला बंदी केली होती. सर्वांना गाझामध्ये काय घडत आहे हे जाणून घ्यायची खूप इच्छा होती. इस्राईल दूरदर्शन वाहिनी १० चा मुलाखतकार श्लोमी एल्डर याला मी जवळ जवळ रोज मुलाखत देत होतो. त्या दिवशी दुपारीदेखील माझी एक मुलाखत प्रक्षेपित होणार होती. हा हल्ला झाल्यानंतर काहीं मिनिटांत मी त्याला फोन केला. तो ही बातमी देत होता; पण तरी त्याने माझा फोन उचलला.

या हल्ल्याची दृश्ये जगभर दाखवली गेली. यू ट्यूब आणि ब्लॉग्जवरसुद्धा दाखवली गेली. नोमिका झिऑन ही स्डेरॉट या शहरात राहत होती. ही स्त्री इस्रायली आहे. कासम रॉकेट जिथपर्यंत पोहोचू शकते त्या गावात राहणारी होती. ती म्हणाली, ''पॅलेस्टिनी लोकांचे दुःख प्रत्यक्ष आम्ही दूरदर्शनवर पाहिले. त्यांचा आकांत ऐकला. बहुतांश इस्रायली लोकांना अशी दृश्ये बघायला आवडत नाही. आत्तापर्यंत जे दृष्टीआड घडत होते, ते जगासमोर आले. एक क्षणभर लोक हे विसरले की, हे शत्रूच्या बाबतीत घडले आहे. शत्रू म्हणजे जणू एक मोठा काळाकभिन्न राक्षस आहे. ज्याचा आपण तिरस्कार करतो अशी एक आकृती लोकांच्या डोळ्यांसमोर असते. पण आता मात्र एका व्यक्तीच्या कुटुंबात हे घडले आहे. ही एक शोकांतिका आहे आणि त्या परिवारावर प्रचंड दुःखाचा डोंगर कोसळला आहे.'

हे सगळे माझ्या घरात घडले. हे मी, माझ्या मुलींनी भोगले आणि सर्वसाधारण गाझातील लोकांची हीच हालत आहे. ही माझी जीवन कथा आहे.

निर्वासिताचे बालपण

माझा वर्तमानकाळ तुम्हाला सांगितल्याखेरीज माझा भूतकाळ मी उलगडून दाखवू शकणार नाही. सध्या जे घडत आहे त्याचा रोजच्या जीवनावर होणारा परिणाम, इस्त्राईल, पॅलेस्टाईन आणि मध्यपूर्वेतील रक्तरंजित राजकारण हे पण तुम्हाला सांगावे लागेल. तरच हे पुस्तक वाचताना हल्लीचे राजकारण माणसाला माणसासारखे वागू देत नाही, हे तुम्हाला उमजेल आणि राज्यपद्धतीतील फोलपणा तुम्हाला जाणवेल.

काही मोजक्याच पॅलेस्टिनी लोकांना इस्त्राईलमध्ये काम करण्याचा परवाना मिळतो, त्यांतला मी एक आहे. माझे घर गाझात आहे; पण कामानिमित्त आठवड्यातून दोनदा मला इरेझ येथे सीमा पार करावी लागते. मी साधारणपणे रविवारी इस्त्राईलमध्ये जातो. त्या दिवशी सीमारेषा बंद असेल तर सोमवारी जातो आणि गुरुवारी परत येतो. लोक मला विचारतात की, सीमारेषा पार करताना तुमचा अनुभव काय आहे? तेव्हा मला त्यांना सांगावेसे वाटते की, 'तुम्ही स्वतः येऊन तो अनुभव घ्या.' इरेझ हे गाझापट्टीच्या उत्तरेला आहे. माझ्या घरापासून तिथे पोचायला गाडीने दहा मिनिटे लागतात. गाझावासीयांना इस्त्राईलमध्ये प्रवेश करण्यासाठी चालत जाण्याचा तो एकच मार्ग आहे. (पूर्वेला कर्नी येथे सीमापार करण्याचा आणखी एक मार्ग आहे. तो जेव्हा खुला असतो, तिथून फक्त सामानाची ने आण करता येते. आणखी एक मार्ग दक्षिणेला रफा या ठिकाणी आहे. तिथून इजिप्तमध्ये प्रवेश करता येतो आणि हा मार्ग सर्वसाधारणपणे बंद असतो.)

तिथे जे काही घडते, त्यावर सुसंस्कृत माणसांचा विश्वासच बसणार नाही. मानहानी, भीती, शारीरिक हालअपेष्टा, काही कारण नसताना तुमची अडवणूक करून तुम्हाला तिथे अडकवून ठेवले जाऊ शकते. हजारो लोकांप्रमाणे तुम्हाला कैद केले जाईल, अशी भीती तुमच्या कुटुंबीयांच्या मनात सतत असते. सीमा पार करणे हे सहज शक्य कधीही नसते, असा नेहमीचा अनुभव आहे. काहीही घडू शकते.

प्रत्येक वेळा सीमा पार करताना मनात भीती असते. मनुष्य शरीराने आणि मनाने थकून जातो. मी प्रत्येक आठवड्यात दोनदा वर्षानुवर्षे ही तपश्चर्या करतो आहे.

दर गुरुवारी हॉस्पिटलमधून घरी परत येत असताना प्रथम सीमेच्या अलीकडे पाच किलोमीटर अंतरावर असलेल्या बाजारपेठेत मी थांबत असे. ज्या लोकांना इस्राईलमध्ये जाण्याचा परवाना मिळतो, ते लोक या ठिकाणी खरेदीसाठी नेहमी थांबतात. जुनाट गाडीच्या ब्रेकसाठी लागणारे वंगण, काही खाण्यापिण्याचे पदार्थ- ज्याचा गाझामध्ये नेहमीच तुटवडा असतो. कोकाकोला, प्लॅस्टिकचे बूट, सपाट पडदा असलेले दूरदर्शन संच अशा अनेक गोष्टी तिथे मिळतात. त्या खरेदी करण्यासाठी लोक इथे थांबतात. कातडी बूट इथे कधीच विकायला नसतात. एखाद्या डिस्ने वर्ल्डमध्ये गेल्याचा आनंद त्या बाजारामुळे मिळतो. घरी परत येण्याच्या वाटेवर आम्ही अशी खरेदी करतो. आमच्या गाझापट्टीत नेहमीच सगळ्याच वस्तूंचा तुटवडा असतो.

सीमारेषेवर घेतलेले सगळे सामान व तुमची हातातली ब्रीफकेस घेऊन तुम्ही पहिल्या तपासणी नाक्यावर पोहोचता आणि तिथे रांगेत उभे राहता. तिथे नाक्यावर तुमचा पासपोर्ट आणि इतर कागदपत्रांची तपासणी होते. त्याचप्रमाणे तुमचीही कसून तपासणी होते. त्याच्याकरता तुम्ही तयार असावे लागते. इस्रायली तपासणी अधिकारी तुमचे प्रत्येक सामान कसून तपासू शकतात किंवा एखाद्या वेळेस तुमच्याकडे आणि तुमच्या सामानाकडे नुसती नजर टाकून तुम्हाला जाऊ देण्याची शक्यता असते. तुम्हाला ते तिथे कसे वागवतील, याविषयी तुम्ही कोणताच अंदाज करू शकत नाही. तुम्हाला तपासणीकरता किती वेळ थांबावे लागेल याची कल्पना तुम्ही करू शकत नाही. घरी कधी पोहोचू शकाल, हे कधी निश्चित सांगता येत नाही. पहिल्या तपासणीनाक्याच्या पुढे कोणतेही वाहन नेता येत नाही. पहिल्या चेकनाक्यावरून तुमची सुटका झाल्यावर पुढच्या तपासणी नाक्यापर्यंत तुम्हाला स्वतःलाच सामान घेऊन चालत जावे लागते.

पुढचा नाका म्हणजे एक स्टनलेस स्टीलची अरुंद इमारत आहे. विमानतळावरच्या प्रवाशांना जाण्यायेण्यासाठी असलेली लहानशी इमारत किंवा एखाद्या तुरुंगापर्यंत जाण्याच्या मार्गिकेसारखी ती इमारत आहे. दोन हजार चार साली ती बांधण्यात आली. इस्राईलच्या दृष्टीने जे आतंकवादी आहेत, त्यांची कसून तपासणी करण्यासाठी बांधलेली ही इमारत थोडी चढावर आहे. जर कोणी जड सामान घेऊन जात असेल तर त्याची निश्चित दमणूक होईल. लाखो डॉलर्स खर्च करून ही इमारत बांधलेली आहे. आत क्ष-किरण यंत्रे बसवलेली आहेत. माणसांच्या हालचालींवर देखरेख करणारी उपकरणे आहेत. सामान वाहून नेणारे फिरते पट्टे आणि व्हिडीओ कॅमेरे या अद्ययावत सोई आहेत. रोज वीस-पंचवीस हजार लोकांची तपासणी करता येऊ

शकेल, अशी व्यवस्था तिथे आहे. इस्राईलमध्ये काम करायला जाणारे हजारो कामगार, गाझात घडणाऱ्या घडामोडी टिपण्यासाठी आलेले पत्रकार आणि अनेक मानवतावादी संघटनांकडून मदतीसाठी आलेले कर्मचारी या सगळ्यांची ये-जा तिथून होत असे. आता मात्र कोणालाच सीमा पार करू देत नसल्यामुळे मी आज इथून सीमा पार करतो आहे, तेव्हा या नाक्यावर अगदीच तुरळक लोक आहेत. येणाऱ्या-जाणाऱ्या प्रत्येक कपाळावर आठ्या घालून पाहणारे नाक्यावरचे कर्मचारी, वैद्यकीय मदतीसाठी गाझाहून जाणारी एक-दोन आजारी माणसे आणि मानवतावादी संघटनांकडून मदत कार्यासाठी आलेले दोन कंटाळवाणे दिसणारे कर्मचारी, एवढेच लोक आत्ता इथे आहेत. हे तपासणी नाके म्हणजे जणू एक प्रचंड मोठे केंद्र आहे. एका बाजूला इस्रायली सैनिक आणि दुसऱ्या बाजूला हमास संघटनेचे निष्ठावंत कार्यकर्ते आहेत.

या नव्याकोऱ्या इमारतीत बाह्यरुग्ण विभाग आहे. गाझापट्टीतील लोकांसाठी आपत्कालीन वैद्यकीय सेवा इथे उपलब्ध आहे. पण हा विभाग पूर्णपणे रिकामा आहे. इथे अद्ययावत सोई-सुविधा आहेत. एका तासाला तीस रुग्ण तपासण्याची क्षमता आहे. अतिदक्षता विभाग, प्रथमोपचारांची सोय आणि अत्यवस्थ रुग्णांना इस्राईलमधील हॉस्पिटलमध्ये हलवण्याकरता रुग्णवाहिका आहे. पण दोन देशांतील कटुतेचे हे जणू स्मारक झाले आहे. (माझ्या मुलींच्या मृत्यूनंतर दोनच दिवसांनी मोठा गाजावाजा करीत त्याचे उद्घाटन झाले; पण प्रत्येक पॅलेस्टिनी माणसाला हे माहीत होते की, त्यांच्यापैकी कोणालाही तिथे उपचार मिळणार नाहीत. कारण त्यांना सीमारेषा पार करण्याची परवानगीच नसेल. त्यानंतर थोड्याच दिवसांत ते केंद्र बंद पडले.)

त्या केंद्रात गेल्यावर तुम्हाला योग्य त्या तपासणी खिडकीकडे पाठवले जाते. पुरुष एकीकडे, बायका दुसरीकडे, परदेशी तिसरीकडे, स्थानिक चौथीकडे अशा पद्धतीने पाठवले जाते. तिथे आणखी खोलात जाऊन प्रश्न विचारले जातात. त्यानंतरही जर तुम्हाला परत पाठवले नाही, तर तुमच्या कागदपत्रांवर शिक्का मारला जातो. त्यानंतर एका मागोमाग एक गोंधळात टाकणाऱ्या मार्गिकेतून तुम्ही पुढे सरकता. खूप सामान बरोबर नेत असणाऱ्या लोकांना खूप त्रास होतो. सुजाण माणसाच्या डोक्यात येते की, पुढे तर आणखी प्रश्न वाढून ठेवलेले असतील. या चौकशी खिडकीपासून कित्येकांना परत पाठवले जाते; कारण विचारणाऱ्यांच्या प्रश्नांची योग्य ती उत्तरे दिलेली नसतात. पुढे सरकल्यावर आणखी त्रास असतोच. हमाल त्यांच्या हातगाड्या घेऊन तुमचे सामान नेण्याची तयारी दाखवतात. जर त्यांना योग्य तो मोबदला देण्यास तुम्ही तयार असाल तरच ते सामान घेतात. हा सामानाचा वाहून नेण्याचा मोबदला तासागणिक बदलतो. पण केंद्रातून बाहेर पडल्यावर तुमचे सामान तुम्हालाच न्यावे लागते. का कोण जाणे; जवळ जवळ दीड

किलोमीटर धुळीने भरलेला, खडबडीत रस्ता असतो. हा असा रस्ता सीमेच्या गाझाकडच्या बाजूला आहे. आणखी काही हमाल दोनशे मीटर अंतरावर एकदम येऊन टपकतात. ते कुठून आणि का येतात, याचे कारण काय ते सांगता येत नाही. अगदी शेवटच्या टप्प्यावर हे हमाल परत आढळतात. त्या वेळी ते हवे असेल तर मदत करतात, त्याचे पैसे घेतात. साधारण एका नगाला दहा शेकेल्स (२.६० यू.एस. डॉलर्स) घेतात. त्यानंतर तुम्ही गाझात पोचता.

तिथे हमास संघटनेच्या रखवालदाराच्या वैतागलेल्या नजरेसमोर तुमचे सामान तुम्ही रस्त्याच्या कडेला असलेल्या खिळखिळ्या झालेल्या टेबलावर ठेवता. तिथे परत एकदा चौकशीला सामोरे जावे लागते. तुमची कागदपत्रे परत एकदा तपासली जातात. तुमच्या बॅगेतील सामान उपसून इकडे तिकडे बेफिकिरीने फेकले जाते. मग परत ते सामान गोळा करून तुमच्या बॅगांत कोंबले जाते. त्यानंतर मान हलवून खुणेने ते तुम्हाला पुढे जाण्याचे सुचवतात. सामान तुमचे तुम्हाला हातातूनच न्यावे लागते. तुमच्याबरोबर जर लहान मुले असतील तर त्यांचा हात पकडून, सामानासह जावे लागते. त्यांचा हात धरला नाही तर वेगाने जाणाऱ्या वाहनांसमोर मुले जाण्याची शक्यता असते.

तपासणी नाक्याचा एकच संदेश आहे की 'गाझात राहू नका. गाझाला जाऊ नका. सीमेच्या दोन्ही बाजूंचे कोणीही तुम्हाला मदत करणार नाहीत.'

इस्राईलकडे परत जाताना जेव्हा सीमा पार करायची वेळ येते, तेव्हा गाझामध्ये जखडून टाकलेल्या लोकांचे खरे रंग तुम्हाला समजतात. इस्राईलकडे जाताना या नाक्यावर बरोबर वीस ठिकाणी तपासणीकरता थांबावे लागते. तिथे निरनिराळ्या बंदिस्त खोल्यांत एक्स-रे मशिन्स आणि कॅमेरे असतात. तिथे तुम्हाला यंत्रवत सूचना दिल्या जातात, तर काही वेळा शत्रुत्वाच्या भावनेने सूचना दिल्या जातात. 'दोन्ही पायांत अंतर ठेवून उभे राहा, ठरावीक जागेवर तुमचे पाऊल ठेवा. हात डोक्याच्या दिशेने वर उचला' अशा त्या सूचना असतात. २००६ च्या नाकाबंदीनंतर इस्राईलला जाणारे बहुतेक लोक हे इस्पितळात जायचे आहे म्हणून खास परवानगी घेऊन निघालेले असतात. पुष्कळदा त्यांच्याबरोबर लहान मुले असतात की ज्यांना घरी सोडून जायची सोय नसते किंवा हे रोगी असहाय आजाराने पिडलेले असतात. हातात काठी घेऊन लंगडत चाललेले असतात किंवा चाकाच्या खुर्चीत बसून त्यांना कोणीतरी ढकलत असते. ते खूप आजारी असतात. तरीदेखील या आजारी लोकांना कित्येक तास चेक नाक्यावर थांबायला लागते. कित्येक वेळा असे का तिष्ठत ठेवतात याचे योग्य कारण सांगितले जात नाही, कोणी खुलासाही करत नाही.

गाझाच्या पट्ट्यातून हे दिव्य सुरू होते. तिथे क्रुद्ध नजरेने पाहणारे हमास संघटनेचे रखवालदार असतात. तुमचे कागदपत्र तपासत असताना ते तुम्हाला

रखरखीत उन्हात उभे करतात. ते घेत असलेल्या चाचणीत तुम्ही उतरलात, तरच ते तुम्हाला पुढे जाऊ देतात. प्रथम तुम्ही मोकळ्या मैदानातून पुढे जाता. नंतर सिमेंटने बांधलेल्या पट्ट्यातून पुढे सरकता. मग शेवटी त्या स्टेनलेस स्टीलच्या इमारतीत पोचता. लाल हिरव्या दिव्यांनी दिलेल्या सूचनांचे पालन करीत आणि एकापाठोपाठ एक असलेल्या छोट्या छोट्या विभागातून (टपऱ्यांतून) तुम्ही पुढे सरकता. लाउडस्पीकरवरून सूचना आदळत असतात. पॅलेस्टिनी, इस्रायली किंवा परदेशी लोकांपैकी एकालाही इथल्या तपासणी नाक्यावरच्या कार्यपद्धतीची पूर्ण माहिती नाही. खुणांचा अर्थ लावत, ते सांगतात त्याप्रमाणे करत आम्ही पुढे जात असतो. लवकर पलीकडे पोचावे हीच प्रत्येकाची इच्छा असते. आज माझ्याबरोबर प्रवास करणाऱ्यांमध्ये काही वृद्ध स्त्रिया आहेत. हातात पिटा ब्रेड भरलेल्या पिशव्या आणि सूप भरलेल्या बरण्या घेऊन त्या निघाल्या आहेत. इस्राईलमध्ये त्यांचे नातेवाईक हॉस्पिटलमध्ये आहेत त्यांच्यासाठी त्या ब्रेड आणि सूप नेत आहेत. घरापासून दूर असलेल्या ठिकाणी उपचार मिळेपर्यंत उपासमार होऊ नये म्हणून त्या या वस्तू नेत असाव्यात. काही लहान मुले त्यांच्याबरोबर आहेत. ती आजारी आहेत हे समजत होते. त्यांनासुद्धा हिरवा दिवा दिसेपर्यंत किंवा रखवालदाराने जा असे म्हणेपर्यंत ताटकळत खूप वेळ थांबावे लागते.

त्या इमारतीच्या दुसऱ्या टोकाला माझी बॅग विशेष तपासणीसाठी निवडली गेलेली आहे. ती आधीच उघडली गेलेली आहे. दोन वेळा एक्स-रे यंत्रातून तपासणी झालेली असतानाही ती परत उघडली गेली आहे. मी मोठ्या संयमाने ती उघडून दाखवली. गेली अनेक वर्षे या अनुभवाने संयम राखायला मी शिकलो आहे. त्या बॅगेत पॅलेस्टिनी मुलांकरता गोष्टींची पुस्तके मी नेत आहे. मी ज्या हॉस्पिटलमध्ये कामाला जातो, तिथे उपचारासाठी दाखल असलेल्या पॅलेस्टिनी मुलांकरता ही पुस्तके मी नेत आहे. दोनशे पुस्तके तो रखवालदार बारकाईने चाळत असतो. पुस्तक उघडल्यावर जिराफ किंवा माकडाची चित्रे बाहेर डोकावतात. त्या रखवालदाराला एकदम आश्चर्य वाटते की, पुस्तकातून हे काय उड्या मारते आहे; पण तिच्या तोंडावर स्मितहास्य उमटत नाही. माझ्या शेजारीच उभ्या असलेल्या लहान मुलाने आईचा हात धरलेला आहे. तो मान उंचावून उत्सुकतेने पुस्तकात डोकावण्याचा प्रयत्न करतो आहे.

काही वेळेला सीमेवरचे कर्मचारी खुलासा करतात की, हे सर्वांच्या सुरक्षिततेसाठी चालू आहे, तुम्हाला त्रास देण्यासाठी नाही. दोनशे पुस्तकांची पाने चाळून बघेपर्यंत तुम्ही नाइलाजाने घड्याळाकडे बघत उभे असता, अगदी मुकाट्याने. काही वेळा तो मनाशी पुटपुटतो की आज स्कॅनर उपलब्ध नाही.

१९९० च्या दशकाच्या मध्ये जेव्हा मी दर आठवड्याला सीमा पार करण्यास सुरुवात केली, तेव्हा तिथले सगळे सैनिक उर्मट होते. असेच काही दिवस

गेल्यानंतर माझा शांतपणा, सोशीकपणा बघून त्यांनी माझे जाणे-येणे फारसा त्रास न देता स्वीकारले. आता तर मी जेव्हा तिथून जाता, तेव्हा त्यांच्या प्रेयसींसाठी ते मला संततिनियमनाच्या गोळ्यांचे नाव लिहून मागतात किंवा स्वतःच्या आजारपणाबद्दल सल्ला घेतात. नुकतेच एकदा तिथल्या सुरक्षारक्षकाने मला अडवले. पण माझे कागदपत्र बरोबर नव्हते म्हणून नाही, तर तिला वैयक्तिक सल्ला हवा होता म्हणून. तिचे पुढच्या शनिवारी लग्न होते आणि लग्नाच्या आधी दोन दिवस तिची पाळी सुरू होणार होती. पाळी लांबवण्यासाठी मी तिला काही औषध सुचवू शकेन का, हे तिला विचारायचे होते. मी तिला औषध लिहून दिले. तिच्याकरता थोडा वेळ दिला, आनंदाने.

गाझाहून जेरुसलेमला जायला अगदीच साधासुधा रस्ता होता. त्यामुळे त्या रस्त्याने जेरुसलेमला जायला एक तास लागायचा. आता मात्र या प्रवासाला अर्धा दिवस लागतो, तेसुद्धा तुम्ही नशीबवान असाल तर! तुमच्याजवळ गाझाबाहेर जायचा परवाना असेल तर आणि जर अचानक नाकेबंदी होऊन सीमा बंद झाली नसेल तर. बस वेळेवर आली तर, जर वाहतूक मंद नसेल तर, सुरक्षारक्षकांनी अडवले नाही, तरच अर्ध्या दिवसात तुम्ही पोचू शकता. इरेझच्या सीमानाक्यावरून बाहेर पडणे, ही तुमच्या सहनशक्तीची खरी कसोटी ठरते. तुम्ही हे सगळे शांतपणे कसे स्वीकारता, यावर अवलंबून आहे. खरंतर इस्त्रायली आणि गाझातील लोक या दोघांत सहनशक्ती आणि समजूतदारपणा याचा अभावच आहे.

गाडीतून सीमा पार करत असताना मला अनेक जुन्या खाणाखुणा दिसतात, ज्या आता आमच्या मालकीच्या नाहीत. जुन्या दगडी झोपड्या, पॅलेस्टिनी लोकांच्या शेतांवरची सामान ठेवायची कोठारे आता मात्र इस्त्राईल्च्या दक्षिण भागात जुन्या काळातील आठवण म्हणून उभी आहेत. जिथे घरांना पूर्वी खिडक्या होत्य, तिथे आता भगदाडे दिसतात. ती जुनाट घरे आता गवताने आच्छादलेली आहेत. तिथे तण वाढले आहे. घराच्या आतही हीच अवस्था आहे. जुन्या पॅलेस्टिनचे हे भग्नावशेष आहेत. निवडुंगासारखी पाने असलेल्या साबरा वनस्पती तिथे उगवलेल्या दिसतात. त्याची पाने जाड असतात. हजारो वर्षे शेताच्या कडेला कुंपण म्हणून बांधावर ती लावली जात होती. त्यांच्या फळांना काटे असतात त्यामुळे त्या काट्यांच्या आत मधुर गरांची फळे आहेत हे दिसत नाही. रबरासारखी पाने फार सुंदर दिसतात. ती वैशिष्ट्यपूर्ण असतात. त्या पानांना जाडसर कोंब आलेले असतात. ठेच लागलेल्या पायाच्या अंगठ्यासारखी ती दिसतात. गेली साठ वर्षे ही जमीन पुन्हा पुन्हा नांगरून लोकांना नव्याने वाटली जाते आहे- पॅलेस्टिनी लोकांचे नामोनिशाण तिथून मिटवून टाकण्यासाठी. पण साबरा झाडे मात्र एखाद्या पहारेकऱ्यासारखी शांतपणे तिथे उभी आहेत. ही झाडे जणू संदेश देत आहेत- आम्ही इकडे तिकडे

नदीच्या काठी होतो; जंगलात होतो, शेतात होतो. या जमिनीवर आमचं अस्तित्व आहे.

अरेबिकमध्ये साबरा म्हणजे 'सहनशीलता आणि चिकाटी'. जरी बुलडोझर फिरवला असला तरी या झाडांची मुळे तग धरून आहेत. गाझामधील लोकसुद्धा प्रतिकूल परिस्थितीत टिकून आहेत.

माझ्या बालपणापासून मी ऐकत आहे की, आपण लवकरच आपल्या त्या भूमीत परत जाणार आहोत. दोन-चार आठवड्यांत आपण ही रखरखीत भूमी सोडून परत आपल्या वाडवडिलांच्या भूमीकडे परत जाऊ.

माझे वाडवडील हॉग नावाच्या खेड्यात राहत होते. इस्राईलच्या दक्षिण भागात स्डेरॉट या शहराजवळ ते खेडे आहे. तिथे आमच्या कुटुंबाच्या जमिनीच्या भोवताली छोटी वस्ती होती. वाड्या होत्या. स्मशानभूमी जवळच होती. पार क्षितिजापर्यंत शेळ्या-मेंढ्या चरत असलेल्या दिसायच्या. हे सगळे मी माझ्या लहानपणी ऐकलेले आहे. वारंवार या पूर्वीच्या कथा सांगितल्या जायच्या. आता आम्ही ज्या निर्वासित छावणीत राहतो आहोत, तिथे एकही झाड नाही. माझे आजोबा मुस्ताफा अबुइलेश हे सरपंच होते. आमचा परिवार मोठा आणि श्रीमंत होता. दक्षिण पॅलेस्टाइनच्या नामवंत कुटुंबांत आमची गणना होत असे. आमच्या वाडवडिलांची उदारपणाबद्दल ख्याती होती. अबुइलेश या नावाचा अर्थच असा आहे की आलेल्या प्रत्येकाला तृप्त केले जाईल. सुपीक जमिनीवर राहणाऱ्या लोकांचे आदरातिथ्य करण्याचेच हे लक्षण होते. या जमिनीत गहू, मका, अंजिर, द्राक्षे पिकत. दूधदुभत्यासाठी शेळ्या-मेंढ्या पाळल्या जायच्या. एल-आईश म्हणजे भाकरी. अबू म्हणजे जो भाकरतुकडा देतो आणि आलेल्या अतिथीचं आदरातिथ्य करतो.

मी निर्वासित छावणीत जन्मलो. माझे कुटुंबीय आमच्या जुन्या आयुष्याबद्दल, सुखसमृद्धीबद्दल सांगायचे. आम्ही मुले झोपताना या गोष्टी ऐकत असू. माझे बालपण या कथा ऐकण्यात गेले. पण ती जागा पाहण्याचे भाग्य मात्र मला मिळाले नाही. आम्ही कधीच परत जाऊ शकलो नाही. माझे वडील निर्वासित म्हणून इथे आल्यावर सात वर्षांनी माझा जन्म झाला. पॅलेस्टाइनची विभागणी होऊन १९४८ साली इस्राईल राष्ट्र निर्माण झाले. तिथून माझ्या वडिलांना इतर लोकांसारखे हाकलून लावले नव्हते. ही विभागणी झाल्यावर जणू आमच्यावर म्हणजे पॅलेस्टाइन लोकांवर आभाळच कोसळले होते. त्या भागात अक्षरशः कत्तल झाली, मारामाऱ्या झाल्या. त्यात अनेक कुटुंबे मारली गेली किंवा जखमी झाली; पण माझा परिवार मात्र यातून सुरक्षित राहिला. माझ्या आजोबांनी सुज्ञपणे विचार केला की, सगळ्या परिवाराने शांतपणे हा गाव सोडून काही दिवसांकरता स्थलांतर करावे. ही परिस्थिती निवळेपर्यंत शांत राहावे. कुटुंबाचा सन्मान राखला जाण्याच्या दृष्टीने हे महत्त्वाचे

होते. १९४८ च्या विध्वंसाच्या वेळी अनेक गोष्टींचा विचार करणे महत्त्वाचे होते. आमच्या कुटुंबीयांच्या शेतापासून जवळच मारामाऱ्या-कत्तली चालू असल्याच्या अफवा कानावर येत होत्या. डोळ्यांदेखत आपल्या शेजाऱ्यांची कत्तल पाहावी लागते आहे, अशा भयानक बातम्या कानावर येत होत्या. या अफवांत किती तथ्य आहे हे त्यांना माहीत नव्हते. परंतु कुटुंबाच्या सुरक्षिततेसाठी त्यांना निर्णय घेणे भाग होते.

हॉगपासून गाझा फार लांब नव्हते. ही जागा सर्वांत सुरक्षित आणि जवळ होती. पॅलेस्टिनी लोकांकरता ही जागा निश्चित केली होती. निर्वासितांना राहण्यासाठी दुसरे ठिकाण होते जॉर्डन नदीचा पश्चिम किनारा. पण हे ठिकाण आम्हाला अपरिचित होते, म्हणून गाझाची निवड केली गेली. पण आमच्या पूर्वजांच्या हॉगमधल्या रमणीय जीवनाच्या आठवणी ऐकण्यातच माझे बालपण संपले. कायम कानावर आदळायचे की आपण अबुइलेश या कुटुंबातले आहोत. आपले कुटुंब सदैव इतरांची काळजी घेते. आलेल्या अतिथीला घासातला घास देते. आपल्या जन्मभूमीहून आलेले पाहुणे हे आपले अतिथीच आहेत. त्यांचे स्वागत करणे हे आपले कर्तव्य आहे. माझ्या वडिलांनी त्यांच्या शेताच्या मालकी हक्कासंबंधीचे कागदपत्र जपून ठेवलेले होते. आजही त्या हॉगमधील आमच्या जमिनीचे कागदपत्र आणि सारा भरल्याच्या पावत्या माझ्याकडे आहेत. एखादा आंतरराष्ट्रीय करार होईल त्या वेळी माझी जमीन मला परत मिळवण्याकरता मी ती कागदपत्रे जपून ठेवलेली नाहीत. पण जमिनीचे हस्तांतर झाले, त्या वेळेला प्रत्यक्ष काय घडले ते मला स्वीकारणे फार जड जाते आहे. तुकडे जोडून पूर्ण करण्याचे कोडे सोडवताना आपल्याला एखादा तुकडा न मिळाल्यामुळे ते कोडे अपूर्ण राहते, त्याप्रमाणे माझी अवस्था झाली आहे. त्या वेळी खरे काय घडले असावे, हे मला कळत नाही.

मी माझ्या मुलांना समजावून सांगण्याचा प्रयत्न करतो की, गाझाची अशी तुरुंगासारखी किंवा युद्धभूमीसारखी अवस्था अलीकडची आहे. १९४८ पूर्वी गाझाची अनेक स्थित्यंतरे झाली. गाझाबद्दलचा सर्वांत जुना लिखित उल्लेख इजिप्तच्या पुस्तकात आढळतो. फारोआ घराण्यातील थटमोस तिसरा हा राजा राज्य करीत असतानाचा उल्लेख आढळतो. त्या वेळेला कॅनान या प्रांतातले मुख्य शहर गाझा होते. आशिया आणि आफ्रिका या दोन देशांना जोडणारा एकमेव खुश्कीचा मार्ग इथून जात होता. कुराण, बायबल आणि तोरा या धर्मग्रंथांत गाझाच्या कथा आढळतात. ख्रिस्तपूर्व ११८० च्या दरम्यान फिलिस्टिन लोक गाझा पट्टीत आले. तेव्हा लोहयुग चालू होते. गाझा हे प्रसिद्ध बंदर होते. कुप्रसिद्ध राणी डिलायला हिचा उल्लेख बायबलमध्ये आहे. ती पॅलेस्टिनी होती. गाझामध्ये तिने सॅमसनची बंधनातून मुक्तता केली. फिलिस्टिनवरून आता पॅलेस्टिन हे नाव प्रचलित झाले आहे. त्यावेळचे ते राजघराणे होते. त्यांनी या प्रदेशावर राज्य केले.

आता मात्र गाझा म्हणजे चाळीस किलोमीटरचा लांब पट्टा आहे. या पट्ट्याची रुंदी काही जागी सहा किलोमीटर इतकी कमी आहे. गाझाची जास्तीत जास्त रुंदी चौदा किलोमीटर आहे. समुद्र, हवा, पाणी आणि जमीन या सर्वांवर इस्त्राईलची सत्ता आहे. पॅलेस्टिनी अमेरिकन वकील जॉर्ज खलील २००५ मध्ये असे म्हणाला होता, "इथे प्रत्येक व्यक्तीवर, व्यापारावर, गाझापट्टीत येणाऱ्या आणि जाणाऱ्या पाण्याच्या प्रत्येक थेंबावर इस्त्रायली लोकांचे नियंत्रण आहे. त्यांचे सैन्य कदाचित तिथे नसेलही; परंतु पॅलेस्टिनी हुकमतीचे या प्रदेशावरील नियंत्रणसुद्धा त्यांच्याच हातात आहे." पॅलेस्टिनी हुकमतीचे नियंत्रण आपल्याच प्रदेशावर किती असावे, हेदेखील इस्त्रायली लोकांवर अवलंबून आहे. त्याने हे जे विश्लेषण केले आह, त्याच्याशी बहुतेक सर्व मानवतावादी संघटना सहमत आहेत.

गाझापट्टीवर इतरांचा डोळा आहे, हे प्राचीन काळापासून सत्य आहे. थोडक्यात, पॅलेस्टिनी लोकांच्या मनाचा कब्जादेखील बाहेरच्या लोकांनी मिळवला होता. 'अलेक्झांडर द ग्रेट' यानेही पॅलेस्टिनी लोकांवर राज्य करण्याचा प्रयत्न केला. इस्त्रायली राजा डेव्हिड याने काही दिवस या प्रदेशावर राज्य केले. इजिप्शियन लोकांप्रमाणेच बाबिलोनियन, पर्शियन आणि ग्रीक या सर्वांनी या प्रदेशावर काही दिवस राज्य केले. त्याचप्रमाणे नेपोलियन आणि ऑटोमन आणि ब्रिटिशांनीसुद्धा या भागावर राज्य केले. ज्यांनी इतिहास घडवला त्या प्रत्येक राजाने, लढवय्याने किंवा सेनापतीने या गाझावर राज्य करण्याचा, हुकूमत गाजवण्याचा प्रयत्न केला.

१९४८ मध्ये आलेल्या अरिष्टामुळे पॅलेस्टिनी लोकांवर आजची परिस्थिती ओढवली आहे. पहिले महायुद्ध संपले तेव्हापासून ज्यू लोकांचे एक स्वतंत्र राष्ट्र असावे याबद्दल चर्चा चालू होती. लीग ऑफ नेशन्सच्या आदेशाप्रमाणे ब्रिटिश लोक पॅलेस्टिनचा कारभार पाहत होते. बालफोरच्या अन्वये जी घोषणा केली गेला, त्याची अंमलबजावणी करण्याचे काम ब्रिटिशांवर सोपवले होते. पॅलेस्टिनमध्ये ज्यू लोकांसाठी 'नॅशनल होम' प्रस्थापित व्हावे, असा हा जाहीरनामा होता. २ नोव्हेंबर १९१७ ला जो निर्णय झाला, त्यामुळेच पुढचा सगळा इतिहास घडला. हे पत्रच इथे देत आहे.

परराष्ट्र खाते
२ नोव्हेंबर, १९१७

प्रिय लॉर्ड रॉथशिल्ड,

ब्रिटिश सरकारच्या वतीने तुम्हाला कळवण्यात मला आनंद होत आहे की, झिओनिस्ट ज्यू लोकांच्या जबरदस्त आकांक्षेला सरकारची पूर्ण सहानुभूती आहे, हे जाहीर करण्यास मंत्रिमंडळाची अनुमती आहे.

"ज्यू लोकांकरता 'नॅशनल होम' पॅलेस्टिनमध्ये स्थापन व्हावे अशी

सरकारची इच्छा आहे. आमचं सरकार हे साध्य करण्याकरता प्रयत्नांची पराकाष्ठा करेल. सध्या तिथे राहत असलेल्या ज्यूंव्यतिरिक्त समाजाच्या नागरी आणि धार्मिक हक्कांना कोणतीही बाधा आणली जाणार नाही, हे ज्यू लोकांनी लक्षात ठेवावे. तसेच इतर कोणत्याही देशात राहणाऱ्या ज्यू लोकांचे हक्क आणि राजकीय स्थान अबाधित राहील.''

हा जाहीरनामा सर्वोच्च झिओनिस्ट संघटनेच्या लक्षात आणून द्यावा. यासाठी मी आपला सदैव ऋणी राहीन.

आपला प्रामाणिक
ऑर्थर जेम्स बालफोर

इथूनच खऱ्या त्रासाला सुरुवात झाली. पॅलेस्टाइनमध्ये ज्यू हे अल्पसंख्य होते. अरब-ख्रिश्चन आणि मुस्लिम रहिवाशांची संख्या त्यांच्यापेक्षा कितीतरी पटींनी जास्त होती. ज्यूंव्यतिरिक्त इतर सर्व समाजांतील लोकांना आपल्या राहत्या घरातून आणि शेतावरून हाकलून लावल्यामुळे त्यांचे हक्क संपुष्टात आले. ब्रिटिश सरकारचा पॅलेस्टाईनवरचा अधिकार चौदा नोव्हेंबर १९४८ ला संपुष्टात आला. याच दिवशी इस्रायली लोकांनी आपल्या राष्ट्राच्या स्वातंत्र्याची घोषणा केली आणि ज्यू राष्ट्राचा जन्म झाला. संयुक्त राष्ट्रसंघटनेच्या १९४७ च्या योजनेप्रमाणे गाझा स्वतंत्र अरब देशाचा भाग होणार होता. पण पॅलेस्टिनी लोकांना हे मान्य नव्हते. त्यांना त्यांच्या मायदेशातून बाहेर पडणे मान्य नव्हते. त्यांच्या शेजारच्या इतर अरब राष्ट्रांनासुद्धा ही योजना मान्य नव्हती. त्यामुळे इस्राईलने जेव्हा स्वातंत्र्य जाहीर केले, तेव्हा त्या भागातील सर्व राष्ट्रांच्या वतीने इजिप्तने इस्राईलवर हल्ला केला. १९४८ सालचे अरब-इस्राईल युद्ध इथून पेटले.

तेव्हापासून दोन्ही समुदायांनी सामंजस्याने गुण्यागोविंदाने नांदावे यासाठी केलेले अनेक प्रयत्न अयशस्वी झाले. १९५६ चे सिनई युद्ध, १९६७ चे सहा दिवसांचे युद्ध, १९८७ चा पॅलेस्टिनी इन्तीफादा, २००० चा दुसरा इन्तिफादा या घटना घडल्या. अगणित समझोते आणि करार झाले. अनेक नेत्यांनी प्रयत्न केले. १९९३चा ओस्लोमध्ये झालेला समझोता त्याचेच उदाहरण होय. १९९४ मध्ये यासर अराफत यांच्या नेतृत्वाखाली पॅलेस्टिनी लोकांचे स्वयंशासन निर्माण झाल्याची घोषणा झाली. त्यानुसार त्यांना मर्यादित अधिकार प्राप्त झाले. १९९६ मध्ये पॅलेस्टिनी लोकसभेच्या निवडणुका झाल्या. २००६ साली हमास संघटनेचा उदय झाला.

इस्रायली लोकांना समुद्रात फेकून द्यावे असा पॅलेस्टिनी लोकांचा मानस असल्याचा आरोप १९४८ मध्ये केला गेला होता. ज्या पॅलेस्टाईन लोकांची जमीन हिसकावून घेऊन त्यांना हाकलून देण्यात आले आहे, त्यांचा बंदोबस्त तुम्ही कसा

कराल, असे इस्त्राईलचे संस्थापक डेव्हिड बेन गुरियन यांना विचारण्यात आले. तेव्हा त्यांनी उत्तर दिले, 'आत्ताची ही पिढी कालांतराने मरण पावेल आणि नवीन पिढी सगळे विसरून जाईल.' पण आज परिस्थिती काय आहे ते बघा. इस्त्रायली लोकांना कोणीही समुद्रात फेकून दिले नाही आणि पॅलेस्टिनी लोक या घडलेल्या घटना विसरू शकले नाहीत. परंतु गेल्या सहा दशकांत या प्रदेशात फक्त गैरसमजुती आणि एकमेकांचा तिरस्कार वाढीस लागलेला आहे. दुसरे काही या जमिनीत उगवत नाही. तरीसुद्धा आज असे म्हणावेसे वाटते की, भूतकाळ विसरणे पुरेसे नसून, दोन्ही राष्ट्रांनी गुण्यागोविंदाने राहून पुढे प्रगतीच्या वाटेने जायला हवे.

माझा जन्म गाझा पट्टीत १९५५ च्या तीन फेब्रुवारीला झाला. मी निर्वासित कुटुंबात लहानाचा मोठा झालो. माझ्या बाबतीत ठळकपणे तीन गोष्टींचा सुरुवातीपासून प्रतिकूल परिणाम झाला. आम्ही अतिशय गरीब होतो. माझ्या सर्व कुटुंबाची सर्व मालमत्ता सोडून आम्हाला इथे यावे लागले. मी माझ्या वडिलांच्या दुसऱ्या बायकोचा मुलगा होतो. कसे ते मी सांगतो. माझ्या वडिलांनी त्यांच्या सख्ख्या चुलत बहिणीशी लग्न केले. त्यांना दोन मुलगे झाले. त्या वेळी ते हॉगजवळ आमच्या वडिलोपार्जित शेतावर राहत होते. १९४८ साली माझ्या वडिलांनी कुटुंबासहित गाझात स्थलांतर केले. माझी आई दलाल ही दुसऱ्या खेड्यातील होती. त्या खेड्याचं नाव डेमरा आहे. ते इरेझ सीमानाक्याच्या जवळ आहे. माझ्या वडिलांनी कुटुंबासहित जेव्हा गाझाला प्रयाण करण्यासाठी हॉग सोडले, तेव्हा ते उत्तरेला काही किलोमीटर डेमरापर्यंत चालत गेले. माझ्या आईच्या आजोबांनी त्यांना आसरा दिला. माझ्या वडिलांना वाटले की दलाल ही सुंदर मुलगी आहे. ती घटस्फोटित होती. तिचा तलाक झालेला होता. जबालिया छावणीत स्थिरावल्यावर माझ्या वडिलांनी तिला बोलावून घेतले आणि त्यांचे लग्न झाले. नक्की केव्हा ते मला माहीत नाही; पण बहुतेक १९५० च्या सुमारास झाले.

त्या काळात दुसऱ्या खेड्यातील व्यक्तीशी लग्न करणे ही पद्धत रूढ नव्हती. ज्यांच्याशी आपले नाते नाही किंवा ओळख नाही अशा कुटुंबातील व्यक्तीशी लग्न होत नसे. असा रिवाज नव्हता. त्यामुळे माझ्या आईला आमच्या परिवाराने बहिष्कृत केले. पण माझ्या बाबांच्या वडिलांनी तिचा स्वीकार केला होता. माझे काका, आत्या यांनी मात्र बहिष्कार टाकला होता. माझ्या आईला कौटुंबिक समारंभाला बोलावले जात नव्हते. तिला बहिष्कृत जीवन जगावे लागले. मी मोठा होत असताना माझी सावत्र आई आणि तिची दोन मुले वेगळ्या घरात राहत होती. माझी आठ भावंडे आणि मी, माझ्या आईसकट दुसऱ्या घरात राहत होतो. हे घर त्या घरापासून दोनशे मीटर दूर होते. माझे वडील आमच्याजवळ राहत असल्यामुळे त्यांच्या पहिल्या

पत्नीपासून ते वेगळे झाले आहेत असे मला वाटले; पण तसे नव्हते. त्यामुळे अनेक अडचणी उद्‌भवल्या. काही जणांची अशी समजूत आहे की, इस्लाम धर्माप्रमाणे पुरुषाला एक, दोन, तीन वा चार बायकांशीसुद्धा लग्न करायची परवानगी आहे. मी याच्याशी सहमत नाही. पण तरीसुद्धा त्या वेळच्या प्रथेप्रमाणे हे चालू आहे. त्यामुळे एखादे लग्न फसले, विवाहसंबंध नीट राहिले नाहीत, तर दुसरी बायको करणे हे समाजमान्य होते. पहिल्या पत्नीचे जीवन त्यामुळे तसेच अस्थिर राहायचे. तिला तलाक दिला जायचा नाही. विवाहसंबंध सुखाचे नसले तरी त्यावर घटस्फोट हा तोडगा नव्हता.

माझ्या वडिलांचे काहीही मत असले तरी त्यांच्या परिवाराने त्यांच्या पहिल्या बायकोलाच मान दिला. आम्ही मुले आणि आमची आई यांना मात्र तिऱ्हाइतासारखे वागवले. एखाद्या परदेशी स्त्रीपासून झालेल्या मुलांप्रमाणे आमच्याशी ते वागले. जरी आम्ही तसे जवळ जवळच राहत होतो आणि आमचे वडीलच दोन्ही कुटुंबांचे पालनपोषण करीत होते, तरी शिक्षा मात्र आम्हालाच झाली. रमझानच्या सणाला माझे काका आणि आत्या माझ्या भावंडांना किंवा मला काहीच देत नसत. त्यामुळे आम्हाला खूप वाईट वाटायचे. त्यांना नवीन कपडे मिळायचे; आम्हाला मात्र नाही. या मोठ्या सणाला आमच्या घरी कोणीही फिरकत नसते. आम्हाला नेहमीच वेगळी वागणूक मिळायची. आमचे आमच्या आईवर खूप प्रेम होते, तरीही लहानपणच्या या आठवणी अतिशय दुःखद होत्या.

मला माहीत असलेले निर्वासित छावणीतील अनेक लोक त्यांनी जे गमावले त्याविषयीच सारखे बोलत असत. गाझापट्टीतील आमची निर्वासित छावणी हॉग या आमच्या खेड्यापासून फार लांब नव्हती. चालत जायला फक्त दहा मिनिटे लागायची. आमच्या परिवाराचा भूतकाळ हा जवळच रेंगाळत होता. १९४८ला आमचा परिवार गाव सोडून आला तेव्हा त्यांनी बरोबर काहीच चीजवस्तू आणली नाही. त्यांना असे वाटायचे की, थोड्याच दिवसांत आपण परत आपल्या गावी परतू. गाझा ही तोवर निर्वासित छावणी नव्हती. इस्राईल राष्ट्र निर्माण झाल्यावर पॅलेस्टिनी लोकांना स्थलांतर करण्यासाठी नेमून दिलेले ते एक ठिकाण होते. पण दिवसेंदिवस तिथे अनेक लोक येऊन वास्तव्य करू लागले, कारण त्यांना दुसरीकडे कुठेच थारा नव्हता. १९४९ मध्ये संयुक्त राष्ट्रसंघाने पॅलेस्टिनी निर्वासितांना मदत करण्याकरता एक प्रतिनिधी मंडळ स्थापन केले. हे मंडळ गाझाला पाहणीसाठी आले. जसजसा अधिकाधिक प्रदेश नवीन राष्ट्राच्या अमलाखाली येत गेला, तसतशी येथे स्थलांतरित होणाऱ्यांची संख्या प्रचंड वाढू लागली होती. शेवटी या प्रतिनिधी मंडळाने निर्वासितांकरता गाझामध्ये आठ छावण्या उभारल्या, जबालिया ही त्यात सर्वांत मोठी छावणी होती. गाझापट्टीच्या उत्तरेला ही छावणी आहे. अरब-इस्रायली युद्धानंतर तिथे पस्तीस

हजार निर्वासित १०४ चौरस मीटर एवढ्या छोट्या जागेत राहत होते. आज जबालिया छावणीत दोन लाखांवर लोक राहतात. माझे आई-वडील एका छोट्या जागेतून दुसऱ्या छोट्याच जागेत हलले. त्यांना अजूनही वाटत होते की आपण लवकरच आपल्या मायभूमीत परत जाऊ. हळूहळू अनेक दशके गेली आणि हे तात्पुरते स्थलांतर कायमचे वास्तव्य ठरले. हळूहळू छावणीबाहेरची गाझा आणि जबालिया ही शहरे प्रचंड वाढली. छावणीतील जागांचेसुद्धा भाव वाढले. अनेक उद्योगधंदे तिथे सुरू झाले.

मला आठवते आहे, माझे आजोबा छावणीतच आपली पंचायत भरवायचे. मुस्ताफा अबुइलेश यांचे बोलणे ऐकायला खूप जण गर्दी करायचे. हॉग खेड्यात त्यांचा दरारा होता. त्यामुळे लोक त्यांना मान देत असत. ते एखाद्या अभेद्य खडकासारखे होते. जणू सर्व सत्ता त्यांच्या बलवान मुठीत बंदिस्त होती. रोजच्या अडीअडचणीवर ते मार्ग शोधून काढत. त्यांना खूप मान होता समाजात. त्यांनी आपल्या मुलांसाठी, भावांसाठी, भावांच्या मुलांसाठी आणि आमच्यासाठी एक आदर्श पाठ उभा केला होता. ते एकटेच वरचेवर आमची विचारपूस करायला येत असत. त्या वेळी मी फार लहान होतो. मला मोठ्या माणसांत बसायला मज्जाव होता. इतर लोक त्यांचे बोलणे ऐकायला येत असत, त्यावरून मला समजायचे की ते जे सांगत आहेत ते फार महत्त्वाचे असणार. ते आणि त्यांच्यासारखे इतर या स्थलांतराबद्दल खूप बोलत असत. आणि हे नैसर्गिक होते; कारण सर्व जण जबरदस्तीने घराबाहेर पडले होते. त्यांना हाकलण्यात आले होते. आपले घर कसेही असले तरी ते आपल्याला सुरक्षित वाटते. त्या आपल्या हक्काच्या घरातून घालवणे हा जन्मभराचा दुखरा व्रण असतो. आत्तादेखील साठ वर्षे झाली आम्हाला इथे येऊन. या निर्वासित छावणीत राहतो आहोत. आमची वडिलोपार्जित जमीन आम्हाला कधीच परत मिळणार नाही, याचे दुःख वाटते. माझ्या आजोबांना आपल्या वाडवडिलांच्या जमिनीची सारखी आठवण व्हायची. तिथून जावे लागल्याबद्दल त्यांचा उद्रेक व्हायचा, तितके दुःख मला झाले नाही. मी त्या आठवणींत न रमता माझ्या अभ्यासावर लक्ष केंद्रित केले. लहानपणापासून भविष्याबद्दलची चांगली स्वप्ने मी पाहायला लागलो. उत्तम यश कसे मिळेल, नवे जीवन चांगल्या प्रकारे कसे जगता येईल, याचा शोध मी सतत घ्यायला लागलो.

बहुतेक सर्व पॅलेस्टिनी मुलांप्रमाणे मलाही बालपण उपभोगायला मिळालेच नाही. मी दहा वर्षांचा होईपर्यंत आम्ही भावंडे आणि आमचे आई-वडील धरून अकरा सदस्य होतो. सहा भाऊ आणि तीन बहिणींमध्ये मी सर्वांत मोठा होतो. आम्ही एका दहा बाय दहाच्या लहान खोलीत राहत होतो. तिथे वीज नव्हती, नळ नव्हते. घरात संडास नव्हते. सगळीकडे गलिच्छपणा होता. एकांत मिळायचाच नाही. एका

थाळीत आम्ही सर्व जण जेवायचो. सार्वजनिक संडासात जायला आम्हाला रांग लावायला लागायची. संयुक्त राष्ट्रसंघाकडून पाणी मिळेपर्यंत वाट पाहायचो. दिवसाच्या काही ठरावीक वेळी ठरावीक प्रमाणात पाणीपुरवठा व्हायचा. ट्रॉली येईपर्यंत आम्ही वाट पाहत बसायचो. त्या ट्रॉलीतून स्वयंपाक करण्यासाठी रॉकेल आणि लाकडे येत असत. आम्ही अनवाणीच असायचो. माशा घोंगावत असायच्या. त्या चावायच्या. भुकेल्या अवस्थेत आम्ही रॉकेल आणि लाकडे घेऊन येणाऱ्या गाडीची वाट बघत बसायचो.

एका मोठ्या सतरंजीवर आम्ही सगळे झोपायचो. दिवसा ती सतरंजी भिंतीशी उभी ठेवलेली असायची. रात्री ती जमिनीवर अंथरायची. फक्त नवीन जन्मलेल्या बाळाला भांडे घासायच्या टबमध्ये झोपवले जायचे. माझी आई दिवसा त्या टबमध्ये ताट वाट्या धुवायची. काथ्याच्या घासणीने मुलांना स्वच्छ करायची आणि घर स्वच्छ करायची. आमची झोपायची वेळ झाल्यावर आई बेसीन स्वच्छ पुसून कोरडे करायची आणि पाळण्यात झोपवल्यासारखे त्या सर्वांत लहान बाळाला झोपवायची. नेहमी एखादे छोटे बाळ घरात असायचेच.

एकदा रात्री माझा भाऊ नासर आईची नक्कल करत होता. आई त्याला रागावली. ती त्याला मारायला धावली; पण तो तिच्यापासून दूर पळाला. ती त्याला पकडायला धावली. तिच्यापासून पळ काढणाऱ्या नासरने त्या टबमध्ये उडी मारली. त्या छोट्या बाळाच्या अंगावर त्याचा पाय पडला. माझी ती छोटी बहीण काही आठवड्यांचीच होती. ती त्यामुळे मरण पावली. अशा तऱ्हेने बाळ मरणे याची कल्पनादेखील असत्य वाटते. मी तेव्हा पाच वर्षांचा होतो. त्यामुळे ही घटना नक्की कशी घडली, हे मला आठवत नाही. माझ्या आईने पटकन बाळाला जवळ घेतले. ते किंचाळत होते, जोरजोरात रडत होते. नासर घाबरून बाहेर पळाला. त्या काळात आमच्या समाजात मुलीचा जन्म ही आनंदाची घटना नव्हती. नवजात बालक जर मुलगा नसेल, तर दुर्दैव मानले जायचे. त्या वेळी तशीच पद्धत रूढ होती. त्या लहान बाळाला- नूरला दुसऱ्या दिवशी दफनभूमीत दफन करण्यात आले. या घटनेबद्दल त्यानंतर कोणीही बोलले नाही. मी मोठा होत असताना आमच्या घरात घडलेली ही सर्वांत वाईट आठवण माझ्या स्मरणात आहे.

अतिशय लोकसंख्या असलेल्या या छावणीत लोक आशेच्या एका धाग्यावर तग धरून होते. तो धागा केव्हाही तुटेल, अशी सतत भीती असायची.

माझ्या वडिलांनी हे सगळे कसे सहन केले असेल, हे मला उमगत नाही. ज्या परिस्थितीत आम्ही जगत होतो, ते वडिलांच्या पूर्वायुष्यातील जीवनमानाच्या तुलनेत अतिशय कठीण होते. ते त्या वेळी त्यांच्या परिवाराच्या मालकीच्या शेतातील घरी राहत होते. तेव्हा अन्नधान्याची रेलचेल होती. या सगळ्याचा त्या कुटुंबाला रास्त अभिमान होता. मी जन्मलो तेव्हा वडील पस्तीस वर्षांचे होते. त्यांची उंची मध्यम

होती; पण ते सशक्त होते. ते नेहमी पॅलेस्टिनी पोशाखात असायचे. त्यांच्या डोक्याला खास अरबी पारंपरिक पद्धतीचे मुंडासे असायचे. त्यांच्या कुटुंबात वयानुसार त्यांचा दुसरा क्रमांक होता. ते कष्टाळू आणि यशस्वी शेतकरी होते. पण इथे मात्र त्या छावणीत कुठलीतरी लहानसहान कामे करून पोट भरायला लागायचे. मिळणाऱ्या उत्पन्नातून आमच्या सावत्र आईचे कुटुंब आणि आम्ही सगळे यांना पोसण्याइतके पैसे मिळत नसत. मला आठवते, एका संत्र्याच्या बागेत सुरक्षारक्षकाचे काम करायला लागले. माझी आई त्यांचा जेवणाचा डबा भरून माझ्याजवळ द्यायची. वडिलांना तो डबा द्यायचे काम माझ्याकडे होते. माझ्या दृष्टीने ते काम फार महत्त्वाचे होते. आईने माझ्या हातात तो जेवणाचा डबा दिला की दर वेळी माझे मन अभिमानाने फुलून जायचे. माझ्यावरच्या तिच्या विश्वासाने माझा ऊर आनंदाने भरून जायचा. मी त्या वेळी फक्त सहा वर्षांचा होतो तरी आपण आपल्या कुटुंबाला पुरेसे देऊ शकत नाही याची वडिलांना किती खंत होती, हे मला जाणवत असे.

माझी आई उंच होती. तिची त्वचा निस्तेज होती. तिचे व्यक्तिमत्त्व दांडगे होते. तिचे धैर्य आणि निश्चयी स्वभाव यामुळे ती आमच्यासाठी एक आदर्श व्यक्तिमत्त्व होते. आपल्या वाटेत आलेल्या प्रत्येकाला ती समर्थपणे तोंड द्यायची. माझ्या आईचे चारित्र्य आणि चिकाटी या गुणांमुळे त्या परिस्थितीतूनसुद्धा आम्ही तरू शकलो. सतत असलेली कमतरता, आमच्या सततच्या गरजा आणि दबलेल्या इच्छा-आकांक्षा यांना आम्ही तोंड देऊ शकलो. ती आमच्याकरता लढायची, आम्हाला संरक्षण द्यायची आणि शक्य असेल तेव्हा आर्थिक बाबतीतदेखील वडिलांना मदत करायची. ती शेळ्या-मेंढ्या पाळायची, कबुतरे पाळायची. खरेतर आमची जागा खूप लहान होती, तरी ती हे करायची. ती शेळ्यांचे दूध काढायची, कबुतरांची अंडी आणि शेळ्यांचं दूध हे आम्हाला पुरेसे मिळायचे. काही उरले तर ते विकून ती पैसे मिळवायची. मला आठवते, मी शाळेत जायला लागल्यावर ती माझ्या शाळेत येऊन माझ्या प्रगतीसंबधी शिक्षकांजवळ चौकशी करत असे. खरे तर ती माझ्या शाळेत येऊ नये असे मला वाटायचे. माझ्या मित्रांसमोर मला संकोच वाटायचा म्हणून तिने शाळेत न येण्यासाठी मी तिची मनधरणी करत असे. माझे मित्र मला त्यावरून नेहमी चिडवायचे, म्हणायचे, 'बघ तुझी आई आली.' पण ती मात्र बधली नाही. येतच राहिली. माझी प्रगती तिला जाणून घ्यायची इच्छा असायची. त्याकरता ती शाळेत विचारणा करायला यायची.

त्या काळात मी फारसा गुंतत नाही. परंतु शाळेत जाण्याआधीचा काळ माझ्यासाठी खूप दुःखदायक होता. घरासमोरच्या मोकळ्या जागेत बसून छानशा गणवेशात शाळेत जाणारी इतर मुले पाहणेच माझ्या हातात होते. मला गणवेश घेऊन देणे माझ्या कुटुंबाच्या कुवतीबाहेर होते. म्हणून मला शिकायची इच्छा

असूनसुद्धा मी शाळेत जाऊ शकत नव्हतो. निर्वासित गाझापट्टीत येण्यापूर्वी तिथे लोकवस्ती होतीच. आमच्या आयुष्यापेक्षा त्यांचे जीवन फार वेगळे होते. ते जरी आमच्या छावणीत राहत नसले तरी त्या मुलांची शाळेत जायची वाट आमच्या घरावरून होती. त्यांना पाहून माझा असूयेने जळफळाट व्हायचा. फक्त काही मुलांनाच शाळेत जायची संधी मिळते आहे, हे मी प्रत्येक येणाऱ्या-जाणाऱ्यांना सांगत असे.

आम्हाला माहीत असलेले सगळे लोक आमच्यासारखेच जीवन जगत होते. जगण्यासाठी संघर्ष चालू होता. मुलांची फी आणि गणवेश यांचा विचार करायला त्यांना वेळच नव्हता.

१९६१ मध्ये जेव्हा मी सहा वर्षांचा झालो, त्या वेळी छावणीमध्येच असलेल्या संयुक्त राष्ट्रसंघाच्या शाळेत मी प्रवेश घेऊ शकलो. त्या शाळेत सर्व शिक्षक वर्ग पॅलेस्टिनी होता, तरीही तेथील उत्तम गणवेश घातलेल्या मुलांनाच पारितोषिके दिली जायची. जुन्या सवयी जात नाहीत हे खरे. ही शाळा खरेतर आंतरराष्ट्रीय संघटनेने चालवली होती, तरीसुद्धा स्थानिक नियम त्या शाळेला लागू होते. शिक्षक स्वच्छतेबद्दलचे पारितोषिक असे नाव द्यायचे; पण आम्हाला सगळ्यांना माहीत होते की ते उत्तम गणवेश घातलेल्या, सुस्थितीत असलेल्या मुलांकरता होते. मी घरी शिवलेले कपडे घालत असे. हे कपडे उसवले, फाटले तरी परत परत शिवून मी वापरत असे. मूळ शिवणीपेक्षा नंतर शिवलेल्याचे धागे कपड्यावर उठून दिसायचे. मला वाटायचे, ज्यांना परीक्षेत उत्तम गुण मिळाले आहेत त्यांना पारितोषिक दिले जावे. पण ही पद्धत यायला अनेक वर्षे जावी लागली. नंतर हुशार विद्यार्थ्यांकडे शिक्षकांचे लक्ष जायला लागले. मी याचकरता तहानलेला होतो.

संयुक्त राष्ट्र संघाने चालवलेल्या या शाळेच्या पहिल्या दिवशी मी घाबरलेलो होतो. शाळेत असलेली मुले नवीन भरती झालेल्या माझ्यासारख्यांना त्रास देतील ही भीती तर होतीच, याच्याच जोडीला अजून एक बाब मला छळत होती- माझ्या आईने मला एकत्र जोडलेले शर्टपॅन्ट घालायला दिले. अर्थातच आमच्या इतर कपड्यांप्रमाणेच हा ओव्हरऑलदेखील कुणाचीतरी मेहेरबानीच होती म्हणा! हा घालून शाळेमध्ये बाथरूमला कसे जायचे हा माझ्यासमोर यक्षप्रश्न होता. शाळेचा पहिला दिवस कसा तरी पार पडला. घरी आल्यावर तो ओव्हरऑल कसा काढायचा आणि कसा घालायचा ते मी जाणून घेतले. ही आठवण आजही ताजी आहे.

शाळेत जायला माझी तेवढी एकच अडचण नव्हती. त्या शाळेत आधीच खूप विद्यार्थी होते. पहिल्या दिवशीच आम्हाला सांगण्यात आले की, मी आणि इतर काही मुले यांना घरापासून अजून दूर असलेल्या शाळेत जावे लागणार होते. इतर मुले माझ्या जवळपास राहणारी नव्हती किंवा माझ्या भावंडांपैकी कोणी नव्हती. पण हे

सांगितले गेले तेव्हा माझे पालक तिथे हजर नव्हते. ते असते तर माझ्या वतीने ते शिक्षकांशी बोलले असते. अडचण सांगितली असती. 'हा जवळच्याच शाळेत राहू दे, कारण या शाळेत याचे इतर मित्र आहेत,' असे त्यांनी सांगितले असते. पण मला त्या लांबच्या शाळेत जावे लागले.

(पण या नवीन शाळेतील एक शिक्षक माझा खरा मार्गदर्शक होईल हे मला तेव्हा माहीत नव्हते. त्यांनी मला त्यांच्या मुलाप्रमाणे प्रेम दिले. ज्याबद्दल आपल्याला फारशी माहिती नाही त्या गोष्टींचा आपण तिरस्कार करू नये, हे मी अनुभवांती शिकलो. कारण त्यातूनच एखाद्या वेळेस तुमचे नशीब उघडते, हे मला जाणवले.)

माझ्या शाळेच्या पहिल्या वर्षात मला तीन निरनिराळे शिक्षक होते. एक जण खुर्चीत बसून राहायचे. आमच्या हातात ते वाचण्यासाठी क्रमिक पुस्तक देत असत. दुसरे शिक्षक आम्हाला संगीत शिकवायचे. मला ते फार आवडायचे. तिसऱ्या शिक्षकांना माझ्यातील चांगला विद्यार्थी गवसला. त्यांनी माझ्याकडे खूप लक्ष दिले. जणू मला त्यांनी पटवले की, मला पाहिजे ते मी आत्मसात करू शकतो; मला जे व्हायचे आहे ते होऊ शकतो. तेव्हा मी पहिल्या इयत्तेत शिकत होतो. त्या वेळी त्यांनी माझ्यातील चमक ओळखली. ते अद्वितीय शिक्षक होते.

शाळेत खूप विद्यार्थी होते. प्रत्येक वर्गात साठ विद्यार्थी असायचे. प्रत्येक बाकावर तीन विद्यार्थी बसायचे. तरी मी सकाळी शाळेत जायला फार उत्सुक असायचो. शाळेत नवीन नवीन गोष्टी शिकायला मला आवडायचे. शिक्षक जेव्हा एखादा प्रश्न विचारत, तेव्हा अति उत्साहात उत्तर देण्यासाठी मी हात वर करत असे. काही नवीन शिकायला मिळाले की मला ती अमूल्य भेट वाटायची. मी काय करू शकतो हे तिथे मला समजले.

सात वर्षांचा झाल्यावर मी घरातला ज्येष्ठ पुत्र म्हणून थोडाफार आर्थिक भार उचलावा, इकडून तिकडून थोडेसे कमवावे, अशी अपेक्षा होती. त्याचाच एक नमुना म्हणजे संयुक्त राष्ट्रसंघ प्रत्येक कुटुंबाला ठरावीक प्रमाणात दूध देत असे. ते मिळण्यासाठी आम्हाला रोज ओळखपत्र दाखवावे लागे. दूध घेतल्यावर त्या ओळखपत्रावर दूध घेतल्याचा शिक्का मारत. सगळ्यांना दुधाची गरज होती, असे नाही. शिल्लक राहिलेल्या दुधाच्या रूपाने मला एक संधी उपलब्ध झाली. ज्यांना दूध नको असेल त्यांची दुधाची कार्डे माझ्या आईने गोळा केली. मग ती मला रोजच पहाटे तीन वाजता उठवायची. वितरण केंद्र सहा वाजता सुरू होत असे, त्यामुळे माझा पहिला नंबर लागत असे. मी अशा कार्डांवरचे सगळे दूध विकत घेत असे; मग ते जास्त किमतीला विकत असे. ते लोक दही लावण्याकरता माझ्याकडून दूध घेत असत. दही, चीज आणि इतर दुधाचे पदार्थ करून विकणाऱ्या बायका जास्त

पैसे घेऊन दूध विकत घेत असत. या बायका नेहमी घाईत असायच्या. दूध घेऊन त्याचे पदार्थ तयार करून गाझा शहरातील बाजार उघडायच्या वेळेला त्या विकत असत. तिथे पोहोचायची त्यांना घाई असायची. म्हणूनच एक चपळ, उत्साही आणि बुद्धिमान मुलगा पहाटे उठून पुष्कळ पैसे मिळवून शाळेतही वेळेवर पोहोचत असे.

मी जे जे कमवत होतो, त्याचा उपयोग माझ्या कुटुंबासाठी होत होता. त्या वयात मी जरी फारच थोडे कमवत होतो, तरी माझ्या दृष्टीने ते सोन्याइतके अमूल्य होते. शाळा प्रत्येक मुलाला एक वही, पेन्सिल आणि खोडरबर देत असे. ते सगळे मला एखाद्या अमोल ठेव्याप्रमाणे वाटत असे. त्या माझ्या सगळ्या वस्तू मी शाळेच्या पिशवीत सांभाळून ठेवत असे. खरेतर ती पिशवी पीठ ठेवण्याची जुनी पिशवी होती. त्याचे बंद तुटलेले असल्यामुळे वरच्या बाजूला दोरी बांधलेली होती. खोडरबर जरा खास होते. कदाचित ते खूप छोटे होते म्हणून किंवा यापूर्वी माझ्या आईनेदेखील खोडरबरच कधी बघितले नव्हते. त्यामुळे ते माझ्या हातून हरवू नये म्हणून माझ्या आईने त्याला एक भोक पाडून त्यातून दोरा ओवला होता. गळ्यात घालता यावा एवढा तो दोरा मोठा होता. ते हरवू नये म्हणून तिने हे केले होते. पण काही झाले तरी मी एक लहान मुलगा होतो. ते खोडरबर जरी कितीही अमूल्य असले तरी माझ्या दृष्टीने ते खेळणेच होते. मी ते गळ्यातून काढून हातात घेऊन उंच उंच फिरवीत राहायचो. ते एखाद्या उडत्या तबकडीसारखे दिसायचे. एकदा माझ्या हातातून तो दोरा निसटला. रस्त्यावरच्या गर्दीत ते खोडरबर सापडेना. मी गुडघ्यावर वाकून बारकाईने सगळीकडे ते शोधले; पण मला ते सापडले नाही. आईला मी सांगू शकलो नाही की रबर माझ्या हातून हरवले. तिने नक्की मला मारलेच असते. मी शाळेत पळत गेलो. ज्या शिक्षकांनी मला ते दिले होते, त्यांच्यापुढे रडत खरी हकिगत सांगितली. 'मला माफ करा' असेही मी म्हणालो. त्यांनी मला दुसरे रबर दिले, पहिले होते तसेच. 'आता मात्र हे हरवू नकोस', असे त्यांनी बजावून सांगितले. आता मी नक्कीच ते सांभाळणार होतो. त्याबद्दल त्यांनी काळजी करायची खरेच जरूर नव्हती. कारण पहिले रबर हरवणे, ही माझ्या दृष्टीने घोडचूक होती.

आमच्या गल्लीत आम्ही कुराण शिकत होतो. ते आम्ही तोंडपाठ करीत असू. जेव्हा कधी कुराण पाठांतराची चढाओढ होईल, तेव्हा आम्हाला बक्षीस मिळावे यासाठी आम्ही पाठांतर करीत असू. रमजान सणाच्या वेळेला झालेल्या स्पर्धेत मी प्रथमच पारितोषिक मिळवले. तेव्हा मी दहा वर्षांचा होतो. गाझापट्टीतील इजिप्शियन राज्यपाल अहमद अलाजरोडी यांच्या हस्ते मला बक्षीस मिळाले. बक्षीस घेण्यासाठी माझे नाव पुकारले गेले. रंगमंचावर जाऊन मी माझा हात पुढे केला, तरीही हे बक्षीस मला मिळाले आहे यावर माझा विश्वासच बसेना. दोन आठवडे आमच्या कुटुंबाला

पुरेसे होईल एवढे अन्नधान्य विकत घेण्याइतके रोख पैसे मला बक्षीस म्हणून मिळाले होते. माझ्या अंगावर तेव्हा अक्षरशः ठिगळ लावलेले कपडे होते. मी खरोखर गरीब, दरिद्री मुलगा होतो. जबालिया छावणीतील मशिदीत उभारलेल्या रंगमंचावर मी उभा होतो आणि अडीच इजिप्शियन पौंड (१ अमेरिकन डॉलर) हे बक्षीस मी स्वीकारत होतो. त्या काळात हे परमभाग्य समजले जायचे. सरकारी नोकराला त्या काळात महिना आठ पौंड पगार होता.

त्या वेळेला माझे कुटुंब सार्वजनिक निधीमधून उपजीविका करत होते. अर्ध्या पौंडाला थोडेसे तेल, लोणी, तांदूळ आणि सूप मिळत असे. कुराण पठणाच्या बक्षिसातून मी माझी शाळेची एक महिन्याची फी देऊ शकत होतो. अन्नधान्य आणण्यासाठीही मी रांगेत उभा होतो. त्या दिवशी माझा नंबर आल्यावर दुकानदाराला पैसे देण्यासाठी मी माझ्या खिशात ऐटीत हात घातला. खिशात हात घातल्यावर लक्षात आले की माझ्या खिशात पैसे नाहीत. माझ्या खिशाला असलेल्या भोकातून ते पडले की काय असे मला वाटले. त्या खिशाचे भोक वारंवार शिवले गेले होते. कोणी माझे पैसे चोरले की काय? पैसे गेले एवढेच मला समजले. आता आई खूप रागावणार असे मला वाटले. मी घरी गेलो आता आईला कसे सांगायचे याची मला धास्ती होती.

माझे आईवर खूप प्रेम होते पण मी तिला घाबरत असे. त्या दिवशी पैसे हरवले म्हणून तिने मला खूप मारले. तिच्या मारामुळे कुठूनतरी जादू होईल आणि हरवलेले पैसे मिळतील असे तिला वाटले की काय? मला नंतर तिने परत पाठवले. ती म्हणाली, "जा शोधून आण पैसे. मी अक्षरशः दुकानाच्या टेबलाखाली पडले की काय हे शोधू लागलो. माझी खात्री होती की ते पैसे तिथे सापडणार नाहीत; पण पैसे न घेता परत घरी जायची मला भीती वाटत होती. ती माझ्याशी असे वाईट का वागते, हे मला कळेना. आता मात्र मला समजते की, मुलांना पुरेसे अन्न देऊ शकत नाही म्हणून ती किती हताश होत असेल. जेव्हा आयुष्यात एकामागोमाग एक फटके बसतात, त्या वेळी तुम्हाला समजते की, तुम्ही कितीही निष्ठेने अविरत प्रयत्न केलेत तरी तुमच्या हाताला यश मिळत नाही. हेच नैराश्य तिच्या रागाचे कारण होते. शेवटी ज्यांना आपण संरक्षण देतो आहोत, प्रेम देतो आहोत, त्यांच्यावरच नैराश्याने राग काढला जातो.

ते दिवसच असे होते की, अनेकदा मला माझ्या जीवनाचा वीट यायचा. आम्ही ज्या गरिबीत दिवस कंठत होतो त्याचा मला तिरस्कार वाटायचा. गाढ झोपेतून उठून पहाटे तीन वाजता दूध आणायला जाण्याचा मला प्रचंड वैताग यायचा. असे जीवन जगावे लागते आहे म्हणून मला माझा राग यायचा. कितीही कष्ट उपसले तरीही आमचे जीवन सुधारू शकत नाही, याचा मला राग यायचा. घरातला सगळ्यात

मोठा मुलगा असल्यामुळे माझ्यावर प्रचंड जबाबदारी पडलेली होती. वडिलांचीही जबाबदारी मला उचलायला लागायची आणि लहान भावंडांना बघायला लागायचे. मी सतत दुसऱ्याकरता जगतो आहे; स्वतःकरता नाही, हे तेव्हा मला जाणवायचे. मी खूप अन्याय सहन केले त्या वयात. पण जेव्हा मी त्या भूतकाळाकडे वळून बघतो, तेव्हा त्या परिस्थितीतून बाहेर पडल्याबद्दल मी देवाचे आभार मानतो. ज्या शिक्षकांनी माझा भविष्यकाळ उत्तम आहे असे सांगून मला प्रोत्साहन दिले, त्यांचाही मी आभारी आहे. अनेक शिक्षकांनी मला मदत केली, प्रोत्साहन दिले. माझ्यातील आत्मविश्वास जागवला आणि आहे या परिस्थितीला तोंड देण्याचे सामर्थ्य मला बहाल केले. माझ्या आई-वडिलांपेक्षा माझ्या शिक्षकांनी माझ्याकरता प्रगतीचे दरवाजे उघडले. अतिशय दारिद्र्यातून आम्ही जगत असलो तरी माझा भविष्यकाळ उज्ज्वल आहे, असा धीर ते देत राहिले.

लोकांना आता समजते की, मी अतिशय गलिच्छ आणि दाट लोकसंख्या असलेल्या निर्वासित छावणीत वाढलो, तेव्हा ते विचारतात की ते आयुष्य कसे होते? त्यांना असे वाटायचे की, गरिबी असली आणि अत्यंत प्रतिकूल परिस्थितीत राहत असले तरी लहान मुलांना त्याची झळ बसत नसेल आणि इतर ठिकाणी वाढणाऱ्या लहान मुलांसारखे त्यांचे आयुष्य जात असेल. आम्ही काय आणि कसे खेळत होतो, आम्ही तेव्हा काय काय मजा केली, काही वेळा सार्वजनिक संडासात आम्ही आमच्या मित्रांना बाहेरून कडी घालून कोंडून ठेवत होतो. आम्ही अनेक प्रकारे खोड्या काढत असू. चाळीस अंश तापमानात आम्ही मनमुराद हुंदडत असू. रस्त्यावर पडलेल्या पाण्याच्या नळीने एकमेकांवर पाणी उडवत असू. काही वेळेला रस्त्यावरून जाणाऱ्या-येणाऱ्या लोकांवरदेखील पाणी उडवत असू. काही वेळा मात्र या अशा खेळांमुळे आम्हाला इजा होत असे. एकदा तर मी पाण्याच्या नळीवर जोरात आपटलो. माझ्या अनवाणी पायांना त्यामुळे जखम झाली. आईला हातातले काम टाकून मला संयुक्त राष्ट्र संघाने चालवलेल्या आरोग्य केंद्रात न्यावे लागले. जखमेवर टाके पडले. जाताना ती मला सारखी यावरून ओरडत होती.

जबालिया छावणीतील माझ्या बालपणाची सगळ्यात वाईट आठवण म्हणजे सार्वजनिक संडासातून येणारी प्रचंड दुर्गंधी. माझ्या पोटात भुकेने कावळे कोकलत असायचे. पहाटे उठून दूध आणायला केंद्रावर जावे लागायचे, त्यामुळे मी खूप दमायचो. त्या वेळी हे काम गरजेचेच होते. कारण चार पैसे मिळवून माझ्या कुटुंबाकरता मी मदत करू शकत होतो. शाळेत वेळेवर पोहोचायची मला रोज काळजी वाटे. माझ्या शरीरातील प्रत्येक सांधा यामुळे दुखू लागला होता. मी जेव्हा दमलेला असे, तेव्हा हे दुखणे उफाळून यायचे. यामुळे मलादेखील मजा वाटत नसे. सूर्योदय आणि सूर्यास्ताच्या वेळी आकाश फार सुंदर दिसायचे; पण ते

बघायला मला कधीच सवड मिळाली नाही. जगण्याच्या संघर्षापुढे कविमनाला वाव मिळणे शक्य नव्हते. त्या दिवसांत माझे एकाच गोष्टीवर लक्ष केंद्रित असायचे- चांगले शिक्षण घेऊन त्या छावणीतून बाहेर पडायचे, हे एकच ध्येय मी समोर ठेवले होते.

या परिस्थितीतून बाहेर पडण्यासाठी शिक्षण घेणे, हा एकमेव मार्ग माझ्यासमोर होता. सगळ्यात मोठा मुलगा असल्यामुळे इतर भावंडांच्या समोर माझा आदर्श राहावा, हा माझा प्रयत्न असायचा. ते माझे कर्तव्य मला वाटायचे. पण हे सगळे फार कठीण होते. आमच्या एकमेव खोलीत जमिनीवर बसून कंदिलाच्या प्रकाशात मी गृहपाठ करीत असे. त्या वेळी माझी भावंडे तिथेच कडमडत असायची. मी त्यांच्या आवाजाकडे दुर्लक्ष करून गृहपाठ करण्याकडे लक्ष देत असे. पण काही वेळा हे मला अशक्य होत असे. मला एका पावसाळी दिवसाची आठवण येते. मी माझा गृहपाठ काळजीपूर्वक करत होतो. माझ्या शिक्षकांना लिहिताना व्यवस्थितपणा हवा असे. एकदम एक पाण्याचा थेंब माझ्या वहीवर पडला. परत एक थेंब पडला. माझा लिहिलेला गृहपाठ पुसट होत गेला. ते पाण्याचे थेंब खालच्या पानावर झिरपले. छप्पर गळत होते. त्याचे थेंब पडल्याने माझा गृहपाठ वाया गेला. मला तो परत करावा लागला.

माझ्या वाढत्या वयात उन्हाळी शिबिरे नव्हती; सांघिक खेळ नव्हते किंवा व्हिडीओ, दूरदर्शन काही नव्हते. माझ्या घरातच नाही, तर कुठेच नव्हते. माझे लक्ष मी अभ्यासावर केंद्रित केले होते. मी शाळेत नसलो किंवा अभ्यास करत नसलो तर त्या वेळी मी पैसे मिळवायच्या मागे असे. माझे शिक्षण पूर्ण करण्यासाठी मला पैशांची गरज होती.

आमची आई एखाद्या सिंहिणीप्रमाणे आमचा बचाव करीत असे. ती तितकीच करारी होती. आमच्याकडून तिच्या अपेक्षा खूप होत्या. आमची परिस्थिती सुधारण्यासाठी ती जितके प्रयत्न करीत होती, तितकेच प्रयत्न माझ्याकडूनही व्हावेत अशी तिची अपेक्षा असायची. जेव्हा जेव्हा मी कमी पडत असे, तेव्हा तेव्हा मला मार खावा लागे. पॅलेस्टिनी स्त्री ही पॅलेस्टिनी लोकांच्या प्रतिकूल परिस्थितीत तग धरून टिकून राहण्याची मुख्य आधारस्तंभ होती. यशाच्या मागे उभी असलेली ती खरी नायिका आहे. सगळे जेवल्याखेरीज ती स्वतः जेवत नसे. पॅलेस्टिनी स्त्रीने कधीही परिस्थितीशी दोन हात करण्याचे सोडले नाही. आपल्या मुलांना सावलीत ठेवून ती स्वतः अडथळ्यांना तोंड द्यायची. माझ्या आईच्या दृष्टीने आहे त्या परिस्थितीत आम्ही सगळ्यांनी जगणे, टिकून राहणे हे सर्वांत महत्त्वाचे होते. शाळाही महत्त्वाची होती; पण पैसे मिळवण्याइतके त्याला महत्त्व नव्हते. जर आणखी पैसे मिळवण्याची संधी मिळाली तर शाळा बुडवून मी पैसे मिळवावेत, असे तिचे म्हणणे असायचे.

एक घटना माझ्या पक्की स्मरणात आहे. परंतु मी मोठा होईपर्यंत त्या घटनेचे गांभीर्य मला उमगले नाही. १९६६ मध्ये म्हणजे सहा दिवसांचे जे युद्ध झाले ज्यामुळे गाझावरचा इजिप्तचा कारभार संपुष्टात आला, इस्राईलचा अंमल इथे सुरू झाला, त्या वेळेला माझ्या मामेभावाने मला 'त्याच्याबरोबर इजिप्तला येतोस का' असे विचारले. मी तेव्हा फक्त अकरा वर्षांचा होतो. जायच्या कल्पनेने मी खूश झालो. तो व्यापारी होता, असे आईने सांगितले. तो गाझामधून माल नेऊन इजिप्तमध्ये विकायचा. कैरोला जाताना मी या सहलीबद्दल अनेक स्वप्ने रंगवली होती. तेथील पिरॅमिड्स, गमाल अबदेल नासर यांच्या वाढदिवसाचा उत्सव याबद्दल सगळे लोक बोलत असायचे. तिथले प्राणिसंग्रहालय बघण्याची मला उत्सुकता होती. मी तर जबालिया छावणीच्या बाहेर फक्त एक दिवस गेलो होतो- तेसुद्धा गाझा शहरात. ते जवळच होते. मी प्राणिसंग्रहालयातील प्राण्यांची फक्त चित्रे, फोटो बघितले होते. पिरॅमिड्सची चित्रे बघितली होती. राष्ट्राध्यक्ष नासर यांच्याबद्दल सतत चर्चा होत असायची. तो असा आहे, तसा आहे असे लोक बोलायचे. ज्याच्याबद्दल सर्व जण बोलायचे त्याला मी प्रत्यक्ष पाहू शकणार होतो.

सीमारेषा पार करून जाण्यासाठी लागणारी सर्व तयारी माझ्या मामेभावाने केली. आईने मला खास जाकीट वापरण्यासाठी दिले. त्या जाकिटाला तिने जास्त खिसे केले होते. तिने मला नऊ नंबरचे बूट खास वापरायला दिले होते. खरे तर ते मला सैलच होत होते. माझ्या मामेभावाने त्याला विकायला न्यायचे होते ते पायमोजे त्या बुटात भरून ते बूट मला घालण्याजोगे केले. गाझा हा करमुक्त विभाग होता. माझा मामेभाऊ इजिप्तमध्ये प्रवेश करताना त्या वस्तूंवरचा आयात कर बुडवत असे, हे मला समजले नव्हते. इजिप्तमध्ये त्याने नेलेल्या मालाची किंमत कमी राहावी म्हणून तो असे करत असे. मला वाटले की, मी त्याच्या कामात त्याला मदत करतो आहे आणि खरचच मी ते करत होतो. या कामाकरता तो मला घेऊन आला म्हणून मला माझा अभिमान वाटत होता; मी आता पुरेसा मोठा झालो आहे असे मला वाटते.

माझा मामेभाऊ त्याच्या भागीदाराला बरोबर घेऊन मोटारीने इजिप्तला निघाला होता. मला मात्र आगगाडीत बसवून दिले. दुसरा एक भागीदार माझ्याबरोबर प्रवास करीत होता. आगगाडीने गाझाची सीमा पार करून इजिप्त देशात प्रवेश केला. त्या वेळी आयात कर अधिकारी तपास करायला आगगाडीत आमच्या डब्यात शिरला. तो सर्व प्रवाशांची आणि त्यांनी बरोबर आणलेल्या सामानाची तपासणी करत होता. कोणी कर बुडवून माल इजिप्तमध्ये नेत नाही ना, हे तो बघत होता. त्याने मला विचारले की, 'तुझ्याकडे काही करपात्र माल आहे का?' मी आत्मविश्वासपूर्वक म्हणालो, 'नाही' तो काय विचारतो आहे हे माझ्या बालबुद्धीला तेव्हा उमगले नाही.

त्या अधिकाऱ्याचा माझ्यावर विश्वास बसला नाही. त्याने माझे जाकीट उघडले. त्यात सर्व नवे मोजे कोंबलेले आहेत हे त्याला दिसले. त्याने मला जोरात थोबाडात मारली. माझी काय चूक झाली हे मला समजलेच नाही. त्याने माझा कान पकडला आणि तो माझ्या अंगावर ओरडू लागला. ते ऐकून मला खूप भीती वाटली. त्याच बोगीत आणखी एक माणूस बसलेला होता तो सैन्यात होता. तो भारतातून आलेल्या शांतिसेनेतील होता. त्याला माझी दया आली आणि तो म्हणाला, 'जाऊ दे, सोडा त्याला' माझ्याबरोबर असलेल्या मामेभावाच्या भागीदाराने तसेच सांगितले आणि त्या अधिकाऱ्याला काही पैसे देऊ केले. मग त्याने मला सोडून दिले. मी कैरोला पोहोचेपर्यंत घाबरून थरथर कापत होतो.

आगगाडी इच्छित स्थळी- म्हणजे कैरोला थांबल्यावर मी खाली उतरलो. समोरचे दृश्य पाहून माझा विश्वासच बसेना. जबालिया छावणीत वीज नव्हती; पण कैरोला झगझगाट होता. जगाची राजधानी ती हीच की काय, असे मला वाटले. जमिनीखालून मी उंचावर म्हणजे चंद्रावर पोहोचलो, असे मला वाटले. रंगीबेरंगी आणि गजबजाट असलेले ते स्टेशन होते. माझ्यासारख्या लहान मुलाच्या नजरेतून ते भव्य दिव्य वाटले. पण हे मोठे शहर डोळे भरून मी बघू शकणार नाही, तेवढा वेळच नाही, हे मला नंतर समजून आले. त्या भागीदाराने एका स्वस्त हॉटेलात मला नेले. तिथे स्थानिक व्यापाऱ्यांना गाझातून आलेले व्यापारी भेटत असत. तिथेच माझा मामेभाऊ मला परत भेटला आणि त्याच हॉटेलमध्ये माझा मुक्काम होता. गिऱ्हाइके ये-जा करत होती. माझा मामेभाऊ त्यांच्याशी संवाद साधत होता. त्याचा व्यापार करत होता.

अशा रीतीने माझी गाझातून बाहेर पडलेली पहिली सफर होती. त्यात मी कर चुकवून माझ्या मामेभावाकरता इजिप्तमध्ये माल नेला होता. एवढेच काय, त्याने जाणूनबुजून मला असे माल घेऊन पाठवले होते. त्या भारतीय सैनिकामुळे त्या प्रसंगातून मी बचावलो. भावाच्या भागीदाराने दिलेल्या लाचेमुळे माझी सुटका झाली. मला याचे बक्षीस काय मिळाले तर इजिप्तच्या कालव्याच्या विभागात तयार झालेले कलिंगड. ते इस्त्राईल शहरातून आलेले होते. ते कलिंगड मी माझ्या कुटुंबीयांसाठी घरी घेऊन आलो. माझ्या आईला आल्यावर मी सर्व हकिकत सांगितली तेव्हा ती जोरजोरात हसायला लागली. जणू तिला माहीत होते की माझा वापर सामान नेण्यासाठी केला गेला होता.

मी त्या चुकीच्या केलेल्या धाडसातून पार पडलो, परत आलो. जगण्यासाठी माझा संघर्ष सुरू केला. शाळेत जायचे, थोडे पैसे कमवायचे, हे काम सुरू झाले. मी आइस्क्रीमही विकले. शाळा सुटल्यावर मी बी-बियाणे, जेरेनियम विकत असे. मिळेल ते काम मी करत होतो. उन्हाळ्याच्या सुट्टीचा आनंद मला कधी मिळाला

नाही. काही दिवस विटांच्या कारखान्यात मला काम मिळाले होते. विटा ओळीने रचून त्या कडक व्हाव्यात म्हणून त्यांच्यावर पाणी ओतायचे. मग त्या लाकडी चौकटीत नेऊन ठेवायच्या. त्याचा मोबदला म्हणून शंभर विटांकरता मला दोन इजिप्शियन पैसे मिळायचे. शाळा सुटल्यावर मी तो कारखाना बंद होईपर्यंत काम करत होतो. शंभर पैसे म्हणजे एक इजिप्शियन पौंड होता. २.३ इजिप्शियन पौंड म्हणजे एक अमेरिकन डॉलर होता. खरे तर या नोकरीत मला काही जास्त पैसे मिळत नव्हते; पण जे काही मिळायचे ते मी घेत होतो. काही वेळा हे काम मला नको वाटायचे. मिळवलेल्या पैशांपैकी काही पैसे आपण आपल्याकरता खर्च करावेत, असे कोणत्या मुलाला वाटणार नाही? पण मी मात्र कमावलेले सर्व पैसे आईला देत असे.

शाळा हे एक असे ठिकाण होते की, जिथे मला स्वतःला बक्षिसे मिळत असत. सदुसष्ट साली जेव्हा मी सहावीत होतो, तेव्हा मला शाळेचा निवेदक म्हणून निवडले गेले. वर्गप्रमुखासारखे हे काम मानाचे होते. शिक्षक रोज बातम्या तयार करत. त्या मी ध्वनिक्षेपकावरून वाचून दाखवत असे. एक संपूर्ण सत्र हे काम मी केले. मला ते खूप आवडले. शाळेतील सर्वच गोष्टी मला आवडल्या. शिक्षकांनी माझ्या मनावर असे बिंबवले की, शिक्षण हे मोलाचे आहे. ते घेतल्यावर जीवनात तुम्ही पाहिजे ते करू शकता. सगळेच शिक्षक असे सांगत नसत; पण मी ज्यांना मानतो, आदर करतो, ते मला असे वरचेवर सांगत असत. शिक्षकांनी आपले कौतुक करावे म्हणून मी शर्थ करत असे. वर्गात प्रथम क्रमांक मिळवण्याचा मी प्रयत्न करत असे. मला आठवते की, गाझापट्टीतील सगळ्या शाळांतील सहावीच्या परीक्षेचा अंतिम निकाल जाहीर होत असे. त्याच दिवशी सहा दिवसांचे युद्ध सुरू झाले होते. माझ्या परीक्षेच्या निकालाबाबत मी फार उत्सुक होतो; त्यामुळे त्या युद्धाची सुरुवात मला काही फार महत्त्वाची जाणवली नाही. कदाचित या लढाईबद्दल मी अनभिज्ञ होतो; पण नंतर त्याबद्दल मी माहिती मिळवली.

माझ्या आयुष्यातील ते काही पहिले युद्ध नव्हते. १९५६ च्या सुवेझ युद्धाच्या वेळी मी अगदी लहान होतो. बालकच होतो. त्या वेळी ब्रिटन-फ्रान्स आणि इस्त्राईल या देशांनी २६ ऑक्टोबर १९५६ रोजी इजिप्तवर हल्ला केला. इजिप्त आणि इस्त्राईल हे दोन देश १९४८ पासून भांडत होते. इस्त्राईलने आपला स्वतंत्र देश स्थापन केल्याचे जाहीर केले, तेव्हापासून हा वाद चालू आहे. माझ्या वडिलांनी मला सांगितले होते की गाझापट्टीचा सबंध भागच तेव्हापासून कायम अस्वस्थ आहे. कायमच सीमावाद आहे आणि केव्हाही, कुठेही इस्त्राईलवरून हल्ला होऊ शकतो. जेव्हा सिनई युद्ध सुरू झाले, तेव्हा लोकांना आश्चर्य वाटले नाही. आस्वान धरण बांधण्याकरता ब्रिटन आणि अमेरिकेने मदत करण्याचे नाकारले. त्यानंतर इजिप्तने

सुवेझ कालव्याचे राष्ट्रीयीकरण केले, तेव्हापासून हे युद्ध पेटले. हे युद्ध किती प्रमाणात वाढेल याचा लोकांना तेव्हा अंदाज आला नाही. त्या युद्धामुळे त्यांचे आयुष्य कसे बदलेल, याचाही अंदाज आला नाही. पण बहुतेक सर्व युद्धांप्रमाणेच या सिनई युद्धातून काही निष्पन्न झाले नाही. फक्त गाझापट्टीतील लोकांचे आयुष्य आमूलाग्र बदलले. इस्राईलने सहा महिने गाझापट्टीवर ताबा मिळवला. त्या वेळी गाझापट्टीवर सुरू झालेला इजिप्शियन अंमल अकरा वर्षे टिकला. (नंतर मला कळले की, त्या युद्धातच अमाल अब्देल नासर हा इजिप्तचा पुढारी उदयाला आला. तो अत्यंत प्रभावशाली होता. तेव्हापासून संयुक्त राष्ट्रसंघ मध्यपूर्वेतील प्रमुख मध्यस्थ ठरले.)

सदुसष्टचे सहा दिवसांचे युद्ध जरा वेगळे होते. माझ्या बारा वर्षांच्या बालबुद्धीला असे वाटले की ही लढाई विनाकारण सुरू झाली. सहावीचा निकाल शाळेत केव्हा जाहीर होतो याकडे मी डोळे लावून बसलो होतो. माझे नाव वर्गाच्या यादीत पहिल्या क्रमांकावर दिसावे, अशी माझी इच्छा होती. पण इजिप्त आणि इस्राईल या देशांतील वाढत्या तणावामुळे आमचे पॅलेस्टिनी शिक्षक बेचैन होते. या तणावाच्या परिस्थितीकडे त्यांचे लक्ष होते. त्यामुळे त्यांनी फक्त पास-नापासाची यादी लावली. १९४८ च्या युद्धाचा बदला घेण्यासंबंधी मोठी माणसे कायम चर्चा करीत असत. माझ्यासारखा लहान शाळकरी मुलगा कुटुंबाकरता पैसे किंवा काही मदत कशी मिळेल या दृष्टीने विचार करताना या मोठ्यांच्या नुसत्या चर्चेला काडीचा अर्थ नव्हता. नंतर मात्र या चर्चेचा सूर बदलला. या युद्धात इस्राईलचा संपूर्ण पराभव होईलच असे लोक बोलू लागले.

पण तसे घडले मात्र नाही. ५ जूनला युद्ध सुरू झाले आणि १० जूनला संपले. फक्त सहा दिवस ही लढाई चालली. त्या वेळी इजिप्शियन विमाने उड्डाण करायच्या आधीच इस्राईलने ते विमानतळ उद्ध्वस्त करून टाकले. इजिप्त, जॉर्डन, सीरिया व इराक, सौदी अरेबिया, सुदान, ट्युनेशिया, मोरक्को, अल्जीरिया या देशांचे जे सैन्य होते, त्यांचा पराभव इस्राईलने केला. या सर्व देशांनी इजिप्तला सैनिक आणि युद्धसामग्री पुरवली होती.

१९५६ चे सिनई युद्ध संपल्यावर संयुक्त राष्ट्र संघाची शांतिसेना युद्ध करणाऱ्या दोन देशांना अलिप्त ठेवण्यासाठीचे काम करीत होती. पण हे युद्ध ज्या कारणासाठी सुरू झाले ते अर्धवट राहिल्यामुळे आता पुन्हा युद्ध सुरू झाले. मे १९६७ मध्ये गमाल अबदेल नासेरने संयुक्त राष्ट्र संघाला इजिप्त आणि गाझा पट्टीतील संयुक्त राष्ट्राच्या शांतिसेनेला परत बोलावण्याचे सुचवले आणि इस्रायली निशाण असलेल्या आणि युद्धाला मदत करणारी सामग्री घेऊन जाणाऱ्या जहाजांना इराणच्या सामुद्रधुनीतून जाण्यास बंदी केली. त्यामुळे युद्ध परत पेटले. अरब देशांनी

इजिप्तच्या या कृतीला पाठिंबा दिला. इस्राईलने सत्तर हजार राखीव सैन्याला युद्धासाठी बोलावले. इस्रायली मंत्रिमंडळाने इजिप्तवर हल्ला करण्याचा निर्णय घेतला. त्यामुळे अनेक आठवडे दोन्ही देश एकमेकांसमोर सशस्त्र युद्धासाठी उभे ठाकले. मग युद्ध पेटले. अगदी थोड्या दिवसांतच इस्राईलने आश्चर्यकारक विजय मिळवला. सिनई द्वीपकल्प, गाझापट्टी, पश्चिम किनारा, पूर्व जेरुसलेम आणि गोलान टेकड्या या सर्वांवर इस्राईलने ताबा प्रस्थापित केला.

त्या वेळी मी या बाबतीत अनभिज्ञ होतो. निरनिराळ्या देशांच्या राजधानीत असलेल्या माझ्या बांधवांच्या दृष्टीने ही फारच महत्त्वाची घटना होती. ज्या अनेक नावांनी हे युद्ध ओळखले जाते, त्यावरून हे सिद्ध होते. अरबी भाषेत १९६७ चे हार्ब, तर हिब्रू भाषेत मिलहेमेट शेशेट हायामिम असे म्हणतात. जगातील बाकीचे देश १९६७ चे अरब-इस्राईल युद्ध या नावाने ओळखतात. तिसरे अरब-इस्रायली युद्ध किंवा नकसा या नावाने ओळखतात.

या सहा दिवसांच्या युद्धाने या विभागात भौगोलिक आणि राजकीय उलथापालथ झाली. मी त्या वेळी फक्त बारा वर्षांचा होतो. हे युद्ध म्हणजे ट्रांझिस्टरवरची बातमी किंवा एखादी अफवा नव्हती. माझ्या डोळ्यांसमोर हे युद्ध झाले. तेव्हा आता जगच बेचिराख होणार, असेच मला वाटले.

आमच्या रस्त्यावरून इस्रायली रणगाडे धावत होते. बॉम्बहल्ले होत होते. रणगाड्यातून तोफेचे गोळे सुटत होते. छावणीभर आगी लागत होत्या. सगळे दृश्य भयानक होते. जो तो जीव वाचवायला पळत सुटला. कित्येक पालक मुलांना ठेवून जीव वाचवायला पळत होते. सगळीकडे गोंधळ, आवाज, भीती, घबराट होती. आमच्या कुटुंबातील बहुतेक सर्व फळबागेत लपले. जबालिया छावणीच्या उत्तरेला बैत लाहिया इथे ती फळबाग होती. इतर शेकडो लोकांनी तोच मार्ग अनुसरला. तिथे गेल्यावर लक्षात आले की, काही कुटुंबे आलीच नाहीत. ती मागेच राहिली. या परिस्थितीत मनाला येईल तसे लोक आसरा घ्यायला सैरावैरा पळत होते. माझे काही भाऊदेखील पोहोचले नाहीत. माझे आई-वडील तसेच इतरही काही पालक हे समजल्यावर जोरजोरात रडायला लागले. अक्षरशः सावळा गोंधळ होता. हल्लकल्लोळ माजला होता.

आम्ही तिथे तीन-चार दिवस राहिलो. जमिनीवरच झोपलो. जर्दाळू आणि सफरचंद खाऊन दिवस काढले. त्या बागेतील फळे संपेपर्यंत त्यावर गुजराण केली. चार दिवसांनी आम्ही लपतछपत घरी परत आलो, तेव्हा ज्यांना कुठेच पळून जाता आले नाही, ते लोक खड्डे खणून त्यावर पत्रे टाकून लपून बसलेले दिसले. आमचे काही शेजारी मारले गेले किंवा बेपत्ता झाले. इस्राईल सैन्याने गाझावर ताबा मिळवला होता. रस्त्यावर सगळीकडे रणगाडे होते. त्यावर असलेले सैनिक आम्ही घरी परतत असताना आमच्यावर बंदुका रोखत होते. यापूर्वी मी इस्रायली सैनिक पाहिले नव्हते.

अचानक लाउडस्पीकरवर घोषणा झाली की, जबालिया छावणीतील सर्व लोकांनी सार्वजनिक चौकात जमावे. मला खात्रीने असे वाटले की, आम्हा सगळ्यांना आता मारून टाकणार. पूर्ण छावणीकरता पुरेल एवढा पाण्याचा तलाव त्याच चौकात होता. पण उन्हाळा असल्यामुळे त्यात पाण्याचा एक थेंबदेखील नव्हता. सैनिकांनी आम्हाला त्या तलावाच्या भोवती रांगेत उभे राहायला सांगितले. मला असे वाटले की त्या तलावात आम्हाला उड्या मारायला सांगून ते सैनिक गोळ्या घालतील.

पण सैनिकांनी काही तरुणांना अटक केली. ते माझ्या ओळखीचे तरुण नव्हते. त्यांना तुरुंगात टाकले. मग आम्हाला परत घरी जायला सांगितले. कोणताही नियम न मोडण्याची तंबी दिली. त्यातील महत्त्वाचा नियम हा होता की संध्याकाळी सहा ते सकाळी सहापर्यंत संचारबंदी होती. माझ्या दृष्टीने ते सहा दिवसांचे युद्ध संपलेले होते.

लोकांनी जसे या वेळी वागावे अशी माझी अपेक्षा होती, तसे ते वागले नाहीत. मुलांना बरोबर न घेता पळून जाणारे पालक माझ्या अपेक्षेला उतरले नाहीत. त्याचप्रमाणे सैनिक आम्हाला गोळ्या घालून ठार मारतील असे वाटले, पण तसे घडले नाही. हे अनुभवताना मी मात्र बेचैन, अस्वस्थ झालो. लोक फक्त बोलतात, कृती मात्र करत नाहीत, हे मला कळून चुकले. माझ्या गरिबीमुळे माझी प्रगती रोखली गेली आहे, हे एकच कारण माझ्याबाबतीत नव्हते. इस्रायली आणि आपण वेगवेगळे का आहोत, आपल्याला वेगळ्या रीतीने का वागवले जाते, असे अनेक प्रश्न मी विचारू लागलो. भेदभावाबद्दल जाणून घेऊ लागलो. वयाच्या बाराव्या वर्षी मी खऱ्या अर्थाने डोळे उघडे ठेवायला शिकलो. ज्या परिस्थितीमध्ये मी वाढत होतो, ती जाणून घेण्याचा प्रयत्न करू लागलो.

युद्ध थांबल्यावर इस्रायली गाझात येऊ लागले. गाझाचा जो भाग संपन्न होता त्याच भागात त्यांचा वावर सुरू झाला. निर्वासित येण्यापूर्वी गाझातील मूळ लोक जिथे वस्ती करून राहत होते, तो हा भाग होता. ताजी फळे, मासे, ताज्या भाज्या हे या भागातील वैशिष्ट्य होते. तेच इस्रायली लोकांचे आकर्षण ठरले. त्यांच्या येण्यामुळे मला काही पैसे मिळू शकतील असे मला वाटले. मी त्यांनी खरेदी केलेल्या सामानाच्या पिशव्या उचलून न्यायला मदत करू लागलो. त्यांच्याकरता फळे विकत आणून देऊ लागलो. जबालिया छावणीतून या भागात पोहोचण्याकरता मला सहा किलोमीटर चालावे लागे. खांद्यावर जड पिशव्या वागवत होतो. याची मला थोडी मजुरी मिळत असे.

सप्टेंबर १९६७ मध्ये शाळेचे नवीन वर्ष सुरू झाले. त्या वेळी प्रथमच मी माझ्या ध्येयाबाबत साशंक झालो. मी शाळेची एवढी पर्वा का करतो आहे? कारण आमचे भविष्य अंधारातच होते. आम्ही तिथे बंधनातच होतो. त्यातून सुटका होईल

असे वाटत नव्हते. मी आता पुरेसा मोठा झालो होतो. या बंधनाचे परिणाम काय होतील हे मला आता समजत होते. मला शाळेत चांगले गुण मिळत होते. तरीही या परिस्थितीतून शेवट काय होणार आहे, हे मला समजत नव्हते. माझ्या कुटुंबीयांना माझ्याकडून आर्थिक मदतीची अपेक्षा होती. छोटी कामे शोधण्यात मी तरबेज होतो. पैसे मिळवून माझ्या परिवाराला थोडे सुख देण्यात काय चूक आहे; कशाला शाळेत जायचे, असे वाटू लागले होते. सगळ्यात मोठा मुलगा असल्यामुळे मदत करणे माझे कर्तव्य होते. शिक्षण घेऊन आयुष्य सुधारण्याचे स्वप्न मी सोडून द्यायला हवे.

म्हणून सातवीत गेल्यावर मी शाळेला दांड्या मारायला लागलो. जर काही काम मिळाले तर मी शाळा बुडवत असे. संत्र्याच्या टोपल्या पहाटे तीन वाजेपर्यंत उचलण्याचे काम करून जर मी दमलो तर शाळेत जायच्याऐवजी मी आराम करत असे. मी शाळेत जात नाहीये हे माझ्या पालकांना माहीत होते. पण त्या दोघांना वाटे की पैसे मिळवणे हे जास्त योग्य आहे. शाळेत शिकण्यापेक्षा ते मोलाचे आहे. मी माझ्या धाकट्या भावंडांना माझा आदर्श घालून दिलेला होता की शाळेत जाऊन शिकावे; पण काम करायला लागल्यापासून मी हा आदर्श सोडून दिला.

माझ्या इंग्रजी शिकवणाऱ्या शिक्षकांनी एकदा मला बाजूला घेतले. ते म्हणाले की मी हुशार विद्यार्थी आहे. विश्वविद्यालयात जाऊन शिक्षण घेऊ शकेन इतका मी हुशार आहे. मी डॉक्टर किंवा वकील, इंजिनिअर होऊ शकेन. शाळा बुडवण्याचे दुष्परिणाम मी लक्षात घ्यावेत असेही त्यांनी मला समजावले. त्या वेळी खरेतर मी शाळा सोडून देण्याच्या विचारात होतो; पण त्यांनी समजवल्यावर मी माझ्या शिक्षकांचे ऐकायचे ठरवले. अगदीच जरूर असेल तेव्हा मात्र मी शाळेत जात नसे. माझ्या कुटुंबातील जबाबदाऱ्या मला कष्ट करायला भाग पाडत होत्या. पण शिक्षण चालू ठेवण्याकरता माझे शिक्षक सतत प्रोत्साहन देत होते. मी शिक्षकांना खूश ठेवण्याचा आटोकाट प्रयत्न केला. खास करून इंग्रजी शिकवणाऱ्या शिक्षकांना मी खूश ठेवत होतो. हिवाळी सुट्टी दोन आठवड्याची असायची. तेव्हा शिक्षक जास्त गृहपाठ देत असत. सुट्टीत मी रोज काम करून पैसे मिळवत असे. मी आठवीत असताना हिवाळी सुट्टीत मी माझा इंग्रजीचा गृहपाठ लवकर संपवला आणि सुट्टी सुरू व्हायच्या आधीच शिक्षकांना गुण देण्यासाठी नेऊन दिला. शिक्षण पूर्ण करण्यासाठी माझ्या शिक्षकांनी सतत प्रोत्साहन दिले, म्हणून मी त्यांचा नेहमी ऋणी राहीन.

आठवी संपत आल्यावर मात्र मी क्वचितच शाळा बुडवत असे. पण काम करून पैसे मिळवणे मी कधीच थांबवले नाही. थंडीच्या दिवसात संत्री-मोसंबीसारखी फळे ट्रकमध्ये भरण्याचे काम नेहमीच मिळत असे. उन्हाळ्यात खत ट्रकमध्ये भरण्यासाठी मी शेतावर जात असे. गळ्यात अडकवलेल्या दोन टोपल्यांत खत

भरायचे आणि ते ट्रकमध्ये ओतायचे हे काम होते. मला वाटायचे का, गाढवाप्रमाणे आपण ओझे वाहत आहोत. त्या खताचा वास अगदी घाण असायचा. उन्हाळ्यात शरीराची लाही लाही होत असे. खत माझ्या स्वतःच्या वजनापेक्षा जास्त आहे की काय, असे मला वाटायचे. हे काम मिळायला मला पाच-सहा किलोमीटर चालत जावे लागे. चालायला दोन तास लागायचे. सहाला पोहचण्याकरता मला चार वाजता उठायला लागायचे. त्या वेळी काम सुरू व्हायचे. माझ्या कमकुवत पायांना जाणे-येणे हे फार त्रासदायक वाटायचे. माझे सांधे सुजायचे, दुखायचे. एक दिवस पहाटे मला वाटले की, आज मी उठू शकणार नाही. माझ्या पायावर उभे राहणे शक्य नव्हते. संयुक्त राष्ट्राच्या आरोग्य केंद्राने मला गाझामधील अल शिफा हॉस्पिटलमध्ये पाठवले.

मी डॉक्टरांना माझ्या सांधेदुखीबद्दल खूप प्रश्न विचारले. माझ्या आजारावर ॲस्पिरिनचा मोठा डोस घ्यायला हवा, हे मला त्या वेळी समजले. सांधेदुखीबद्दल आणखीही ज्ञान मला मिळाले. त्या मिळालेल्या माहितीचे मला कमालीचे आकर्षण वाटले. माझ्यासारखे ते डॉक्टर्स आणि नर्सेसदेखील पॅलेस्टिनी होते. त्यांना असलेली सगळी माहिती मला जाणून घ्यावीशी वाटू लागली. त्यांच्यासारखी चांगली नोकरी आणि समाजात आदर मिळवून जगावेसे वाटू लागले. माझ्या माहितीच्या एका डॉक्टरच्या घरी नळाने पाणी येत होते. त्यांना भेटायला आलेल्या लोकांना बसण्याकरता वेगळी खोली होती. जिला बैठकीची खोली म्हटले जाई. पण माझ्यावर सगळ्यात जास्त प्रभाव पडला तो वैद्यकीय आचारपद्धतींचा. एखाद्या आजाराला उलथवून टाकण्याची किंवा कमी करण्याची ताकद औषधोपचारांमध्ये असते, हे जाणून मी अतिशय प्रभावित झालो. डॉक्टरांमुळे समाजातील इतरांना खरोखरच मदत मिळते आहे, हे मला स्वतःला समजत होते. याचाच परिणाम म्हणून मी डॉक्टर बनण्याचे स्वप्न पाहू लागलो. मलाही वाटले की, जर मी डॉक्टर झालो तर माझ्या कुटुंबाची परिस्थिती सुधारणे मला शक्य होईल; शिवाय इतर पॅलेस्टिनी लोकांची सेवा मला करता येईल.

पण या सुंदर विचारांबरोबर हॉस्पिटलसंबंधी इतरही वेगळे अनुभव मला आले. एका पॅलेस्टिनी मुलीबरोबर मला हॉस्पिटलच्या एका खोलीत राहावे लागले. तिच्या घरातील लोक त्या मुलीकरता जे जेवण आणत, तसे जेवण मी आयुष्यात पाहिले नव्हते. ते काही आमच्यासारखे निर्वासित नव्हते, ते केळ्याचा घड आणत असत. आमच्या घरी जर कधी केळ आणले तर माझी आई त्या केळाचे समान तुकडे करायची आणि प्रत्येक मुलाला एक तुकडा द्यायची. एकट्याला पूर्ण केळ खायला मिळणे, ही चैनीची बाब होती. त्या हॉस्पिटलच्या खोलीत असलेले कपाट मी आणि ती मुलगी वापरत होतो. एकदा रात्री मी तिच्या केळाच्या घडातले केळे काढून

खाल्ले. मला ते खूप आवडले. मी केळे चोरले हे मी कबूल करतो. जर तुम्ही भुकेले असाल तर असे चोरून खायला कुराणात परवानगी दिली आहे, हे मी स्वतःलाच समजावले.

स्त्री-पुरुष नर्सेस आणि डॉक्टर्स यांचे एकमेकातले संबंध पाहून माझ्याही मनावर चिरकाल टिकणारा परिणाम झाला. काम करताना हे लोक अगदी हसत खेळत काम करायचे. ते खूप कष्ट करायचे. एकमेकांना साहाय्य करायचे आणि एकमेकांबद्दल त्यांच्या मनात आदराची भावना असे. हॉस्पिटलमधील वातावरण घरी मी पाहत असलेल्या वातावरणाच्या मानाने खूपच वेगळे, चांगले होते. तिथे स्त्री-पुरुष यांच्यात भेदभाव नव्हता. दोघात खेळीमेळीचे संबंध होते. नर्सेस आणि डॉक्टर्स यांच्या जवळीकीबद्दल कुजबुज होत असे त्याचप्रमाणे ते एकमेकांना चिडवत असत. माझ्या जगात स्त्री-पुरुष एकत्र काम करत नसत. एकमेकांबरोबर विनोद तर मुळीच करत नसत. या आरोग्य केंद्रात मी असे स्त्री-पुरुषात एकमेकांबद्दल मनमोकळे, प्रेमाचे नाते बघितले. ते तसे असायचे. ते प्रणयरम्य नाते होते. ते मला नैसर्गिक वाटायचे. मी ज्या गाझाच्या निर्वासित छावणीत राहत होतो, त्या गल्लीत किंवा माझ्या खेड्यात असे वातावरण अजिबात नव्हते.

मी पंधरा वर्षांचा असताना मला उन्हाळ्यात इस्त्राईलमध्ये काम करण्याची संधी मिळाली. अश्केलॉन शहराजवळ असलेल्या मोशे हुडाया नावाच्या शेतावर मी काम करीत असे. मेडमुनी कुटुंबाचे ते शेत होते. चाळीस दिवस मी एका ज्यू शेतकऱ्याच्या घरी- त्यांच्या परिवारात राहिलो. सकाळी सहापासून रात्री आठपर्यंत मी काम करीत असे. दिवसांचे सर्व तास मी राबत होतो. यापूर्वी घर सोडून मी कधीच कुठेही राहिलो नव्हतो. कैरोच्या ट्रिपला मी गेलो होतो मामाबरोबर, तेवढेच दिवस मी घरापासून दूर होतो. त्या वेळी मला एकाकीपण एवढे जाणवले होते, त्या आठवणींनी माझ्या पोटात अजूनही गोळा येतो. पण ते सेफर्डिक ज्यू कुटुंब माझ्याशी खूपच प्रेमळपणे वागत होते. माझ्या कामात कित्येकदा चुका होत असत, तरीही ते कधीच रागवत नसत.

अजूनही माझ्या अंगावर जुने पुराणे कपडे होते. गाझापट्टीतील मानवतावादी संघटनेकडून ते कपडे मिळालेले होते. श्रीमंत लोकांनी कंटाळा येऊन फेकून दिलेले जुने कपडे मिळत असत. मेडमुनींच्या घरी मी कपड्यांचा ढीग बघितला तेव्हा मला वाटले की त्यांनी ते कपडे फेकून दिले आहेत. मी ते पटकन गोळा केले आणि माझ्या पिशवीत ते कोंबले. मला वाटले ते मी आता घरी नेऊ शकेन. मला कल्पना नव्हती की ते कपडे त्यांनी धोब्याकडे देण्यासाठी एकत्र ठेवलेले होते. थोड्या वेळाने त्यांनी मला विचारले की तू ते कपडे बघितलेस का? मला फार लाज वाटली आणि मी ते कपडे घेतल्याची कबुली दिली.

तो उन्हाळा अनेक दृष्टींनी माझ्या चांगला स्मरणात राहिला. इस्रायली कुटुंबाने मला कामावर ठेवले; माझ्याशी योग्य वर्तणूक केली आणि अतिशय प्रेमळपणे वागले. खरेतर यांतले मला काहीच अपेक्षित नव्हते. मी गाझाला परत आल्यावर एक आठवड्याने जे घडले, त्यानंतर ही गोष्ट कायमची माझ्या स्मरणात राहिली.

आम्ही अगदी गरीब निर्वासित होतो. एका खोलीत आम्ही कसेबसे राहत होतो. तेथून आम्ही झोपायच्या दोन खोल्या असलेल्या एका साध्या घरात राहायला गेलो. जबालिया छावणीतील पी४२ या घरात आम्ही राहत होतो. त्याचे छप्पर छोट्या सिमेंटच्या पत्र्यांचे होते. पावसाळ्यात छप्पर गळत असे. संडास बाहेर होते आणि सार्वजनिक होते. माणसांना राहण्याच्या दृष्टीने अगदीच कसेतरी घर होते ते, तरी ते आमचे आहे, हा आनंद होता.

त्या वेळी गाझापट्टीचा एरीअल शेरॉन हा इस्रायली सैन्याधिकारी होता. गाझापट्टीतील रस्ते रुंद हवेत, म्हणजे त्यांचे रणगाडे तिथून जाऊ शकतील. त्यावर उपाय म्हणून त्यांनी शेकडो घरे बुलडोझरने जमीनदोस्त केली. आम्ही असहाय होतो. त्याचे वागणे अमानुष होते. ते अजूनही माझ्या स्मरणात आहे.

एरीअल शेरॉनने घरे जमीनदोस्त करण्याचा हुकूम दिला हे आमच्या कुटुंबाच्या दृष्टीने जास्त महत्त्वाचे होत; कारण त्यांनी आमची हॉग खेड्यातील जमीन बळकावली होती. जेव्हा त्या रात्री त्याचे रणगाडे आमच्या गल्लीत आले, त्या वेळेला आम्ही हादरून गेलो. आमचे आता काय होणार या विचाराने आम्ही घाबरलो. त्या रणगाड्याच्या आवाजाने गल्लीतील सर्वांची झोपमोड झाली. ती मध्यरात्र होती. लोक दाराकडे पळत सुटले. त्यांनी बघितले की, रणगाड्यावरून बंदुका आमच्या दिशेने रोखलेल्या होत्या. अजून झोपेत असलेल्या लहान लेकरांवर त्या बंदुका रोखून असलेल्या त्या सैनिकांना काय वाटत असेल, याचा विचार आत्ता माझ्या मनात येतो. पण त्या वेळेस मात्र माझ्या दृष्टीने सत्ता असलेल्या लोकांनी दुर्बल लोकांवर केलेला तो अत्याचार होता. घरे अगदी लहान, साधी होती. पण आम्हाला तोच एकमेव आसरा होता. शेरॉनच्या दृष्टीने रस्तारुंदीतील तो एक अडथळा होता.

माझ्या घरावर दुःखाचे सावट आले होते. कसेही असले तरी घर हा तुमचा हक्काचा आसरा असतो. एकोणचाळीस वर्षांनंतर जानेवारी २००८-०९ मध्ये इस्राईलने गाझावर हल्ला करून सर्वनाश केला, हे पाहिल्यावर तेच विचार माझ्या मनात आले. बॉम्बहल्ल्यात लोकांची घरे उद्ध्वस्त झालेली मी पाहिली. निराधार, घर नसलेल्यांचे दुःख मी नेहमीच अनुभवत होतो.

माझ्या गल्लीत सैनिकांनी घरे रिकामी करायला सांगितले. एके ठिकाणी एकत्र उभे राहायला सांगितले. असे आठ तास होऊन गेले. पहाट झाल्यावर त्यांनी सांगितले की दोन तासांत घरे मोकळी करा. माझ्या मनात आले, अरे मोकळी

करायला घरात आता आहे काय? त्या घरात भिंती सोडून वाचवायला दुसरे काहीच नव्हते. दरवाजात द्राक्षाचे वेल होते. उन्हाळ्यात तापमान वाढून ४० अंश झाले की ते द्राक्षाचे वेल आम्हाला खूप उपयोगाचे ठरायचे. आम्ही सगळे त्या वेलांखाली झोपत असू. जेव्हा सैनिक म्हणाले की, 'घर खाली करा' तेव्हा 'हे वेल काढून कसे बरोबर न्यायचे' हा प्रश्न पडला. सिनई वाळवंटाच्या उत्तरेस असलेल्या अल अरीश या शहरात जायला आम्हाला सांगितले. तिथे घरे मोकळी होती; कारण तिथे राहत असलेले इजिप्शियन लोक इस्राईलच्या हल्ल्यानंतर घर सोडून पळून गेले होते. पण आम्ही तिथे पोहोचणार कसे? आम्ही पॅलेस्टिनी होतो. आम्ही जबालिया निर्वासित छावणीत वाढलो. हे छोटे घर आमचे सर्वस्व होते. ते आमच्यासाठी किती मोलाचे आहे, हे त्या सैनिकांना समजणार कसे? थंडी आणि पावसापासून या घराने आमचे रक्षण केले. आम्ही याच घरात एकत्र राहिलो, जेवलो, झोपलो, विश्रांती घेतली होती.

आम्ही त्याच घरात राहायचे ठरवले. आम्ही स्थलांतर करायचे नाकारले. त्या घराकरता शेरॉनने आम्हाला नुकसानभरपाई दिली नाही. हे त्याचे वागणे अतिशय चकित करणारे होते. जर आम्ही जागा मोकळी केली असती, तरच आमच्या घराचे पैसे तो आम्हाला देणार होता. पण हे सगळे बेकायदा होते. आम्हाला माहीत नसलेल्या जागी आम्ही जावे, अशी त्याची अपेक्षा होती. आमच्या सग्यासोयऱ्यांपैकी तिथे कोणीही गेले नव्हते. आमच्या गल्लीतील पाच कुटुंबे स्थलांतरित व्हायला तयार झाली खरी; पण पाच महिन्यांत ते सगळे परत आले. एकाधिकारशाहीमुळे आपण किती असहाय असतो, ते मी त्या दिवशी अनुभवले.

आमच्या गल्लीत सकाळी आठ वाजता बुलडोझरने घरे उद्ध्वस्त करायला सुरुवात केली. पडणाऱ्या विटा गोळा करण्यासाठी आम्ही तिकडे धाव घेतली. दुसरे घर बांधण्यासाठी जे मिळेल ते गोळा करू लागलो. एक तासात आमचे घर आणि इतर शंभर घरे बेचिराख झाली. आणखी दोन आठवडे घरे उद्ध्वस्त करण्याचे काम चालू होते. त्या निर्वासित छावणीतील अनेक घरे शेरॉनच्या हुकमान्वये बुलडोझरने पाडली. नंतर सगळे सैनिक त्यांचे मातीने माखलेले बुलडोझर घेऊन परत फिरले. त्यांनी आमचे आयुष्य उद्ध्वस्त केले होते. आमचे हाल बघून त्यांच्या सदसद्विवेक बुद्धीवर काही परिणाम झाला असेल का? आम्ही परिस्थितीचे बळी ठरलो असे त्यांना वाटले असेल का? का आम्ही फक्त त्यांच्या कामात अडथळे निर्माण करणारी नाव, गाव आणि चेहरा नसलेली माणसे होतो?

ती रात्र आणि त्यानंतरच्या अनेक रात्री आम्ही आमच्या काकाच्या घरात झोपत होतो. माझे आई-वडील आणि भावंडे जमिनीवर एका रांगेत झोपत. कामगार संपावर जावेत, काम बंद पडावे म्हणून काही कामगार जसे कारखान्याच्या दरवाजात आडवे झोपतात तसे ते झोपत. मी त्यांच्या पायाशी झोपत असे. आमचे काही सामान

दरवाजाच्या बाहेर एका पेटीत ठेवलेले होते. खोलीत ते ठेवायला जागा नव्हती. मी आता काही लहान राहिलो नव्हतो. मी परदेशात काम करून पैसे कमावले होते. इतरांच्या पायाजवळ झोपणे, हे मला मानहानीकारक वाटत होते. या घटनेची कारणे आणि परिणाम यामुळे मी हकनाक बळी ठरलो होतो.

माझ्या डोक्यात एक कल्पना रुंजी घालत होती. मी कमावलेले चारशे लिरा (१४० अमेरिकन डॉलर) माझ्या खिशात होते. मॅड्यूनीच्या शेतावर काम करून त्या उन्हाळ्यात मी ते कमावले होते. माझ्या आईने काटकसर करून काही इजिप्शियन पौंड वाचवले होते. तेवढ्या पैशात आम्ही दुसरे घर घेऊ शकत होतो. मी इस्राईलमध्ये काम करत असताना माझे वडील आजारी होते. आमचा एकमेव निवारा असणारे घर त्यांच्या डोळ्यांसमोर उद्ध्वस्त झाल्यामुळे त्यांना कसे वाटले असेल असे मला त्या वेळी वाटले. पण नवीन घर घेण्यासाठी आपला मुलगा पुरेसे पैसे घेऊन आला आहे म्हणून त्यांना अभिमान वाटत होता. माझी भावंडे यामुळे माझ्यावर खूश होती. ते लोकांना आजही सांगतात की आमच्या भावाने तो फक्त पंधरा वर्षांचा असताना आमच्या कुटुंबाकरता दुसरे घर कसे घेतले होते.

आमचे नवे घर जुन्यापेक्षा काही फारसे वेगळे नव्हते. पण माझ्या आयुष्यातील दुसरी महत्त्वाची घटना याच घरात घडली. त्या उन्हाळ्यात ज्या इस्रायली कुटुंबात मी काम करत होतो, त्यांचे माझ्याशी सहानुभूतीपूर्वक वागणे व शेरॉनच्या इस्रायली सैन्याचे उद्दाम वागणे मी अनुभवले. त्यामुळे दोन्ही धर्मांत असलेली दरी सांधण्यासाठी शांततापूर्ण वागण्याचे धोरण मी स्वीकारायला हवे, हे शिकलो.

माझे घर उद्ध्वस्त होत असताना मी बघितले. आजही ते दृश्य मी विसरू शकत नाही. पण माझ्या मनात कधीच द्वेष निर्माण झाला नाही. राजकारणानेदेखील माझ्या मनात प्रवेश केला नाही. अर्थात फताह आणि पॅलेस्टिनी स्वातंत्र्य संघटनेबद्दल मी जागरूक होतो. शाळेत असताना मी आणि माझे मित्र, भावंडे या संघटनेला पाठिंबा देण्याकरता जात असू. माझ्या समाजातील लोकांचे शोषण मला चांगलेच माहीत होते. पण दगड, बंदुकी ही हत्यारे हातात घेण्याऐवजी शिक्षण घेण्याने हा द्वेष नाहीसा होईल याबद्दल माझी खात्री होती. म्हणूनच शिक्षण घेऊन मी सर्व पॅलेस्टिनी लोकांना मदत करू शकेन, त्यांना मानवी हक्क मिळवून देण्यासाठी लढा देऊ शकेन, असे मला वाटले. 'फताह' आणि 'पीएलओ'ने संघटित केलेल्या मोर्चात माझा सहभाग होता, तरीही रोजच्या जीवनात तरुणपणात मी राजकीय धरणे, मोर्चे यामध्ये सक्रिय नव्हतो. माझा भाऊ नूर सोडून इतर भावंडांचादेखील त्यावर विश्वास नव्हता. सैन्याने आमच्या घराचा ताबा घेतला त्याला प्रतिकार करण्याबद्दल घरात जरी चर्चा होत असली तरी, माझे आई-वडील राजकारणात

पडले नाहीत. माझ्या वाढत्या वयात आम्हा तरुणात सर्वसाधारणपणे राजकारणामध्ये न पडण्याचाच दृष्टिकोन होता. राजकारणाला त्या काळात फारसे महत्त्व नव्हते.

रस्त्यावर लोक बोलत असायचे, त्याच बातम्या कानावर यायच्या. मी त्याकडे कधी लक्ष दिले नाही. मी राजकीय घडामोडीत लक्ष घालत नाही, असा आरोप माझ्यावर कोणीही केला नाही. गाझामधील जीवनमान कसे आहे याची पूर्ण कल्पना येण्यासाठी तुम्हाला 'फताह' आणि 'पीएलओ' या संघटनांची संपूर्ण माहिती असायला हवी. १९४८ साली जेव्हा ज्यू लोकांचे इस्राईल राष्ट्र स्थापन झाले, त्या वेळी पॅलेस्टिनियन लोकांना कोणतीही मातृभूमी नव्हती. कित्येक दशके असे बोलले जायचे की पॅलेस्टिनियन लोकांनी इस्राईल राष्ट्र स्थापन करण्याकरता आपली राहती जागा खाली करायला हवी; परंतु असे प्रत्यक्षात घडेल असे पॅलेस्टिनियन लोकांना कधीच वाटले नाही. २९ मे १९६४ ला पॅलेस्टिनियन लोकांचे प्रतिनिधी भेटले आणि पॅलेस्टेनियन लोकांची पहिली संघटना स्थापन झाली. जॉर्डन, पश्चिम किनारा, गाझा पट्टी, सीरिया, लेबानन, कुवेत, इराक, इजिप्त, कतार, लीबिया, अल्जीरिया या देशांतील प्रतिनिधी या परिषदेला हजर होते. त्यांनी परिषदेच्या शेवटच्या दिवशी म्हणजे २ जून १९६४ रोजी पीएलओ ही संघटना स्थापन केली. लढाई करून पॅलेस्टिनी लोकांच्या स्वातंत्र्यासाठी प्रयत्न करण, हाच या संघटनेचा उद्देश होता. पीएलओची सनद होती की ब्रिटिशांना संयुक्त राष्ट्र संघांनी जेव्हा पॅलेस्टिन राज्य चालवण्याचा अधिकार दिला होता, त्या वेळी ज्या सीमा होत्या त्या सीमा असलेले पॅलेस्टिन राज्य स्थापन करणे. हे राज्य त्या विभागातील अविभाज्य स्थानिक भाग असेल. शिवाय इस्राईलच्या स्थापनेनंतर जे पॅलेस्टिनी लोक निर्वासित झाले त्यांना या विभागात परत यायचा हक्क असेल, असेही पीएलओ या संघटनेने नमूद केले. पॅलेस्टिनियन लोकांना स्वतःच्या राज्याबद्दल स्वतः निर्णय घ्यायचा हक्क असेल असेही त्या सनदेत म्हटलेले होते. इजिप्तचे राष्ट्राध्यक्ष नासर यांचे असे म्हणणे होते की, सर्व अरब लोकांनी एका राष्ट्रात राहावे; जे सर्व अरब नेत्यांना नामंजूर होते. १९६० च्या दशकाच्या मध्यात झालेल्या एका परिषदेत पॅलेस्टिनी राज्याच्या ज्या सीमा सुचवल्या गेल्या होत्या, त्याप्रमाणे पॅलेस्टिनी राज्य निर्माण झाल्यास निश्चितच वाद सुरू होईल, असा इशारा मिळाला होता. पश्चिम किनाऱ्यावर पॅलेस्टिनी स्वतंत्र राष्ट्र निर्माण होण्याऐवजी तिथे जॉर्डनच्या हॅशेमाइट राजघराण्याचे वर्चस्व असेल, असे परिषदेत सुचवले गेले. तसेच गाझापट्टीतसुद्धा वेगळे सरकार नसेल, असेही त्यात म्हटले होते. थोडक्यात, पॅलेस्टिनच्या आजूबाजूला असलेल्या अरब राष्ट्रांची भौगोलिक सीमा समृद्ध होईल. पॅलेस्टिनवर जॉर्डन आणि इजिप्शियन लोकांचे राज्य असेल, इस्रायली लोकांचे नसेल, असे त्यात नमूद केले गेले.

अर्थात शाळेत, रस्त्यावर आणि घरात चाललेल्या चर्चेतून मला नेत्यांची नावे

समजली होती. अहमद शुकेरी याने 'पीएलओ'चे नेतृत्व जून १९६४ ते डिसेंबर १९६७ पर्यंत केले. सहा दिवसांचे युद्ध संपेपर्यंत तो या संघटनेचा नेता होता. त्यानंतर २४ डिसेंबर १९६७ पासून २ फेब्रुवारी १९६९ पर्यंत याह्याखान हमुदा हा नेता होता. त्यानंतर यासर अराफत नोव्हेंबर २००४ पर्यंत, त्यांच्या मृत्यूपर्यंत नेता होता. त्यानंतर मोहम्मद अब्बास याने नेतृत्व स्वीकारले.

१९५४ मध्ये निरनिराळ्या भागांत पसरलेल्या पॅलेस्टिनी लोकांनी 'फताह'ही संघटना स्थापन केली. फताह हा त्या संघटनेच्या नावाच्या आद्याक्षरांपासून तयार झालेला शब्द आहे. हराकत-अल्-तहरीर- अल-वतानी- अल-फिलस्टिनी, म्हणजेच लिबरेशन ऑरगनायझेशन ऑफ द पॅलेस्टिनियन नेशन म्हणजेच पॅलेस्टिनी राष्ट्राच्या सुटकेसाठी स्थापन झालेली संघटना. अरेबिकमध्ये फताहचा अर्थ सुरुवात करणे किंवा जिंकणे असा आहे. पॅलेस्टिनी लोकांची सुटका करणे, हा उद्देश नावातच दिसून येतो. यासर अराफत हा त्या वेळी पॅलेस्टिनी विद्यार्थ्यांच्या संघटनेचा अध्यक्ष होता. फताह संघटनेच्या संस्थापकांपैकी तो एक होता. या दोन संघटनांमधील त्याच्या स्थानामुळे पीएलओ संघटनेच्या अध्यक्षपदी त्याची नियुक्ती होऊ शकली.

त्या सहा दिवसांच्या लढाईनंतर फताह ही पॅलेस्टिनी राजकारणातील महत्त्वाची संघटना ठरली. १९६७ मध्ये त्या संघटनेने 'पीएलओ'बरोबर संधान बांधले. आजही 'फताह' ही 'पीएलओ' संघटनेची सर्वांत मोठी सभासद आहे. पीएलओ संघटनेच्या धोरणावर तिचा सर्वाधिक प्रभाव आहे. पौगंडावस्थेमध्ये असतानाच मला हे सर्व माहीत होते; पण मी यात प्रत्यक्ष भाग मात्र घेत नसे. आमच्या घरी रेडिओ, दूरदर्शन नव्हते. मी या नव्या पुढाऱ्यांसंबंधी रस्त्यावर ऐकत होतो. परंतु आपण काय बोलतो आणि काय कृती करतो, याबद्दल अतिशय काळजीपूर्वक वागणे, हे शहाणपणाचेच ठरत होते. उदाहरण द्यायचे झाले तर, पॅलेस्टियन निशाण फडकवणे हे बेकायदा होते. 'पीएलओ' संघटनेला पाठिंबा दिला म्हणून एखाद्याला अटक होऊ शकत होती. किंवा 'फताह' संघटनेच्या संस्थापकाचे रेडिओ प्रसारण तासभर ऐकण्यानेसुद्धा अटक होऊ शकत होती.

गाझामध्ये कायम त्रासदायक नियम होते. १९४८ पासून निर्वासित यायला सुरुवात होण्याअगोदरच त्या भागात काही पॅलेस्टिनी राहत होते. निर्वासितांची संख्या मूळच्या लोकांपेक्षा लवकरच वाढली. स्थानिक लोकांची पाळेमुळे तिथे होती; पण आमच्यासारख्या निर्वासितांचे तिथे काहीच नव्हते. आम्ही त्यांच्यावर नोकरीकरता अवलंबून नव्हतो. सुरुवातीला ते आम्हाला गाझामधले समजत नसत.

१९४८ ते १९६७ पर्यंत गाझापट्टी इजिप्शियन अंमलाखाली होती. १९४९ मध्ये संयुक्त राष्ट्र संघाने तिथे प्राथमिक आरोग्य केंद्र आणि प्राथमिक शिक्षणासाठी शाळा सुरू केली. त्याचप्रमाणे अन्नधान्य, खाण्याचे तेल आणि कपडे पुरवले. बाकी

माध्यमिक शिक्षण, हॉस्पिटल, पोलिस, सुरक्षा व्यवस्था, पारपत्र मिळण्याची व्यवस्था आणि सर्वसाधारण कारभार हे सर्व इजिप्शियन लोक पाहत होते. सहा दिवसांच्या लढाईनंतर इजिप्शियनच्या जागी इस्रायली लोक प्रत्यक्ष कारभार करू लागले. मी ज्या माध्यमिक शाळेत जात होतो, ती शाळा प्रथम इजिप्शियन सरकारने चालवली होती. त्यानंतर इस्रायली सैन्य ती शाळा चालवत होते. तरीसुद्धा शिक्षक वर्ग मात्र सुरुवातीपासूनच पॅलेस्टिनी होता. निरनिराळ्या संघटना संघटितपणे काम करत असत. त्यात मला काहीच रस नव्हता. इथे काम करणारे काही लोक आदरणीय आहेत आणि त्यांचे कोणाशी लागेबांधे नाहीत, हे साऱ्यांनाच माहीत होते.

अल फातोजा हायस्कूलमध्ये गेल्यावर मी पुन्हा गंभीरपणे अभ्यास करू लागलो. मी भरपूर वाचन करत असे. जवळपास पुस्तक दिसले रे दिसले की मी अक्षरशः झडप घालत असे. राजकारणावरील पुस्तकांपेक्षा मला कादंबऱ्या जास्त आवडत. पण फक्त मनोरंजनाच्या उद्देशाने मी कादंबऱ्या वाचत नव्हतो. अरेबिक भाषा चांगली यावी, त्या भाषेवर प्रभुत्व मिळवावे, म्हणून मी वाचत होतो. वाचन हा माझा आत्यंतिक आवडता छंद झाला.

जिथे जे काय मिळेल ते मी मन लावून करत होतो. आता मी जरा मोठा झाल्यामुळे मला बऱ्यापैकी कामे मिळत असत. जिथे मी संत्री धुऊन पेट्यात भरून पेट्या एकमेकांवर रचण्याचे काम करत होतो, तिथेच मी आता संत्री आकाराबरहुकूम निवडून ठेवत होतो. या कामाचा मोबदला थोडा जास्त होता. शिवाय इतर आणखी लहान-मोठी कामे करून मला थोडे आणखी पैसे मिळवता येत होते. संत्री ठेवायच्या टोपल्या खाली पडून नादुरुस्त व्हायच्या, मोडायच्या, त्या दुरुस्त कराव्या लागत. जेव्हा जेव्हा संत्री निवडायचे काम कमी असे, तेव्हा या मोडलेल्या टोपल्या दुरुस्त करून मी थोडे जास्त पैसे मिळवत असे. या कामामुळे मी घरी कधीच लवकर पोहोचू शकत नव्हतो, म्हणून इतर मुलांबरोबर मी तिथेच झोपत असे. सकाळी उठल्यावर तिथे मागच्या बाजूला ठेवलेल्या बादलीतील पाण्याने तोंड धुऊन आम्ही शाळेत जात असू. शाळेत आम्हाला थोडी न्याहारी, दूध आणि जीवनसत्त्वाच्या गोळ्या मिळायच्या. मी कायम भुकेला आणि दमलेला असायचो, हे मला चांगलेच आठवते.

एके सकाळी आमच्या शिक्षकांनी वर्गात आम्हाला रांगेने उभे राहण्यास सांगितले तेव्हा मला चक्कर आली आणि मी बेशुद्ध पडलो. मी माझ्या पायावर ताठ उभे राहण्याचा प्रयत्न केला; पण सगळा वर्ग माझ्याभोवती गरगर फिरतो आहे असे मला वाटले. मी जमिनीवर कोसळलो. माझे शिक्षक माझ्या मदतीला धावले. त्यांना माझ्या कष्टांची कल्पना होती. खूप तास मी काम करायचो, हे त्यांना माहीत होते. त्या प्रमाणात घरी पुरेसे जेवण मिळत नसे, हेही त्यांना माहीत होते. मी त्यांच्या मदतीशिवाय जगू शकलो असतो का, हे मला खरेच माहीत नाही.

मी लहानपणापासून जी जी कामे केली, त्यांतल्या फक्त एका कामाचा मला प्रचंड तिटकारा वाटला. मी थोडासा मोठा झाल्यावर मला इस्राईलमध्ये अॅश्केलॉन शहरात बांधकामाच्या ठिकाणी काम मिळाले होते. ते शहर गाझापासून खूप जवळ होते. त्या कामाचा मला वीट आला. तळपत्या उन्हात माझी पाठ भाजून निघायची, अवजड सामान उचलायला लागायचे. कामाचा वेग खूप ठेवायला लागे. पैसे मिळवण्यासाठी मी ते काम पत्करले. इथे कमाई जास्त होती. लहानपणी मी जी कामे केली त्यापेक्षा या ठिकाणी मला जास्त पैसे मिळाले. अॅश्केलॉन शहराच्या दक्षिण भागात अनेक सदनिका असलेली इमारत बांधण्याचे काम चालू होते. सोळा वर्षांचा असताना दर शुक्रवारी आणि दर सुट्टीच्या दिवशी वर्षभर मी या कामावर जात असे.

जे लोक गाझामध्ये राहिलेले नाहीत त्यांना आमचे गाझातील आयुष्य किती कठीण होते हे समजणार नाही. इथे जगण्यासाठी प्रतिकूल हवामानात प्रत्येकाचा खडतर संग्राम चालू होता. निर्वासित शब्दाचा जो खरा अर्थ आहे तो आम्हाला तंतोतंत लागू होता. 'निर्वासित म्हणजे पारतंत्र्यात राहणारा, कोणतेही हक्क नसणारा, सुविधा नसणारा, सतत हालअपेष्टांत जगणारा असा माणूस' हे आमच्या बाबतीत पूर्ण अंशी खरे होते.

तरीही आमच्या आईला आम्ही मोठे व्हावे, यशस्वी व्हावे, नाव काढावे असे वाटायचे. प्रतिकूल परिस्थिती असल्यामुळे हे अशक्य आहे हे मी तिला सतत सांगत असे. मला रोज दुपारपासून संध्याकाळपर्यंत आणि परत सकाळी कामाला उभे राहावे लागायचे. शिवाय माझ्याकडे अभ्यासाची साधने, पुस्तके वगैरे नसायची. रॉकेलच्या मिणमिणत्या प्रकाशात मला गृहपाठ करायला लागायचा. मी जमिनीवर बसून तो करत असे. पाऊस पडून घरात पाणी गळून माझे कागद ओले होऊ नयेत अशी प्रार्थना मी नेहमी करत असे. नाही तर परत सर्व गृहपाठ नव्याने करावा लागे. ती माझ्या तक्रारीकडे दुर्लक्ष करायची. मी कधी वर्गात प्रथम क्रमांक मिळवला नाही तर ती मला रागवायची. ती माझ्या इतर भावंडांबरोबर अशीच कठोर वागायची. पण बहुतेक पालक असेच होते. ज्या कठीण परिस्थितीत ते झगडत होते, त्याचा परिणाम म्हणून मुलाबरोबर वागायची पद्धत तशीच न्यायनिष्ठुर व्हायची.

एकदा गणितात दुसऱ्या मुलाला माझ्यापेक्षा जास्त गुण मिळाले तेव्हा मी रडत बसलो, त्याची आठवण मनात ताजी आहे. आता वाटते आपण त्या वेळी का रडलो बरे? मी जर पहिला आलो नाही, तर मी या गरिबीतून कधीच बाहेर पडणार नाही, या भीतीमुळे ते अश्रू आले असतील का? का कमी गुण मिळाल्यामुळे माझा अहंकार दुखावला गेला म्हणून मी रडलो? स्वाभिमानाने जगण्यासाठी 'अभ्यासात प्रावीण्य मिळवणे' हा एकमेव मार्ग माझ्यासमोर होता का? फक्त तेच नैपुण्य मला

तारणार होते का? भूतकाळाचा, त्या घटनेबद्दल मी जेव्हा विचार करतो, तेव्हा माझ्या मनात हे विचार येतात. पण मागे वळून पाहताना मी या अडचणींवर मात करून आयुष्यात यशस्वी व्हायलाच पाहिजे, अशी अपेक्षा करणारी एक कर्तव्यकठोर माता माझ्यासमोर उभी राहते. माझी आसवे पुसायला सांगणारे एक शिक्षक अहमद अल हलाबी यांची मला तीव्रतेने आठवण होते. खरे तर हे शिक्षक मला मी पहिलीत असताना शिकवत असत. पण त्या वेळी ते मला समजवायचे की जगात कोणतीही गोष्ट अशक्य नाही. आई आणि ते शिक्षक या दोघांकडून मी हा पाठ गिरवला आणि मी योग्य दिशेने प्रवास करतो आहे याची मला पुरेपूर खात्री पटली. त्यांची आठवण माझ्या हृदयात कायमची आहे. या दोघांबद्दल मी नेहमी कृतज्ञ राहीन.

आमच्या कुटुंबात आम्ही नऊ भावंडे होतो. तीदेखील वडिलांच्या दुसऱ्या बायकोपासून झालेली मुले. नऊ मुलांपैकी चार जणांचे माध्यमिक शिक्षण पूर्ण झालेले आहे. चार जण विश्वविद्यालयाचे पदवीधर आहेत. त्यांतील एक जण औषधे बनवण्याचे प्रशिक्षण घेतलेला आहे. एक समाज शिक्षणात पदवीधर आहे. एक शिक्षक आणि मी स्वतः वैद्यकीय पदवीधर आहे. आमच्या यशाचे श्रेय हे आमच्या आईला जाते. शिक्षणापेक्षा जगण्यासाठी जास्त प्रयत्नांची नितांत गरज होती; कारण परिस्थिती तशी होती तरीदेखील शिक्षणाला तिने महत्त्व दिले होते. मला वाटते दारिद्र्य आणि बेरोजगारी यांमुळे पालकांचे मुलांबाबतीत धोरण चुकीचे असायचे. पण तिने हे बघितले की, जगण्याचा संघर्ष करता करता आम्ही शिक्षणाला महत्त्व देऊन त्यात उत्तम यश मिळवलेच पाहिजे.

मी १९७५ साली माझे माध्यमिक शिक्षण पूर्ण केले. लगेच मी शिष्यवृत्तीकरता अर्ज केला आणि त्यानंतर मला कैरो विश्वविद्यालयात प्रवेश मिळाला. मला स्पष्ट आठवते आहे की मी कैरोला शिकण्यासाठी जायला निघेपर्यंत माझ्या वडिलांची प्रथम पत्नी आणि तिची मुले आणि आम्ही दुसऱ्या पत्नीपासून झालेली मुले हे सगळे एकत्र आलेले नव्हते. विश्वविद्यालयात प्रवेश घेणारी अबुइलेश या परिवारातील मी पहिली व्यक्ती होतो. माझ्या भावंडांसाठी माझे कैरोला शिकायला जाणे, ही फार महत्त्वाची घटना होती. किंबहुना माझ्या हॉग खेड्यातील सर्वांनाच याचे फार कौतुक होते. जबालिया छावणीतील फक्त चार मुलांना वैद्यकीय शिक्षणाला प्रवेश मिळाला.

माझ्या कुटुंबातील सर्व जण मला निरोप द्यायला एकत्र जमले होते. माझी सावत्र भावंडेदेखील जमली होती. एक जण तर पार सौदी अरेबियातून प्रवास करून केवळ मला निरोप देण्यासाठी हजर होता. मला काही मदत हवी का, हेदेखील त्यांनी विचारले. ते त्या वेळी म्हणाले की, माझा त्यांना अभिमान वाटतो. मला त्यांनी शुभेच्छाही दिल्या. भावंडांच्या एकत्र येण्यामुळे मला हे उमगले की, भविष्याकडे

लक्ष ठेवून आपण पुढे जावे. भूतकाळातल्या वाईट घटना उगाळत बसू नये. भविष्यात मला प्रगतीच्या पायऱ्या पुढे दिसत होत्या.

जे प्रश्न मला लहानपणापासून भेडसावत होते, ते खरे तर मी जगात वावरायला लागल्यावरसुद्धा मला सतत भेडसावत असायचे. एक पॅलेस्टिनी मुलगा इस्रायली मुलाप्रमाणे का जगू शकत नाही? फक्त शाळेत शिक्षण घेण्यासाठी त्याला इतके कठीण काम का करावे लागावे? आम्ही आजारी पडतो तेव्हा आम्हाला वैद्यकीय मदत का मिळू शकत नाही? या सगळ्या सुखसोयी इस्रायली मुलांना सहजप्राप्य असतात. इस्रायली आणि पॅलेस्टिनी लोकांमधील दुराव्याबद्दल मी नेहमीच चिंतन करतो. हा दुरावा कमी का करता येऊ नये, असेही मला सतत वाटत राहते. आम्ही दोन्हीकडचे लोक जवळजवळ सारखेच आहोत ना? मी लहान होतो आणि या प्रश्नांची उत्तरे मला माहीत नव्हती तरी मी इस्राईलमध्ये जी कामे केली त्यामुळे माझ्यामध्ये एक वेगळ्या प्रकारचा आत्मविश्वास आला. खरेतर मी याला मंत्रच म्हणेन, 'मी गाझापट्टीतील जबालिया निर्वासित छावणीतील एक पॅलेस्टिनी आहे; पण मी तुमच्यासारखाच आहे,' हा मंत्र सतत माझ्या मनात उसळून येत असे. इस्राईलमध्ये काम केल्यामुळे मला सतत असे वाटत राहायचे.

माझ्या मार्गाचा शोध

१९७५ मध्ये मी गाझा सोडून कैरोला आलो. कैरो विश्वविद्यालयातील शिष्यवृत्ती स्वीकारून मी अभ्यासाला लागलो. वैद्यकीय शिक्षणाचा मोठा पल्ला मला गाठायचा होता. माझ्या कुटुंबाचे शोषण करणारे दारिद्र्य संपवायचे माझे स्वप्न होते. वैद्यकीय शिक्षण पूर्ण करून त्या स्वप्नांच्या पूर्तीसाठी टाकलेले हे माझे पहिले पाऊल होते. या शिष्यवृत्तींमुळे मला जगाचे दरवाजे उघडले गेले. शिक्षण घेण्याचा परवाना जणू मला मिळाला. माझ्या बालपणापासून हे स्वप्न मी मनाशी बाळगले होते. त्या प्रवासाचा आता ओनामा झाला, असे मला प्रकर्षाने वाटले.

मी माझ्या माध्यमिक शिक्षणाच्या शेवटच्या वर्षात असताना या शिष्यवृत्तीसाठी अर्ज केला होता. कैरो विद्यापीठ वीस निरनिराळ्या शिक्षण विभागांत दोनशे पॅलेस्टिनी विद्यार्थ्यांना दर वर्षी प्रवेश देत असे. वैद्यकीय शिक्षण, स्थापत्यशास्त्र, औषध बनवण्याचे शास्त्र, शिक्षण क्षेत्र, कायदा आणि न्याय हे विभाग त्यात समाविष्ट होते. माझे गुण परीक्षेत उत्तम होते, त्यामुळे मला वैद्यकीय शिक्षणाला प्रवेश मिळेल, असे मला वाटत होते. तरीसुद्धा मी इतर सर्व शाखांमध्ये प्रवेश मिळवण्यासाठी अर्ज केला होता. तुम्ही अर्ज केल्यापासून माध्यमिक शिक्षणाचे शेवटचे वर्ष पूर्ण होईपर्यंत तुम्हाला प्रवेश मिळाला की नाही याची वाट पाहावी लागे. मला कैरोला राहण्यासाठी आणि जेवणखाण्यासाठी पैसे हवे होते. त्यामुळे माझ्या शेवटच्या शालेय वर्षात जवळ जवळ रोजच मी इस्राईलमध्ये मिळेल ते काम करत होतो.

त्या वेळी गाझा आणि इस्राईलमधील सीमारेषा खुली होती. त्यामुळे रोज जा-ये करणे सोपे होते. फक्त सीमेवर तुम्हाला ओळखपत्र दाखवावे लागे. घरी राहून पैसे वाचवणे मला शक्य झाले. पण त्याकरता मला पहाटे फार लवकर घरातून निघावे लागे. ॲश्केलॉनमधील मुख्य चौकात जिथे कामगार काम मिळावे म्हणून उभे असायचे- कारण तिथूनच काम देणारे लोक कामगारांना घेऊन जायचे- तिथे वेळेवर पोहोचणे महत्त्वाचे होते. मी सतरा वर्षांचा होतो, त्यामुळे मी कसा उत्तम कामगार

आहे हे काम देणाऱ्यांना मी पटवून देऊ शकत होतो. मी दणकट आहे, मी हुशार आहे, माहीतगार आहे, कष्टाळू आहे, असे सांगून मीच कसा कामाला योग्य आहे, हे मालकांना पटवून देत असे. मिळेल ते सर्व प्रकारचे काम मी करत गेलो. कारखान्यात, शेतात किंवा बांधकामावर मी कामे करत असे. थोडक्यात, मिळेल ते काम मी करायचो. शेतावर काम करणे किंवा बांधकामावर काम करणे म्हणजे उन्हात घाम गाळणे- जे मला आवडायचे नाही; पण पैशाकरता तीही कामे मी पत्करली. काही वेळेला मी माझ्याबद्दल कितीही सांगितले तरी मला काम मिळायचे नाही. रिकाम्या हाताने मी घरी परत यायचो. काम नाही म्हणजे कुटुंबाला पैसे नाही, शिक्षणाकरता बचत नाही. अशा दिवशी माझ्या मनाला यातना व्हायच्या

पण वाईटातून चांगले निघते, हाही धडा या अनुभवातून मी शिकलो. उदाहरण द्यायचे झाले तर एकदा एक माणूस कोंबड्यांचे खुराडे बांधण्यासाठी दोन कामगारांचा शोध घेत होता. ते काम दोन दिवसांचे होते. त्याने मला आणि आणखी एकाला या कामासाठी निवडले. दुसऱ्या दिवशी त्या चौकात मला पोहोचायला उशीर झाला. तो का झाला, हे आता मला आठवत नाही. मी अक्षरशः धावत-पळत तिथे पोहोचलो. जो दुसरा कामगार माझ्याबरोबर काम करायला निवडला होता, तो माझ्याऐवजी आपल्या नातेवाइकाला कामावर घेऊन गेला होता; कारण मला उशीर झाला. मी त्याच्यावर ओरडलो. माझे काम नातेवाइकाला दिले म्हणून मी शिव्यांचा भडिमार केला. या अन्यायामुळे मी सुन्न झालो. माझे काम बुडाले होते. दुसरा एक इस्रायली माणूस हे भांडण पाहत होता. तो माझ्याजवळ येऊन म्हणाला, "जाऊ दे, माझ्याकडे येऊन काम कर' मीदेखील खुराडी बांधतो आहे. या कामाला दोन दिवसांपेक्षा जास्त दिवस लागणार आहेत." त्या दुसऱ्या माणसाकडे मी आठ महिने काम केले. त्याला सबंध जिल्हाभर खुराडी बांधायचे कंत्राट मिळाले होते. खुराडी बांधताना तारेने कशी बांधायची हे तर त्याने मला शिकवलेच; शिवाय त्यात दिवे लावायची सोय कशी करायची, त्याचप्रमाणे पाणीपुरवठा कसा करायचा, याचेही प्रशिक्षण मला मिळाले. खुराडी धुण्याकरता आणि गंज न चढू देण्यासाठी पाण्याचा वापर जरूर असायचा. हे फार वेगळे शिक्षण मला मिळाले. दोन-तीन महिन्यांत त्याने मला या कामावर व्यवस्थापक म्हणून नेमले. मी माझ्या घराच्या आसपास राहणाऱ्या मुलांनाही तिथे कामाला नेले. त्या मुलांना आणि मला कॉन्ट्रॅक्टवर काम मिळत गेले. रोजंदारीपेक्षा हे फायद्याचे ठरले. यामुळे काम जलद व्हायचे आणि जास्त व्हायचे. सगळे जण वेगाने काम करायचे. काम पूर्ण झाल्यावरच पैसे मिळायचे. मी कैरोला निघेपर्यंत त्याच्या कामावर होतो.

गाझाहून निघायचा दिवस मला अगदी काल घडल्याप्रमाणे आठवतो आहे. माझ्या अपेक्षेप्रमाणे मला वैद्यकीय शिक्षणाला प्रवेश मिळाला होता. आमच्या

सगळ्यांकरता तो एक भावनापूर्ण विजयी सोहळा होता. मला ज्याप्रमाणे डॉक्टर व्हायची आस होती, तसेच माझ्या आईलादेखील डॉक्टरची आई असे बिरुद मिरवायचे होते. ज्याप्रमाणे आपल्याला स्वतःच्या नावाची कायम ओढ असते त्याचप्रमाणे मला वैद्यकीय शिक्षणाची ओढ होती. माझे हृदय धडधडत होते. माझे कपडे एका निळ्या बॅगेत ठेवलेले होते. साबण, ऑलिव्ह, माझ्या आईने घरी तयार केलेला केक आणि पाव मी एका पिशवीत घेतलेला होता. मी सगळ्यांचा निरोप घेतला तेव्हा सगळ्यांच्या डोळ्यांत आनंदाश्रू होते. शेवटी सिनईहून इजिप्तला जाणाऱ्या बसने मी निघालो. मी बसच्या दारात उभे राहून सगळ्यांचा निरोप घेतला. घरातले सगळे अक्षरशः रडत होते; पण ते आनंदाश्रू होते.

बसच्या खिडक्यांच्या काचांना गडद रंग लावलेला होता. त्यामुळे बाहेरचे काही दिसत नव्हते. आम्ही इस्रायली प्रदेशातून प्रवास करत होतो म्हणून खिडक्यांतून बाहेर काहीच दिसत नव्हते. त्यांची शस्त्रास्त्रे दिसू नयेत, हा हेतू असावा. इजिप्तच्या सीमेवर आल्यावर रेडक्रॉसने आम्हाला इजिप्तच्या बसमध्ये चढवले. त्या बसने आम्हाला तपासणी नाक्यावर नेले. तिथे आम्ही रोगप्रतिबंधक इंजेक्शन्स घेतल्याची सर्व कागदपत्रे तपासली. आमची कसून वैद्यकीय तपासणी केली. कोणताही संसर्गजन्य रोग आम्ही इजिप्तमध्ये आणत नाही ना, याची खात्री करून घेण्यासाठी ही तपासणी चालली होती. याकरता खूप दिवस गेले. अखेर त्यानंतर आम्ही कैरोला विद्यार्थी वसतिगृहात पोहोचलो.

कैरोला विद्यार्थी म्हणून दाखल होणे, हे फार रोमहर्षक होते. मला लगेचच सर्व बघायची घाई झाली होती. गाझाला कैरोसारखी दुकाने किंवा हॉटेल्स नव्हती. कर्ण्यातून येणारा संगीताचा आनंद मिळत नसे. मी त्या वसतिगृहात पोहोचल्याबरोबर मला ते लगेच सोडावे लागले; कारण माझे वसतिगृह शंभर किलोमीटर लांब होते. माझी निराशा झाली. पण नंतर मला समजले की, जर पहिल्या वर्षाअखेर चांगले गुण मिळाले तर या कैरोच्या वसतिगृहात मला प्रवेश मिळू शकतो. मी आणखी दोन विद्यार्थ्यांच्या बरोबर एका लहानशा जागेत राहायला सुरुवात केली आणि माझे शिक्षण सुरू झाले. मी नियमितपणे वर्गात हजर राहत होतो. चांगले गुण मिळवण्यासाठी नेटाने प्रयत्न करायचे मी ठरवले.

माझ्या वर्गात एक पॅलेस्टिनी मुलगी होती. तिने माझ्याशी जवळीक साधायचा प्रयत्न केला. मलाही ती आवडली. ती फार सुंदर होती. वर्गात मी माझ्या शेजारची जागा तिच्याकरता राखून ठेवत असे. पण पुढे-पुढे तिच्या वागण्याचा मला वैताग आला. तिला काय हवे होते, हेच मला समजत नव्हते. इजिप्तला मी तिच्याबरोबर प्रणयाचे रंग उधळावेत, अशी तिची अपेक्षा होती की काय! या विचाराने मला

धक्काच बसला. म्हणून मी ठरवले की, तिच्याबरोबर कुठल्याही पार्टीला किंवा सिनेमालासुद्धा जायचे नाही. मी दिवसरात्र अभ्यास करत होतो; कारण मला माझे ध्येय पूर्ण करायचे होते. कैरोच्या वसतिगृहात राहायला जायचे होते. ती मुलगी पुढे काही दिवस मला भेटत राहिली. मी तिच्याशी सभ्यतेने वागत होतो. मैत्रीपेक्षा पुढे जाण्याची माझी इच्छा नव्हती. मी तसा लहानच होतो.

मी चांगले गुण मिळवले आणि पुढील वर्षी कैरोच्या वसतिगृहात राहायला लागलो. आंतरराष्ट्रीय शहरातील आयुष्य कसे असते, हे मला तिथे समजले. या शहरातील कोपरा न् कोपरा जाणून घेऊन तो नीट लक्षात ठेवायचा होता. मी मित्रांबरोबर क्लबमध्ये जात होतो. पण मी कधीही मद्याला स्पर्श केला नाही आणि अजूनही मी ते घेत नाही. इतर पाच-सहा अरब देशांतील विद्यार्थ्यांचा आणि माझा चांगला परिचय झाला. परदेशी विद्यार्थ्यांसाठी असलेल्या क्लबचा मी सभासद झालो. तिथे राजकारणावर चर्चा व्हायच्या. मुलींविषयी गप्पा व्हायच्या. मी ज्या निर्वासित छावणीतून आलो होतो, त्यापेक्षा विस्तीर्ण जग मला अनुभवायला मिळाले. मी हे जग डोळे भरून पाहत होतो. मला मैत्रीण नव्हती. माझे मित्र मला त्यावरून अजूनही चिडवतात. आम्ही विद्यार्थी एका पार्टीतून दुसऱ्या पार्टीला जाऊन पहाटेपर्यंत मजा करत असू.

हे जरी सगळे असले तरी माझे प्राधान्य अभ्यासाला होते. आम्हाला वैद्यकीय शिक्षणाचा भाग म्हणून वेगवेगळ्या विभागांत हिंडावे लागे. शारीरिक आजार, शस्त्रक्रिया विभाग, लहान मुलांचे आजार अशा विभागांत जाऊन शिक्षण घ्यावे लागे. परंतु त्यातील प्रसूतिशास्त्र आणि स्त्रीरोग शास्त्र याकडे मी जास्त ओढला गेलो. या शास्त्रांचा अभ्यास करताना मला अतिशय आनंद व्हायचा. जेव्हा प्रथमच मी प्रसूतीच्या वेळी मदतनीस म्हणून काम केले आणि नूतन बाळ जन्माला आले, तेव्हा मी मंत्रमुग्धच झालो. माझ्या बोटांनी या बाळाला या जगात आणले. प्रसूतिटेबलवर असलेल्या स्त्रीचे नऊ महिन्याचे गरोदरपण सुरक्षितपणे पार पडून नवजात बालक जन्माला आले होते. त्या स्त्रीच्या चेहऱ्यावर वात्सल्य, प्रेम, आनंद आणि अभिमान दाटून आला होता. मला हे पाहताना वेगळेच आश्चर्य वाटले होते. तेव्हापासून खाणे-पिणे या जशा सहज क्रिया असतात, तितकीच गरोदरपण ही प्रक्रिया माझ्या लक्षात आली. कैरोला प्रशिक्षणार्थी डॉक्टर म्हणून काम करताना मला हेदेखील लक्षात आले की, याच विषयात मला प्रावीण्य मिळवायचे आहे. बाळाचा जन्म होणे हे मला फार रोमांचकारक वाटले. प्रसूतीच्या वेळी स्त्री किंचाळत असे. परत या फंदात पडायचे नाही, असे ती स्त्री वारंवार म्हणत असते. पण बाळाचा जन्म झाल्यावर ती मला म्हणायची, 'पुढच्या एक-दोन वर्षांत आपली इथे भेट नक्की होईल.' प्रथमच एका बाईच्या गर्भपाताची केस मी हाताळत होतो. तिला बराच

रक्तस्राव होत होता. ती मेलीच असती त्या वेळी. तिचा रक्तस्राव काबूत आणण्यात मला यश आले आणि तिचा जीव वाचला. माझे कौशल्य पणाला लावून एखादीचे प्राण वाचवणे किंवा अगदी अडलेल्या स्त्रीची सुटका करून नवजात बालक या जगात आणण, हे कार्य मला मनापासून करायचे होते.

कैरोतील वास्तव्यात माझी आणखी एक आठवण म्हणजे रमझानचा उत्सव. आम्ही जवळजवळ पंधरा जण एकत्र येऊन एकमेकांच्या घरचे जेवण जेवत होतो. नंतर रात्री कैरो शहरात हिंडत होतो. गाणी म्हणणे, गप्पागोष्टी करणे, क्लबला जाणे हा गोंधळ पहाटेपर्यंत करत होतो. ते दिवस चिंतामुक्त जगण्याचे आणि मौल्यवान होते. याआधीच्या माझ्या जीवनशैलीत मी ते कधीच उपभोगले नव्हते.

कैरोत मी एक वर्ष पूर्ववैद्यकीय शिक्षण घेतले. मग पुढे पाच वर्षे वैद्यकीय शिक्षण घेतले. नंतर एक वर्ष कैरो विश्वविद्यालयाच्या हॉस्पिटलमध्ये प्रशिक्षणार्थी डॉक्टर म्हणून काम केले. मग १९८३ मध्ये एम.डी. पदवी आणि जनरल प्रॅक्टिशनर म्हणून काम करण्याचा परवाना मला मिळाला. मी तरुण होतो. काम करायला उत्सुक होतो. झपाटलेलाच होतो कामाकरता. पण गाझात असताना व्यतीत केलेले बालपण माझ्या डोळ्यांसमोर सतत होते. माझ्या या व्यवसायाने मी त्यांच्या जीवनात काहीतरी चांगला बदल घडवून आणू शकेन, अशी खात्री मला होती. कोणीतरी पॅलेस्टियन लोकांच्या अवस्थेकडे लक्ष द्यायला सुरुवात करायला हवी होती. त्यांना शिक्षण नव्हते. त्यांच्या आरोग्याची काळजी घेतली जात नव्हती. त्यांना वैद्यकीय मदत नव्हती. कित्येकदा तर खायला पुरेसे अन्न मिळत नसे. पॅलेस्टिनी लोकांच्या गरजा अनंत होत्या. माझ्या कुटुंबाच्या तर बेसुमार गरजा आ पसरून होत्या. माझ्या व्यवसायाबद्दल मी फार मोठ्या अपेक्षा बाळगून होतो. आमच्या संस्कृतीत फक्त स्वतःच्या उन्नतीकरता आम्ही शिक्षण घेत नाही. आमच्या समाजाचे राहणीमान वाढावे, म्हणूनदेखील आमच्या शिक्षणाचा उपयोग असतो. माझ्या कुटुंबासमोर माझा आदर्श होता आणि नशिबाने आमच्या संपूर्ण कुटुंबाची हीच धारणा होती की, शिक्षण घेऊन पॅलेस्टिनी लोकांचे जीवनमान सुधारण्याचा प्रयत्न करायला हवा.

त्याच वर्षी माझा भाऊ नूर हरवला होता. १९८३ नंतर कधीही त्याच्याबद्दल आमच्या कुटुंबातील कोणीही काहीही बातमी ऐकली नव्हती. इस्त्रायली लोकांनी तो अठरा वर्षांचा असताना त्याला तुरुंगात टाकले होते; कारण तो फताह या संघटनेत काम करत होता. मला स्वतःला असे वाटते की, तो वाईट मित्रांच्या संगतीत आला असावा. त्याला त्यापासून परावृत्त करायचा प्रयत्न आम्ही केला होता. त्याचा आत्मविश्वास डळमळीत झाला होता. तो हशिशचा व्यापार करू लागला होता. पण

यांपैकी कोणत्याही कारणामुळे त्याला अटक झाली नव्हती. तो तुरुंगातून सुटला तेव्हा त्याला खरेतर गाझामध्ये परत जायचे होते किंवा लेबनानमध्ये जाऊन नव्या आयुष्याला सुरुवात करायची होती. कैरोला माझ्याकडे येऊन तो सहा महिने माझ्याबरोबर राहिला. मी त्याला सांगितले की, त्याच्याकरता एखाद्या आखाती देशात काम शोधीन. पण त्याने माझे ऐकले नाही. लेबनानला परत जायचे त्याने ठरवले. जेव्हा शेवटचे तो मला भेटला त्या वेळी तो मला म्हणाला, ''मला, तुला त्रास द्यायचा नाही, मला एकटे सोड.'' मी त्याला म्हणालो की, ''मी तुला असे सोडू शकत नाही; कारण तू माझा भाऊ आहेस. माझे तुझ्यावर प्रेम आहे. तुझी जबाबदारी मी कायमची माझ्या शिरावर घेईन.'' पण हे न ऐकता तो निघून गेला. तो मारला गेला असावा; त्याचा मृतदेह कधीच कोणाला सापडला नसावा, असे आम्ही गृहीत धरू शकलो असतो; परंतु त्याचे काय झाले हे जोपर्यंत नक्की समजत नाही तोपर्यंत तो अजून जिवंत आहे ही आशा आम्हाला होती. तो जर जिवंत असता तर त्याने आमच्याशी संपर्क साधला असता. पण मी ते विचार डोक्यातून झटकून टाकतो. मी आणि माझा परिवार अजूनही या आशेवर आहोत की, कधी ना कधी त्याची आणि आमची भेट होईल.

मी गाझाला परत आलो तो अनुभव मला आंबटगोड होता. कैरो हॉस्पिटलमध्ये प्रसूतिशास्त्र आणि स्त्रीरोगशास्त्र या विषयांचा तज्ज्ञ म्हणून माझी नेमणूक झाली होती. पण मी ती नोकरी स्वीकारली नाही. असे नाही का, मला तिथे राहणे परवडणारे नव्हते. माझ्या आई-वडिलांची अशी इच्छा होती की, मी परत मातृभूमीला यावे. माझ्या बाबांना यकृताचे दुखणे होते. ते तसे गंभीरच दुखणे होते. आपला मुलगा डॉक्टर होऊन कधी परत येतो आहे, याची ते चातकासारखी वाट पाहत होते. त्यांची प्रकृती दिवसेंदिवस खालावत होती. माझ्या वैद्यकीय पदवीदान समारंभाला ते हजर राहू शकले नाहीत. सबंध कुटुंब त्यांची सेवा करायला घरी थांबले. त्यामुळे या समारंभाला घरचे कोणीच पोहोचू शकले नाही. किंबहुना वडिलांच्या गंभीर आजारामुळे मी स्वतः पदवीदान समारंभाला हजर न राहता घरी परत गेलो.

मी गाझाला परत आलो तेव्हा मला धक्काच बसला. मी जिथे जन्मलो, वाढलो त्या गाझात मला डॉक्टर असूनही कुठेही नोकरी मिळाली नाही. खरेतर इथे डॉक्टरांची नितांत गरज होती आणि इथल्या लोकांची सेवा करायची अशी मी शपथच घेतली होती. पण इथे काम मिळाले नाही. १९६७ पासून इस्रायली लोकांच्या ताब्यात गाझापट्टी आहे. मी डॉक्टर होऊन परत आलो ते साल होते १९८५. गाझात कुठेही गेलात तरी इस्रायली प्रभाव जाणवत असे. जर तुम्हाला तिथे नोकरी करायचीच असेल तर तुम्ही एखाद्या बड्या सरकारी अधिकाऱ्याचा मुलगा पाहिजे किंवा इस्रायली लोकांशी संबंध असलेल्या एखाद्या महत्त्वाच्या

धनवान व्यक्तीशी तुमचा परिचय हवा किंवा इस्रायली व्यक्तीबरोबर व्यवसाय करणाऱ्या व्यक्तीशी संबंध असायला हवा.

मला शेवटी खान युनिस येथील नासर हॉस्पिटलमधील स्त्रीरोग आणि प्रसूतिशास्त्र विभागात नोकरी मिळाली. हे ठिकाण जबालिया छावणीपासून पस्तीस किलोमीटर लांब होते. गाझामध्येच राहून यापेक्षा दूर नोकरीला जाणे शक्य नव्हते. या नोकरीतून माझा वरखर्च निघत होता. मी जरी आत्ता ती नोकरी पत्करली तरीदेखील मला दुसरी नोकरी शोधणे गरजेचे होते, हे मला समजून चुकले होते.

मी पदवी घेऊन परत आल्यानंतर आठच महिन्यांत माझ्या वडिलांचा मृत्यू झाला. माझ्या बाबांनी आयुष्यभर खूप कष्ट केले, हालअपेष्टा सहन केल्या होत्या. कमवायला लागलो; पण त्यांना त्याचा उपभोग घेता आला नाही. ते खरे तर एक यशस्वी शेतकरी होते. ते स्वतः एका जमीनदाराचे पुत्र होते. पण त्यांना घरदार सोडून निर्वासित छावणीत येऊन राहावे लागले होते. रखवालदाराची नोकरी करून मुलाबाळांना पोसावे लागले होते. या नोकरीत त्यांना पुरेसे पेसे मिळतच नव्हते. खरेतर ही नोकरी पत्करणे त्यांना अपमानास्पद होते. माझ्या बालपणी त्यांच्या चेहऱ्यावर मला नेहमी चिंता दिसायची. कैरोला मी शिकत असताना मला नेहमी टोचणी लागायची की माझ्या वडिलांना त्यांच्या मुलांसमोर स्वतःचा आदर्श घालून देता आला नाही. खरेतर तसे व्हावे अशी मनापासून त्यांची इच्छा होती.

त्यांचे अखेरचे दिवस फार दुःखदायक होते. त्यांना कावीळ झाली होती. यकृताचे काम हळूहळू थंडावले होते. त्यांना उलट्या व्हायच्या. त्यांना अन्न जात नव्हते. आपला परिवार आपल्याभोवती आहे, याची पुसटशी जाण त्यांना होती, एवढेच. ते कोमात गेले तेव्हा आम्ही त्यांना हॉस्पिटलमधून घरी आणले; कारण आता उपचारांचा उपयोग होणार नाही, हे समजले होते. डॉक्टर असूनसुद्धा आपण किती असहाय आहोत; काही करू शकत नाही, याची जाणीव मला तेव्हा प्रकर्षाने झाली. खरेतर मी रोग्यांना मदत करायला हवी होती; पण माझ्या स्वतःच्या वडिलांना मी वाचवू शकत नव्हतो. मी डॉक्टर झाल्यावर माझ्या कुटुंबाकरता चांगले घर घेईन, आम्हाला पोटभर जेवता येईल, असे वाटत होते. मला वडिलांबद्दल किती आदर वाटत होता, ते त्यांच्या लक्षात येईल असे मला वाटले. त्यांना जे जे मिळाले नाही ते सर्व त्यांच्या पायाशी ठेवण्याचे माझे स्वप्न होते. पण ते स्वप्न पूर्ण करायच्या आधीच ते जग सोडून गेले. त्यांच्या मृत्यूचे दुःख अजूनही मला बोचते. मृत व्यक्तींकरता मुस्लिम लोक ज्या तीन गोष्टी करतात, त्या मी नेहमीच करत राहीन. त्यांचे ज्ञान आणि चतुराई मी इतरांना देण्याचा प्रयत्न करीन. मी त्यांच्याकरता प्रार्थना करीन. त्यांच्या नावाने योग्य दान करीन.

खान युनिसमधील नासर हॉस्पिटलमधून माझी बदली गाझा शहरातील अल्

शहिफा हॉस्पिटलमध्ये झाली. पण हे हॉस्पिटलसुद्धा गुणवत्तेवर नोकरी देणारे नव्हते. तिथेही वशिलेबाजी चालायची. माझा एक वर्गमित्र गाझापट्टीतील आरोग्य खात्याच्या प्रमुखाचा मुलगा होता. त्याची आई स्त्रीरोग आणि प्रसूतिशास्त्र विभागाची प्रमुख होती. तो मुलगा विश्वविद्यालयात सामान्य बुद्धिमत्तेचा आणि उनाडक्या करणारा होता; पण त्या ठिकाणी त्याला उत्तम पगाराची नोकरी मिळाली. परीक्षेत त्याला चांगले गुण मिळाले नव्हते. तो जणू माझा वरिष्ठ आहे अशा थाटात तिथे वावरायचा. मला सतत हुकूम सोडायचा.

म्हणून मी ती नोकरी सोडली आणि सौदी अरेबियामधील आरोग्य खात्यात नोकरीसाठी अर्ज केला. इथे आणखी एक वाइटातून चांगले घडले. गाझापासून चारशे किलोमीटर दूर असलेल्या जेद्दा या राजधानीच्या शहरात मला नोकरी मिळाली. त्या शहराची मला अजिबात माहिती नव्हती. माझे काका मला म्हणाले की कैरोत शिकत असताना तुला चांगले दिवस अनुभवायला मिळाले. आता जणू तसेच दिवस परत येणार आहेत. ती नोकरी पत्करणे इतके चांगले आहे का, असे माझ्या मनाला वाटत राहिले. सौदी अरेबियातील एक जवळचा मित्र माझ्याबरोबर शिकत होता. मी त्याला फोन करून विचारले की ही नोकरी आणि जेद्दामधील एकंदर आयुष्य कसे आहे ते सांग. तो राजदूताचा मुलगा होता. त्यामुळे मी त्याचा मित्र असल्यामुळे त्याने माझ्याकरता योग्य नोकरी मिळवून दिली. अलअझिझीया प्रसूतिगृहामध्ये पॅलेस्टिनी स्त्रियांना वैद्यकीय सेवा देण्याचे हे काम होते. हे गाझा नव्हते; पण तिथे पॅलेस्टिनी स्त्रियांची सेवा करण्याची मला संधी मिळाली. माझे वैद्यकीय कौशल्य उपयोगात आणण्याची ती योग्य संधी होती. मी वैद्यकीय शिक्षण घ्यायचे ठरवल्यापासून माझा कल स्त्रीरोग आणि प्रसूतिशास्त्र या विषयात प्रावीण्य मिळवण्याकडे होता.

ही नोकरी मला खूप आवडली. मला चांगल्या लोकांबरोबर काम करायला मिळालेच आणि शिवाय पहिल्यांदाच माझी आर्थिक परिस्थिती बऱ्यापैकी सुधारली. आमच्या जबालियातील घरदुरुस्तीसाठी मी आईला माझ्या पगारातून पैसे पाठवू शकत होतो. माझा भाऊ अट्टा याला मी फिलिपिन्समध्ये जाऊन वैद्यकीय शिक्षण घेण्याकरता आर्थिक मदत करू शकत होतो. पण तो शिक्षण पूर्ण न करता गाझात परत आला आणि त्याने औषध बनवण्याच्या शास्त्रात पदवी घेतली. माझा दुसरा भाऊ शेहाब यालाही मी आर्थिक मदत केली. त्यामुळे त्याचे लग्न होऊ शकले. माझा एक सावत्र भाऊदेखील जेद्दाला राहत होता. आम्ही एकमेकांच्या घरी जात असू. मी अशा तऱ्हेने लोकांत मिसळत होतो. घरी जात-येत होतो. इतर माझे स्वागत करत असत. बोलणे, खाणे, संवाद साधणे, कामाव्यतिरिक्त इतर गोष्टी आम्ही एकत्र करत होतो. मला ते खूप आवडायचे. जबालियात छावणीत राहत असताना वाढत्या

वयात जे जे करावे असे वाटायचे, ते सगळे मला इथे करायला मिळाले. नोकरीला दोन वर्षे पूर्ण झाली तोपर्यंत गाझात परत जाऊन लग्न करण्याइतपत पैसे माझ्याकडे जमा झाले होते.

१९८७ मध्ये जबालिया छावणीत माझा आणि नादियाचा विवाह संपन्न झाला. पण विवाहानंतर काही दिवसांतच मला एकट्यालाच सौदी अरेबियात परत जावे लागले; कारण तिच्याकडे तिथे जायचा परवाना नव्हता. लग्न झाल्याशिवाय तिच्याकरता मला असा परवाना मिळवणे शक्य नव्हते. एक महिन्याने ती तिथे आली. आम्ही भाड्याच्या घरात राहिलो. आमच्या कुटुंबापासून आम्ही दोघेही खूप दूर राहत असल्यामुळे आम्हाला दोघांना वाईट वाटायचे; पण तिथे निदान माझा सावत्र भाऊ राहत होता. नातेवाईक जवळपास आहेत, हे मला आवडायचे. सगळ्या नातेवाइकांनी एकत्र- गुण्यागोविंदाने राहणे, ही आमची संस्कृती आहे.

आमच्या लग्नानंतर दोन महिन्यांत जबालियात, माझ्या जवळपासच्या भागातच दंगे सुरू झाले. लवकरच संपूर्ण गाझात त्याचे लोण पसरले. पश्चिम किनारपट्टी आणि पूर्व जेरुसलेममध्येसुद्धा त्याचे लोण पसरले. ही दंगल का आणि कशी सुरू झाली हे कोणालाच सांगता येत नव्हते. काही लोकांचे असे म्हणणे आहे की, ८ डिसेंबर १९८७ मध्ये घडलेल्या एका घटनेमुळे याची सुरुवात झाली. त्या दिवशी एक इस्रायली रणगाडा पॅलेस्टिनी लोकांवर चालून आला. त्याच्याखाली चार लोक मेले आणि सात जण जखमी झाले. त्याआधी काही दिवसांपूर्वी एका इस्रायली विक्रेत्याचा गाझामध्ये खून झाला होता. खूप पॅलेस्टिनी लोकांचे असे मत होते की, ही एक सूडबुद्धीने केलेली हत्या होती किंवा याआधी दुसऱ्या एका घटनेची ही शिक्षा म्हणून हे कृत्य घडले असावे. ही दंगल सुरू व्हायच्या एक आठवडा आधी लेबनानमध्ये असलेल्या इस्रायली संरक्षण खात्याच्या छावणीत शिरून पॅलेस्टिनी लोकांनी सहा इस्रायली सैनिकांची हत्या केली असावी, असा त्या लोकांवर आरोप होता. कशामुळेही हे घडलेले असो, लोकांचा उद्रेक झाला होता आणि त्यामुळे लोक रस्त्यावर उतरले होते. इस्रायली लोकांनी वर्चस्व गाजवल्यामुळे लोकांच्या मनात मानहानी सलत होती, शिवाय इस्रायली सैनिक पॅलेस्टिनी लोकांना गाढवासारखे चालायला भाग पाडायचे, त्यांची टिंगल उडवायचे. या सगळ्यामुळे लोकांच्या मनावर इतका ताण होता की, कोणतीही छोटीशी घटना- मग ती खरी असो किंवा अफवा- लोकांचा उद्रेक घडवून आणायला कारणीभूत ठरायची. पण माझ्या मते, लोकांनी हा जो उठाव केला होता तो पॅलेस्टिनी लोकांच्या परिस्थितीत कोणतीही सुधारणा करण्याचा कोणताच प्रयत्न होत नव्हता म्हणून. पॅलेस्टिनी लोकांचे राज्य निर्माण होण्याच्या दृष्टीने कोणतेही प्रयत्न होताना दिसत नव्हते. अरब राज्यातील पुढारीदेखील या प्रयत्नांत कमी पडत होते. पॅलेस्टिनी लोक बदल होण्याची,

धाकदपटशा आणि छळ यांतून सुटका होण्याची वाट बघत होते. इस्रायली सैनिकांनी गाझापट्टीवर ताबा मिळवण्याला जवळजवळ वीस वर्षे झाली होती. त्यामुळे गाझामधील रस्तोरस्ती दंगलीला सुरुवात होणे, यात काहीच आश्चर्य नव्हते.

या दंगलीच्या सुरुवातीच्या काळात टायर जाळणे, इस्रायली सैन्यावर दगडफेक करणे असे स्वरूप होते. इस्रायली लोकांचा या प्राथमिक दंगलीला टोकाचा प्रतिसाद असायचा. उदाहरणार्थ लहान मुलांनी दगडफेक केली तर त्याला उत्तर म्हणून एम सिक्स्टीन या बंदुकीतून गोळ्या झाडल्या जायच्या. माझा भाऊ रेझेक याला विनाकारण डांबून ठेवले होते. या दंगलीचा माझ्याबरोबर असलेल्या बहिणीच्या मनावर अतिशय ताण पडला आणि त्यामुळे तिचा गर्भपात झाला. पॅलेस्टिनी लोकांवर जे हल्ले होत होते, त्याच्या सविस्तर बातम्या सौदी अरेबियात आम्हाला रोज वाचायला मिळायच्या. या दंगलीत किती लोक मेले, किती जखमी झाले याचे आकडे असायचे. रोजच हे समर प्रसंग घडत होते. इस्रायली वस्तूंवर बहिष्कार टाकला जात असे. त्यांनी उभे केलेले अडथळे उलथून टाकले जायचे. संप व्हायचे. मोलोटोव्ह कॉकटेल्स आणि हँड ग्रेनेड फेकले जायचे.

अशा या अशांततेत घरापासून दूर राहणे योग्य नव्हते. नादिया आणि मी सतत काळजीत होतो की, आमचे कुटुंबीय आणि मित्रमंडळी यांना या दंगलीचा किती आणि कसा त्रास होत असेल. थोड्याच महिन्यांत नादियाला दिवस गेले. आमच्या वैयक्तिक जीवनातील आनंद, उत्सुकता या भावनांना महत्त्व द्यायचे, का तिथे चाललेल्या दंगलीमुळे कुटुंबीयांना होत असलेल्या त्रासाचा विचार करायचा, हे द्वंद्व दोघांच्या मनात सतत चाललेले असायचे. १९८८ मध्ये आमची मुलगी बेस्सन जन्मली.

आमचे वैयक्तिक आयुष्य सुरळीत चालू होते; किंबहुना अतिशय आनंददायी, सुखाचे होते. हवा असलेला वैद्यकीय अनुभव मला मिळत होता. माझ्या कुटुंबात भरभराट होत होती. माझ्या आईला वाटत होते की, मी या अडचणीच्या वेळेला तिथे असायला हवे होते; कारण वडिलांच्या मृत्यूनंतर मीच कुटुंबप्रमुख होतो. पण तरीही आणखी काही दिवस सौदी अरेबियात राहायचे आम्ही ठरवले. हा निर्णय घेण्याचे सर्वांत महत्त्वाचे कारण होते की मला स्त्रीरोगशास्त्र आणि प्रसूतिशास्त्र या विषयांत प्रावीण्य मिळवण्याची संधी पुनः प्राप्त झालेली होती. या वेळी मात्र मला माझे स्वप्न पूर्ण करायचे होते. मार्च १९८८ च्या सुरुवातीला मला सौदी अरेबियाच्या आरोग्य मंत्रालयाकडून शिष्यवृत्ती प्राप्त झाली. लंडन विश्वविद्यालयातील स्त्रीरोग आणि प्रसूतिशास्त्राच्या संस्थेत या विषयातील पदविका प्राप्त करण्यासाठी ही शिष्यवृत्ती मला देऊ केली होती. वंध्यत्व या विषयात अभ्यास करण्याची माझी फार जबरदस्त इच्छा होती. जबालिया छावणीत अशी अनेक जोडपी होती की, त्यांना मूलबाळ

नव्हते. पॅलेस्टिनी कुटुंबात मुले होण्याचे प्रमाण खरेतर जास्त आहे. या पार्श्वभूमीवर ही वंध्यत्व असलेल्या जोडप्यांची संख्या मोठी असणे, हे जरा विचित्रच होते. ज्या भागात जास्त मुले होण्याचे प्रमाण होते, त्याच भागात वंध्यत्व असणाऱ्या जोडप्यांची संख्या जास्त होती. हा विरोधाभासच होता. या विषयावर प्रबंध सादर करायचे मी ठरवले. रियाधमध्येच या विषयाचे वर्ग असायचे. फक्त काही महिनेच लंडनला अभ्यासक्रम पूर्ण करायला जावे लागे.

माझ्याकडे इंग्लंडला जाण्यासाठी वैध परवाना आणि पॅलेस्टिनियन पासपोर्ट (पारपत्र) दोन्ही होते. त्यामुळे मला प्रवास करण्यास काहीही अडचण आली नाही. लंडनला जाण्यासाठी मी जेव्हा प्रथमच विमानात बसलो, तेव्हा माझ्या उत्साहाला उधाण आले होते. मला इंग्लिश बोलता येत होते. त्यामुळे भाषेचा अडथळा आला नाही. लंडन शहर हे माझ्यासाठी कल्पनेपेक्षा, वास्तवापेक्षा जास्त आगळेवेगळे, भव्य होते. हा अनुभव मी घेतला. गाझापेक्षा अतिशय वेगळे होते. हवामान प्रचंड थंड होते. ढगाळ हवा, अंधार लवकर पडायचा. पण सळसळते चैतन्य तिथे भरून ओसंडायचे. त्या रमणीय शहरात निरनिराळ्या धर्मांचे, वंशाचे लोक गुण्यागोविंदाने एकत्र राहत होते. तरी ब्रिटिश लोक आणि आयर्लंड देशाला स्वातंत्र्य मिळावे म्हणून लढणारे आयरिश सैनिक यांच्यात जो झगडा चालू होता, त्याबद्दल मला माहिती होती. पण जन्माने ब्रिटिश असलेले लोक इतर देशांतून आलेल्या लोकांना जरा कमी लेखतात, हे कालांतराने माझ्या लक्षात आले. रस्त्यावर, दुकानात किंवा सामाजिक केंद्रात त्यांचे वर्तन आढ्यतेखोर होते. ते जरा त्रासदायक वाटायचे. पण नशिबाने वर्गात असे वातावरण नव्हते. त्यामुळे माझ्या तेथील अभ्यासात मला त्याचा त्रास झाला नाही.

मी तिथे माझ्या आवडीच्या विषयात जे संशोधन केले त्यातून मला असे दिसून आले की, वंध्यत्व या विषयात मी खूप काही करू शकतो. याची चुणूक तिथे मिळाली तेव्हा मी भारावूनच गेलो. ज्या स्त्रियांना गर्भधारणेत अतिशय त्रास व्हायचा किंवा त्यांना गर्भधारणा होतच नसे, त्यांचा त्रास मी बघितलेला होता. पुरुषसत्ताक समाजातच माझा जन्म झालेला होता. या समाजात स्त्रीला मूल झाले नाही तर तिच्यातच दोष आहे असे समजले जायचे. तिच्या डोक्यावर खापर फोडले जायचे. मूल न होण्याचे कारण स्त्री असू शकते, तितकाच पुरुषही जबाबदार असू शकतो, हे मला या विषयाचा अभ्यास करताना समजले होते. जर मुलगी जन्माला आली तर त्याचाही दोष बाईलाच दिला जायचा. वाय क्रोमोसोम या घटकामुळे मुलगा जन्माला येतो. याचा अभाव जर पुरुषात असेल, तर मुली जन्माला येतात. पर्यायाने मुलगी झाल्याचा दोष पुरुषाकडे जातो. पुरुषांना याची जाणीव करून देऊन त्यांनी स्त्रियांना दोष देणे थांबवावे, अशी माझी इच्छा होती. ज्या स्त्रियांना मुले होत नाहीत

त्यांना वांझ म्हणून हिणवण्यापासून त्यांची मुक्तता व्हावी, अशी माझी इच्छा होती. माझ्या समाजात अशी धारणा आहे की, ज्या झाडाला फळे येत नाहीत ते झाड काय कामाचे? त्याला तोडणेच योग्य आहे. मला लोकांना हे शिकवायचे होते, जेणेकरून ते स्त्रीला दोष देणार नाहीत.

ज्यांना मुले होत नाहीत अशा जोडप्यांवर उपचार करताना दर महिन्यात अपेक्षेप्रमाणे गर्भधारणा झालेली नाही हे कळल्यावर त्यांची किती निराशा होते, ते मी पाहत होतो. विशेषतः स्त्रियांना हे दुःख फार होते. यात परिवर्तन घडावे यावर मला लक्ष केंद्रित करायचे होते. त्या विषयातील संशोधनात माझी जशी प्रगती होत गेली, तसतसे लंडन आणि जेद्दा येथे अशा मुले नसलेल्या जोडप्यांवर उपचार करताना मला फारच उत्तम यश प्राप्त झाले. हे पाहिल्यावर स्त्रीरोगशास्त्रातील विशेषतः या खास विषयात मी मला वाहून घ्यायचे ठरवले.

१९८९ मध्ये माझा अभ्यासक्रम पूर्ण करून मी परत सौदी अरेबियात परत आलो. अल् अझिजिया प्रसूती विभागात माझे काम सुरू झाले. कुटुंबात परत आल्याचा मला खूप आनंद झाला. आमच्या दोन मुली- बेस्सन आणि दुसरी दलाल यांच्यासोबत माझी पत्नी नादिया जेद्दामध्येच राहत होती. नादियाला माझ्याप्रमाणेच गाझात परत जायची ओढ होती. सौदी अरेबिया हे गाझामधल्या वातावरणापेक्षा जास्त सनातनी होते. मला जिथे जावेसे वाटे. तिथे मला जायला मोकळीक नव्हती. माझ्या पेशात जेवढी प्रगती मी करू शकलो त्यापेक्षा जास्त मी पुढे जाऊ शकणार नाही. कारण मी सौदी अरेबियात परदेशी होतो. इथले सामाजिक नीतिनियम आमच्यापेक्षा वेगळे होते. इथे जाचक निर्बंध होते. म्हणून इथून हलायचे असे आम्ही ठरवले. पण गाडीत सामान भरून परत जावे इतके ते सोपे नव्हते. सौदी अरेबियाने मला वैद्यकीय शिक्षणाकरता ज्या सवलती देऊ केल्या होत्य, त्याच्या बदल्यात इथे किमान तीन वर्षे वैद्यकीय सेवा देणे भाग होते. हे बंधन पूर्ण केल्यावरच मी परत जाऊ शकत होतो.

मध्यपूर्वेत नेहमीच संघर्षाची भुते नाचत असत. त्यामुळे आयुष्य आणखीनच गुंतागुंतीचे झाले होते. सतत होणारी युद्धे आणि राजकारण यामुळे इथे स्वास्थ्य नव्हते. आखाती देशात जे पहिले युद्ध झाले त्या वेळी जी परिस्थिती होती, त्यामुळे या देशांतील पॅलेस्टिनी लोकांना आणखी संकटाला तोंड द्यावे लागत होते. ऑगस्ट १९९० मध्ये यासर अराफत जे बोलले त्याचा अर्थ असा होता की, 'सद्दाम हुसेनने कुवेतवर जे आक्रमण केले, ते त्यांच्या दृष्टीने योग्यच होते.' ते या कृतीचे समर्थन करत आहेत असा त्यांच्या बोलण्याचा अर्थ होत होता. त्यामुळे एकदम पॅलेस्टिनी लोक हे तिथे नकोसे झाले होते. मला विधिलिखित दिसत होते. अनेक पॅलेस्टिनी लोकांच्या सौदी अरेबियातील नोकऱ्या संपल्या. त्यांना कामावरून काढून टाकले.

त्यामुळे १९९० च्या नोव्हेंबरमध्ये माझ्या वरिष्ठांनी असे जाहीर केले की, माझे जेद्दा येथील हॉस्पिटलमध्ये काम करण्याचे माझ्यावरील बंधन मी पूर्ण केले आहे. नादिया आणि मी आमचा संसार आवरून मुलींसह बसने गाझामध्ये आमच्या घरी यायला निघालो. १६ जानेवारी १९९१ मध्ये आखाती देशातील युद्ध सुरू झाले. त्यापूर्वीच मी माझ्या परिवारासह सुखरूप घरी पोहोचलो होतो.

त्या संघर्षकाळातच आम्ही घरी आलो. प्रत्येक कोपऱ्याकोपऱ्यावर बंदुका आणि रणगाडे घेऊन इस्रायली सैनिक उभे होते. या संग्रामाचा विपरीत परिणाम असा झाला की, आपल्याच बांधवांना, सग्यासोयऱ्यांना पॅलेस्टिनी लोक मारायला लागले. जवळ जवळ एक हजार पॅलेस्टिनी लोकांवर असा आरोप ठेवण्यात आला की, त्यांनी या वेळी इस्रायली लोकांना मदत केली. ते फितूर झाले. पण हा आरोप सिद्ध झाला नव्हता तरीसुद्धा त्यांना पॅलेस्टिनी लोकांनीच मारून टाकले. खरेतर या त्यांच्यावरच्या आरोपाला कोणताच सबळ पुरावा नव्हता. २० ऑगस्ट, १९९३ला हा संघर्ष संपला. ओस्लो इथे करार झाला. त्यामुळे संघर्ष संपुष्टात आला. एकवीसशे पॅलेस्टिनी या संघर्षात मरण पावले. त्यांतील एक हजार लोक आपल्याच लोकांच्या हातून मारले गेले. बाकीचे अकराशे इस्रायली सैनिकांनी मारले. एकशे साठ इस्रायली सैनिक पॅलेस्टिनी लोकांच्या हातून मारले गेले.

या युद्धातून शेवटी काय निष्पन्न झाले, त्याचे मोजमाप करणे कठीण होते. एक मात्र झाले की, जगाचे लक्ष या पॅलेस्टिनी प्रश्नाकडे गेले. पॅलेस्टिनी लोकांना इस्रायली लोकांकडून कशी वागणूक मिळत होती आणि त्यांचे जगणे किती हालअपेष्टांनी भरलेले होते, याबद्दल इस्रायली लोकांवर ठपका ठेवला गेला. अमेरिकेने पॅलेस्टिनी मुक्ती संघटनेला पॅलेस्टिनी लोकांची अधिकृत प्रतिनिधी म्हणून मान्यता दिली. हे एक पॅलेस्टिनी लोकांचे यश गणले गेले. पण या संग्रामात एक अतिभयंकर, विध्वंसक शस्त्र उदयाला आले ते म्हणजे आत्मघातकी बॉम्बहल्ले. १९ एप्रिल, १९९३ ला जॉर्डेनियन व्हॅली हायवेवरील मेहोला चौकातील गाडीतळावर हा असा आत्मघातकी बॉम्बहल्ला झाला. एका पॅलेस्टिनी माणसाने स्फोटके भरलेली आपली गाडी दोन बसेसच्या मधोमध गाडीतळावर नेली आणि ती स्फोटके त्याने पेटवली. स्फोटकांचा स्फोट झाल्यावर त्यातील घातक छर्रे बाजूला जाण्याच्या ऐवजी वरच्या दिशेने उडाले त्यामुळे फारशी मनुष्यहानी झाली नाही. तिथे काम करणारा पॅलेस्टिनी कामगार मात्र मेला. ज्याने स्फोटके भरलेली गाडी आणून हे कृत्य केले, तोही त्यात मेला. वीस इस्रायली सैनिक आणि नागरिक यात जखमी झाले. या एका घटनेनंतर अशा भयंकर आत्मघातकी बॉम्बहल्ल्याची मालिकाच सुरू झाली. त्यामध्ये बरेचसे पॅलेस्टिनी तरुण मारले गेले. काही निष्पापांचे बळी गेले.

मध्यपूर्वेतील बहुतांश भागांतील सर्व व्यवहार भीतीमुळे ठप्प झाले. गाझामधील आणि पश्चिम किनाऱ्यावर राहणारे पॅलेस्टिनी लोक, तसेच इस्रायली यांपैकी कोणाचाच या नवीन, अमानुष तंत्रज्ञानामुळे फायदा झाला नाही. बहुतेक युद्धात जसे घडते तसेच या संघर्षात, या चळवळीत आणि आत्मघातकी बॉम्बहल्ल्यात घडले. साऱ्यांना फार मोठी किंमत चुकवावी लागली.

मी सौदी अरेबियात काही पैसे साठवले होते. त्या पैशांतून मी गाझामध्ये संध्याकाळच्या वेळेला माझा खासगी दवाखाना सुरू केला. माझ्या गावातील गरीब लोकांवर उपचार करता यावेत, या उद्देशाने मी हे पाऊल उचलले. ज्या लोकांना वैद्यकीय सेवा परवडत नव्हती, त्या लोकांना मदत करण्याचा संकल्प मी सोडला होता. शिवाय संयुक्त राष्ट्रसंघातर्फे गाझात चालू असलेल्या मदत कार्यात मी स्त्रीरोग आणि प्रसूतितज्ज्ञ म्हणून काम पत्करले होते.

लंडन विश्वविद्यालयात शिकत असताना मी जो वंध्यत्वावर शोधप्रबंध लिहीत होतो, त्यामध्ये मी जे जे आधारभूत दाखले उद्धृत केले होते, ते सर्व इस्रायली प्राध्यापकांचे होते. त्यामुळे मी एक धाडसी पाऊल उचलायचे ठरवले. वंध्यत्वावर ते कोणते उपचार करत आहेत, हे जाणून घेण्याकरता इस्रायली डॉक्टरांशी संपर्क साधला आणि त्यांच्याबरोबर विचारविनिमय सुरू केला. जरी या दोन देशांत संघर्ष चालू होता, तरी इस्रायली डॉक्टरांशी संपर्क साधण्यात आणि नंतर त्यांच्या प्रत्यक्ष भेटीगाठी घेण्यात अडथळा आला नाही. इस्राईलमधील विरशेबा या शहरातील बेनगुरीयन विश्वविद्यालयात काम करणाऱ्या दोन प्राध्यापकांनी लिहिलेले वंध्यत्व या विषयावरील एक महत्त्वाचे क्रमिक पुस्तक मला पाहायला मिळाले. डॉ. ब्रुनो लुनेनफेल्ड आणि डॉ. वॉकलॉव इन्सलर हे ते दोन प्राध्यापक होत. मी त्यांना फोन करून स्वतःची ओळख दिली आणि मला काय हवे आहे ते सांगितले. नवल म्हणजे त्यांनी मला भेटायचे कबूल केले आणि माझ्याकडे येणाऱ्या रोग्यांबद्दल मला सल्ला द्यायचे ठरवले. काही दिवसांनी मी माझ्या रोग्यांना डॉ. लुनेनफेल्डकडे नेऊ लागलो. काहींना लॅप्रोस्कोपिक सर्जरीची (दुर्बिणीतून पाहून केलेली शस्त्रक्रिया) जरुरी होती. त्यामुळे या डॉक्टरांनी माझ्या रोग्यांना डॉ. मारेक ग्लेझरमन यांच्याकडे पाठवले. हे डॉक्टर त्याच शहरात सोरोका हॉस्पिटलमध्ये स्त्रीरोग आणि प्रसूतिशास्त्र विभागाचे प्रमुख होते. डॉ. ग्लेझरमनबरोबर नंतर माझे इतके घनिष्ठ संबंध निर्माण झाले की, त्यांचा मी एकेरी उल्लेख करू लागलो. माझ्या डॉक्टरी पेशाला आणि आयुष्याला वेगळी आणि चांगली कलाटणी मारेक यांना भेटल्यावर मिळाली. त्यांचा एक सहकारी म्हणून मी काम करण्याचे मोल त्यांनी ओळखले आणि मला त्यांच्याबरोबर काम करायला कसे आणता येईल याचा प्रयत्न त्यांनी सुरू केला.

सोरोका हॉस्पिटलमधील डॉक्टरांशी खरेतर माझा काहीच संबंध आला नव्हता. त्यामुळे मला त्यांनी असे सुचवले की, इस्त्राईलमधील वैद्यकीय सेवा कशी आहे हे समजून घेण्यासाठी मी त्या हॉस्पिटलमध्ये विनाशुल्क काम करावे. हे करताना मला तेथील डॉक्टर्सकडून स्त्रीरोग आणि प्रसूतिशास्त्र- विशेषतः वंध्यत्व या विषयामधील समस्यांवर कोणती उपाययोजना करतात, हे मला शिकता येईल.

प्रजोत्पादन शास्त्रातील नवीन तंत्रज्ञानाचा उदय होण्याचा हा काळ होता. मला हे नवीन तंत्रज्ञान आत्मसात करायचे होते. अधिक ज्ञान प्राप्त करावे ही माझी आस होती. त्याचप्रमाणे माझ्या ज्ञानकक्षा नवीन ज्ञान शिकून विस्ताराव्यात याचीही मला उत्सुकता, ओढ होती. या विषयांत प्रशिक्षणार्थी डॉक्टर म्हणून काम करण्याचे माझे स्वप्न होते. पण याकरता मला चार वर्षे घालवावी लागणार होती. शिवाय आर्थिक प्रश्नही महत्त्वाचा होताच. खूप दिवस मला वाटत होते की, हे स्वप्न माझ्या आवाक्यातले नाही.

संयुक्त राष्ट्रसंघातर्फे चालवल्या जाणाऱ्या वैद्यकीय केंद्रात माझी नोकरी होतीच, शिवाय सोरोका येथील हॉस्पिटलमध्ये माझे विनाशुल्क काम करणे चालूच होते. हे चालू असताना मला १९९४ मध्ये जेरुसलेम येथे भरलेल्या पहिल्या जागतिक परिषदेमध्ये हजर राहण्याचे आमंत्रण मिळाले. ही परिषद प्रसूतिशास्त्र या विषयावर होती. मी पोरसवदा असताना जेरुसलेमला ज्या ज्यू कुटुंबाकडे काम करत होतो, त्यांचा शोध घेण्याचे मी ठरवले. त्यांच्याबद्दल बरेच दिवस माझ्या मनात विचार येत असत. त्यांचे शेत कुठे आहे याचा शोध घेण्याचा मी प्रयत्न केला नव्हता. या वेळी माझा मुक्काम जेरुसलेमला होता, त्यामुळे परिषद संपल्यानंतर त्या कुटुंबाचा शोध घेण्याची ही उत्तम वेळ आहे असे मला वाटले. त्या वयात त्यांच्या चांगल्या वागण्याचा माझ्या मनावर खोल परिणाम झाला होता. मध्यपूर्वेतील इस्त्रायली आणि पॅलेस्टिनियन या दोन गटांतील माणसा-माणसात किती थोडा फरक आहे, हे मला त्यांच्या वागण्यातून जाणवायचे. मला त्यांना दाखवायचे होते की, तुमच्याकडे एक काळ मजुरी करत असलेला पॅलेस्टिनी मुलगा आता डॉक्टर झालेला आहे आणि त्याचे बस्तान चांगले बसलेले आहे. या पुनर्भेटीची मी खूप दिवस प्रतीक्षा करत होतो. खोडाया खेड्याजवळ त्या वेळी ते राहत असत, हे माझ्या स्मरणात होते. हे खेडे जेरुसलेम ते बिरशेबा या रस्त्यावर कुठेतरी होते. पण नक्की त्याचा ठावठिकाणा मला माहीत नव्हता. मला ते परत सापडेल का? कारण आता त्या भागात खूप बदल झालेला होता. त्या वेळचे आजा-आजोबा आता ऐंशीच्या घरात असतील ते जिवंत तरी आहेत का, अशी शंका माझ्या मनात आली.

पण अखेर त्यांचे शेत आणि घर मी शोधून काढले. मी ज्या उन्हाळ्याच्या

सुट्टीत त्यांचे काम सोडले, त्यापूर्वी काही दिवस आधी जन्मलेल्या त्यांच्या नातीने दरवाजा उघडला. तिने मला विचारले, "तुम्हाला काय हवे आहे?" मी म्हणालो, "मला तुझ्या बाबांना भेटायचे आहे." तिच्या आजोबांसाठीही मी काम केले होते, पण तिच्या बाबांना मी जास्त ओळखत होतो.

ते एका खिडकीजवळ खुर्चीवर बसलेले होते. माझी गाडी त्यांच्या आवारात जेव्हा शिरली, त्या वेळी माझ्या गाडीवरची अरबी भाषेत असलेली नंबरप्लेट त्यांनी पाहिली होती. त्यांना वाटले की, कोणी अरब व्यापारी त्यांना काहीतरी वस्तू विकण्यासाठी आलेला आहे. त्यांनी मला प्रथम दृष्टिक्षेपात अजिबात ओळखले नाही. "तुम्ही मला ओळखत नाही का?" मी त्यांना विचारले. "मी सांगतो मी कोण आहे ते. मी इझेलदिन आहे- जो तुमच्याकडे काम करत होता तोच मी." हे ऐकल्यावर ते ताडकन् खूर्चीतून उठले आणि त्यांनी मला मिठी मारून माझे चुंबन घेतले. त्यांच्या बायकोने जेव्हा मला पाहिले, तेव्हा तिचीही प्रतिक्रिया जवळ जवळ तशीच झाली. ती म्हणाली, "माझ्या मुलालाच भेटण्याचा आनंद मला झाला आहे." ती म्हणाली, "इझेलदिन, तू मला चांगलाच आठवतोस, ज्याने कोंबड्यांच्या खुराड्याचे काम केले. तेथील वास सहन न झाल्यामुळे तू कायम नाकावर रुमाल धरायचास. मला तुझ्याबद्दल खूप वाईट वाटायचे. इतक्या लहान मुलाने करण्याजोगे हे काम नाही, असे मला वाटायचे खरे."

त्या कुटुंबाला मी शोधले याचा मला खूप आनंद झाला. ते सगळे आहेत, एवढेच नव्हे तर त्यांची प्रकृतीही चांगली आहे, हे पाहून मला फार बरे वाटले. त्यांच्या शेतावर काम करण्याचा मला त्या वेळी किती फायदा झाला, हे सांगण्याची संधी मला मिळाली. त्यांच्या वागण्यावरून मला असे जाणवले की, ज्यू आणि पॅलेस्टिनियन हे सलोख्याने राहू शकतात. ते मला म्हणाले की, जबालिया निर्वासित छावणीतील एखादा मुलगा डॉक्टर होऊ शकेल, याची कल्पना आम्ही करू शकत नाही. कारण त्या भागात कायम दंगलीचे वातावरण आणि बॉम्बहल्ले होत होते. त्यामुळे हे कसे शक्य होईल असे आम्हाला वाटायचे. त्यांच्याबद्दल माझ्या मनात किती प्रेम आणि आदरभाव आहे, हे मला त्यांना दाखवून द्यायचे होते. आपल्या मार्गातले अडथळे दूर केल्यावर आपण किती प्रगती करू शकतो आणि आपले मनोरथ आपण कसे पूर्ण करू शकतो, हेही मला त्यांना दाखवावेसे वाटले.

सोरोका हॉस्पिटलमधील माझे इस्रायली सहकारी मला सतत सांगत असत की, मी तिथे प्रशिक्षणार्थी डॉक्टर म्हणून काम करावे. पण हे कसे शक्य होईल, हे मला कळत नव्हते. मी माझा दवाखाना गाझामध्ये चालू ठेवला होता. त्यातून माझ्या कुटुंबाकरता मी पुरेसे पैसे मिळवत होतो. तेथूनच मी वरचेवर सोरोका

हॉस्पिटलमध्ये माझ्या रोग्यांच्या बाबतीत सल्लामसलत करण्यासाठी व नवीन सहकाऱ्यांकडून नवीन ज्ञान मिळवण्यासाठी जात होतो.

मारेक ग्लेझरमन यांनी माझ्याकरता खास मला योग्य होईल असा प्रशिक्षणाचा कालावधी आखून दिला आणि त्यांच्या हाताखाली प्रशिक्षणार्थ घेतलेला पहिला पॅलेस्टिनी डॉक्टर मी असावा, अशी त्यांनी माझी शिफारस केली. पण याची परिपूर्ती व्हायच्या आधी ते दुसऱ्या हॉस्पिटलमध्ये रुजू झाले. त्यांच्या जागी मोशेमेझर या नवीन व्यक्तीची प्रमुखपदी नेमणूक झाली. त्यांनीही मारेकच्या शिफारशीला दुजोरा दिला. तरीदेखील हे काम सोपे नव्हते, कारण त्या हॉस्पिटलमध्ये माझे प्रशिक्षण सुरू होण्यापूर्वी चार निरनिराळे दाखले मिळवणे गरजेचे होते. त्याची गरज त्या हॉस्पिटलला माझी नेमणूक करण्यासाठी होती. मला एक खास ओळखपत्र सतत जवळ बाळगावे लागे. शिवाय तिथे काम करण्याचा एक वर्षाचा परवाना. आणखी तिसरे महत्त्वाचे म्हणजे ज्या वेळी मला परत गाझाला जाणे शक्य नसेल, त्या रात्री इस्राईल भूमीवर झोपण्याचा परवाना आवश्यक होता. चौथे माझ्या स्वतःच्या गाडीने सीमा पार करून कामावर येण्याचा आणि परत घरी जाण्याचा परवाना. असे चार महत्त्वाचे परवाने मिळवणे गरजेचे होते. (त्या वेळी पॅलेस्टिनी लोकांना परवाना मिळवल्यावर स्वतःच्या गाडीने जायची परवानगी होती) बेन गुरियन विश्वविद्यालयातील वैद्यकीय कॉलेजमधील दोन प्राध्यापक शिमॉन ग्लीक आणि मार्गालिथ कार्मी या दोघांनी मॅकॉर्थर प्रतिष्ठानकडून माझ्या पगारासाठी अनुदान मिळवण्यासाठी खूप कष्ट घेतले.

डॉ. श्लोमा युसेफ हे सोरोका हॉस्पिटलचे नवीन प्रमुख म्हणून रुजू झालेले होते. त्यांचाही मला या सगळ्या बाबतीत पाठिंबा मिळाला. ते म्हणाले की, 'इझेलदिन ही एक खास व्यक्ती आहे. इस्रायली आणि पॅलेस्टिनी लोकांच्या संघर्षाबाबतीत त्यांचा दृष्टिकोन समतोल आणि वास्तववादी आहे. दोन गटांतील हा संघर्ष आहे आणि इझेलदिन स्वतः या दोन्ही गटांना जोडणारा सेतू आहे. याशिवाय त्यांना स्वतःच्या वैद्यकीय कामात उच्च दर्जाची प्रगती करण्याची, या क्षेत्रात उत्तुंग कामगिरी करून दाखवण्याची इच्छा आहे. म्हणून मला वाटते की, त्यांना आपण प्रशिक्षण द्यावे. त्यांना याकरता लागणारी सर्वोतोपरी मदत आपणच करायला हवी. त्यांची वैद्यकीय कारकीर्द, त्याकरता लागणारे सर्व परवाने मिळवणे, त्यांच्याकरता हे सर्व अमलात आणायचे काम आपणच करायला हवे. बेनगुरियन विश्वविद्यालयामार्फत हे सर्व कार्य आम्ही पार पाडले. इझेलदिन प्रशिक्षण सुरू करण्यासाठी किती उत्सुक आहेत, हे मी पाहिले आहे. त्यामुळे लवकरात लवकर त्याचे प्रशिक्षण सोरोकामध्ये सुरू व्हावे याकरता मदत करण्याचे मी ठरवले. बाकी सर्व बाबींची पूर्तता त्याने केली.'

१९९७ मध्ये मी प्रशिक्षणार्थी वैद्यकीय अधिकारी म्हणून रुजू झालो. माझा पहिला मुलगा महम्मद याच्या जन्मानंतर बरोबर एक वर्षाने माझे प्रशिक्षण सुरू झाले. आमच्या पाच मोठ्या मुली आणि महम्मद यांच्यासह नादिया जबालिया छावणीत आमच्या घरी राहत होती. तिला हे सर्व कठीण जात असणार याची मला कल्पना होती. मी सबंध आठवडाभर प्रशिक्षणासाठी दूर असायचो. काही वेळा जर हॉस्पिटलच्या कामावर असेन तर आठवड्याच्या सुट्टीच्या दिवशीसुद्धा मी घरी परतू शकत नसे. गाझा आणि इस्राईलमधील सीमा पार करणे अतिशय बेभरवशाचे होते. मी घरून वेळेवर निघूनसुद्धा सीमापार करून कामावर पोहोचेन की नाही, याची खात्री नसायची. मी त्यामुळे बिरशेबाला एक लहान घर भाड्याने घेतले. त्या वेळी मला दोन हजार डॉलर महिन्याला मिळायचे. त्यातील थोडा भाग घरभाड्यावर मी खर्च करायला लागलो. हे जर मी केले नसते तर मी वर्गात वेळेवर कधी पोहोचू शकलो नसतो किंवा दुसऱ्या प्रशिक्षणार्थी डॉक्टरचे कामाचे तास संपल्यावर मी त्याला मोकळे करू शकलो नसतो. त्यामुळे रोग्यांचे हाल झाले असते. सीमेवरील पुष्कळ सैनिक मला ओळखत होते. ते मला कधी त्रास देत नव्हते; पण जर नवीन सैनिक तिथे रुजू झाले किंवा जुन्यांपैकी मला न ओळखणारे सैनिक जर सीमेवर तैनातीला असले, तर मात्र मला बेसुमार त्रास देत असत. सामान्य पॅलेस्टिनी इस्राईलमध्ये प्रवेश करताना त्यांना जितका त्रास व्हायचा, तसाच त्रास मला होत असे. मी शिकत होतो हे खरे होते; पण मी त्या हॉस्पिटलमध्ये इस्रायली रोग्यांवर उपचार करत होतो - ती परिस्थिती महाकठीण होती.

एकदा सीमेवरच्या सुरक्षारक्षकांनी मला माझी मोटार एका खंदकावरून न्यायला सांगितली. खंदकावर गाडी नेली की गाडीच्या खालच्या बाजूची तपासणी सुरक्षिततेच्या दृष्टीने करता येत असे. मी माझी ब्रिफकेस घेऊन बाजूला उभा राहून त्यांना माझ्या गाडीची तपासणी करू देत असे. अशा वेळेस मला धीर सोडून चालत नसे. त्यांचे तपासणीचे काम संपले की मी गाडी घेऊन कामावर जात असे. एकदा असे करताना हॉस्पिटलला पोहचल्यावर माझ्या असे लक्षात आले की माझा परवाना, माझे पारपत्र आणि इतर सगळेच महत्त्वाचे कागदपत्र हे सर्व ठेवलेली ती ब्रिफकेस मी जिथे उभा होतो तिथेच राहिली होती. मी तपासणी नाक्यावर फोन केला; पण मला काहीच उत्तर मिळाले नाही. म्हणून मी परत चव्वेचाळीस किलोमीटर त्या नाक्यापर्यंत गाडी चालवत गेलो. तिथे असलेल्या सुरक्षा सैनिकांकडे माझ्या ब्रिफकेसबद्दल चौकशी केली. तिथे कामावर असलेल्या मुख्य अधिकाऱ्याने मान वर करून माझ्याकडे बघितलेसुद्धा नाही. न बघताच तो म्हणाला, 'आम्हाला वाटले त्या बॅगेत काहीतरी संशयास्पद असणार म्हणून आम्ही ती उडवून दिली.'

सुरक्षिततेच्या दृष्टीने ते घेत असलेली खबरदारी समजण्यासारखी होती. पॅलेस्टिनी

लोकांच्या सुरक्षिततेइतकीच इस्रायली लोकांची सुरक्षितता महत्त्वाची आहे. पण तेथील रक्षक मला ओळखत होते. मी पॅलेस्टिनी असूनदेखील मानवतेच्या दृष्टिकोनातून मला मदत करायला हवी होती. कित्येक पॅलेस्टिनी लोकांना शांतता हवी होती. त्यांना सीमारेषेवर चांगले वागवले जावे अशी अपेक्षा होती. पण माझ्या बाबतीत जे घडले ते मी निमूटपणे सहन केले. कारण सोरोका हॉस्पिटलमध्ये शिकायची जी संधी मिळाली होती, ती मला गमवायची नव्हती.

माझे संशोधन कार्य वंध्यत्व या विभागात चालू होते. माझ्याकडे येणारे स्त्री-रोगी हे पॅलेस्टिनी आणि इस्रायली होते. मूल होऊ न शकणारी इस्रायली जोडपी माझे रुग्ण होते. आमचा विभाग हा एक स्वतंत्र वेगळ्या जगाप्रमाणे होता. कोणाकरताही जीवन हा एक संघर्षच असतो. पण ज्यांना मूलबाळ होत नाही अशा जोडप्यांच्या बाबतीत ते जीवन आणखीनच दुःखदायक ठरते. मूल नसल्यामुळे समाजाच्या टीकेला त्यांना तोंड द्यावे लागते. त्या जोडप्याला हा प्रश्न सतत भेडसावत असतो की, आपल्याला मूल का होत नाही? मला त्या जोडप्यांकडे पाहून हे दुःख जाणवायचे. माझ्या प्रशिक्षणाच्या सुरुवातीच्या काळापासूनच मला अशा जोडप्यांना सतावणारे दुःख दूर करावे, असे मनापासून वाटायचे. ज्यांना आई-बाप होण्याची ओढ आहे; पण दुर्दैवाने त्यांना गर्भधारणा होत नाही, अशा जोडप्यांचे दुःख मला दूर करायचे होते. म्हणूनच या क्षेत्रात मी संशोधन कार्य करू लागलो.

परंतु दोन्ही समाजांनी गुण्यागोविंदाने राहावे, या उद्दिष्टाकडे जाण्याच्या मार्गावर अनेक अडचणी होत्या आणि आहेत. उदाहरण द्यायचे झाले तर, गाझापट्टीतील एका अत्यवस्थ स्त्रीला आमच्या हॉस्पिटलमध्ये उपचाराकरता आणले होते. गाझातच राहिली असती तर ती मेलीच असती. ती दहा मुलांची आई होती. तिची किडनी निकामी झाली होती. ती गाझातील एका हॉस्पिटलमध्ये दोन आठवडे उपचार घेत होती. तिच्या पायाच्या शिरा सुजल्या आहेत म्हणून तिच्या पायाला सूज आलेली आहे असे निदान होऊन त्याच्यावर उपचार चालू होते. पण तिला जास्त ताप येऊ लागला. इतरही अनेक गुंतागुंती निर्माण झाल्या. त्यामुळे तिला सोरोका हॉस्पिटलमध्ये हलवण्याचा निर्णय घेतला गेला. कोणत्याही रोग्याला गाझामधून इस्राईलला हलवणे इतके सोपे नव्हते. इरेझच्या सीमेपर्यंत पॅलेस्टिनियन रुग्णवाहिकेतून रुग्णाला आणावे लागे. सीमारेषेवरच्या नाक्यावर सोरोका हॉस्पिटलमधील रुग्णवाहिकेत त्या रुग्णाला हलवणे अतिशय जिकिरीचे आणि धोक्याचे काम असे. इस्राईलमध्ये येण्याचा परवाना मिळवणे, हे त्या वेळीदेखील (आणि आतासुद्धा) त्रासदायक होते. इतकेच नाही, तर रुग्णाच्या उपचाराचा सर्व खर्च पॅलेस्टिनियन सरकारने देण्याचे रुग्ण हलवण्यापूर्वी कबूल करायला लावत. पॅलेस्टिनियन आणि इस्रायली लोकांचा

आणि सरकारचा एकमेकांवर अतिशय अविश्वास होता आणि अजूनही आहे. या अविश्वासामुळे लोकांना त्रास होऊन त्यांचे नुकसान होत असे. हे दोन्ही लोकांबाबतीत खरे आहे. त्या स्त्रीला या सगळ्या अडथळ्यातून पार करून सोरोका हॉस्पिटलमध्ये आणण्यात आले होते. त्यानंतर तापाचे कारण स्त्रीरोगासंबंधी नाही ना, याची खात्री करून घेण्यासाठी माझ्याकडे आणण्यात आले होते. मी तिच्याशी अरेबिक भाषेत बोललो आणि मी जबालिया छावणीत राहतो हे तिला सांगितले. हे ऐकल्यावर तिने माझा हात घट्ट पकडून ठेवला. ती यापूर्वी इस्त्राईलला कधीच आली नव्हती. तिला मनात धाकधूक वाटत होती की इस्त्राईलमध्ये आपल्याला योग्य तो उपचार होणार नाही आणि आपल्याशी नीट वागणार नाहीत.

पण इस्त्रायली डॉक्टरांनी तिचे प्राण वाचवले. मला माझा व्यवसाय आवडतो कारण हॉस्पिटलमध्ये मानवतेचे दर्शन होते. इथे उपचार करताना सर्व रुग्णांना समान लेखले जाते. त्यांचा धर्म किंवा वंश कोणताही असो. आमच्या वैद्यकीय व्यवसायात सुरुवातीलाच आम्ही अशी शपथ घेतो की, सर्व रुग्णांवर योग्य तो उपचार करू. तिथे कोणताही भेदभाव आम्ही ठेवणार नाही. आमचे पूर्वग्रह, आमची राजकीय मते आम्ही हॉस्पिटलच्या भिंतीच्या आत येऊ देत नाही. मी प्रत्येक डॉक्टरबद्दल बोलू शकत नाही; पण इस्त्राईलच्या हॉस्पिटलमध्ये काम करताना ज्या ज्या इस्त्रायली डॉक्टरांबरोबर मी काम केले, माझा संपर्क आला, ते खरोखर असे वागत होते. ते रुग्णांवर उपचार करताना त्यांना त्याचा धर्म, जात, वंश, देश बघत नसत.

सोरोकामधला माझा आणखी एक अनुभव सांगायला मला आवडेल. मी हिब्रू भाषा शिकायचे ठरवले; कारण इस्त्रायली रुग्णाला असे वाटू नये, की ते जे सांगत आहेत ते मला समजत नाहीये आणि त्यांच्या आजारासंबंधीचे हिब्रू भाषेतील कागदपत्र मला नीट समजत नाहीत. जर हिब्रू भाषेवर माझे प्रभुत्व नसेल, तर त्या रुग्णाचा माझ्यावरचा विश्वास उडेल, अशी मला भीती वाटायची. हिब्रू भाषा शुद्ध बोलण्याचा मी कटाक्षाने प्रयत्न करीत असे. एकदा बदाऊनी स्त्री-रुग्ण या हॉस्पिटलमध्ये दाखल झाली. ती गरोदर होती आणि तिचा रक्तदाब खूप वाढलेला होता. पण तिने हॉस्पिटलमध्ये राहायला नकार दिला. मला तिचा हॉस्पिटल सोडण्याच्या वेळी देण्यात येणारा दाखला लिहायचा होता. ती वैद्यकीय सल्ला न ऐकता घरी जात आहे, हे त्यात नमूद करायचे होते. हिब्रू भाषेत नकार देणे याकरता 'मेसेरावेत' हा शब्द वापरला जातो. यातील 'स' हे अक्षर हिब्रूमध्ये कसे लिहितात हे मला माहीत नव्हते. ही गोष्ट त्या बदाऊनी रुग्ण स्त्रीला किंवा तिच्या नवऱ्याला कळू नये अशी माझी इच्छा होती. कारण त्यांना माझ्या हिब्रू भाषेच्या ज्ञानाबद्दल आणि पर्यायाने माझ्या वैद्यकीय ज्ञानाबद्दल शंका आली असती. त्यामुळे त्या दांपत्यासमोर मला

परिचारिकेलासुद्धा यासंबंधी खुलासा विचारता येईना. म्हणून मी त्या रुग्णाला हॉस्पिटलमध्ये राहणे कसे गरजेचे आहे, हे परत परत सांगत होतो. शेवटी मी तिला सांगितले की तुझ्या नवऱ्याबरोबर तुझ्या गाडीपर्यंत जा आणि तुझे ओळखपत्र मला दाखवायला आण. 'स' हे हिब्रू भाषेत कसे लिहायचे हे परिचारिकेकडून समजावून घेण्यासाठी मला वेळ मिळावा यासाठी मी ही युक्ती केली. ते जोडपे ओळखपत्र घेऊन परत आले, तेव्हा मी त्यांना त्या दाखल्यावर सही करायला सांगितले. ते म्हणाले की आम्हाला दोघांनाही लिहिता येत नाही.

त्यांच्यासमोर चूक होऊ नये म्हणून मला खूप काळजी वाटत होती. माझ्या मनात नेहमी एक अनामिक भीती असायची की, लोकांना माझ्यात काहीतरी कमी आहे असे वाटत असेल. माझ्या वैद्यकीय कौशल्यात किंवा माझ्या बोलण्यात किंवा माणसा-माणसांतील परस्परसंबंधामध्ये मी कमी पडतो की काय, असा न्यूनगंड माझ्या मनात कायम असायचा. मला आयुष्यभर या हॉस्पिटलमध्ये निवासी वैद्यकीय अधिकारी म्हणून काम करण्याची संधी मिळाली होती. पण माझ्या इस्रायली सहकाऱ्यांचा माझ्याकडे पाहण्याचा दृष्टिकोन हा इथे यशस्वी होतो की नाही, असाच होता. एक प्रयोग म्हणूनच ते पाहत होते. मी इथे काम करण्यात जर यशस्वी झालो, तर यापुढे अनेक पॅलेस्टिनी डॉक्टरांसाठी या क्षेत्राचा दरवाजा उघडणार होता. पण जर मी अयशस्वी ठरलो असतो तर पॅलेस्टिनी डॉक्टरांकरता हा मार्ग कायमचा बंद झाला असता.

बहुतेक इस्राईल देशातील ज्यू लोक मला इस्रायली अरब समजत होते. पण लगेच मी खुलासा करत असे की, मी गाझापट्टीत राहणारा पॅलेस्टिनी आहे. माझ्या नावावरून मी पॅलेस्टिनी आहे हे समजण्यासारखे होते. माझे हिब्रू बोलणे हे ज्यू लोकांपेक्षा वेगळे होते. पण तरीही या गोष्टीला कोणाची हरकत नव्हती. आजारांना कोणतीही सीमा नसते. परंतु पूर्वग्रह आणि राजकारण सर्व ठिकाणी मध्ये मध्ये येतेच. राजकारण सीमेपार ठेवून मला फक्त वैद्यकीय सेवा करायची होती. याचे उदाहरण द्यायचे झाले तर एकदा दुपारी चार वाजता मी स्त्रीरोग विभागाच्या आपत्कालीन सेवा विभागात असताना अगदी घायकुतीला आलेली एक स्त्री तिथे आली. गरोदरपणाच्या अगदी सुरुवातीच्या काळात असूनसुद्धा तिला रक्तस्राव होत होता. मी तिची तपासणी केली. तिची सोनोग्राफी केली. मला असे आढळले की, तिच्या गर्भाला इजा पोहोचलेली नाही. पण गर्भपात होण्याची तिला भीती वाटत होती. पूर्ण विश्रांती घेणे हा एकमेव उपाय होता. मी तिला सांगितले की गर्भपात न होण्याची पन्नास टक्के शक्यता आहे; पण त्याकरता संपूर्ण विश्रांती घेणे गरजेचे आहे.

ती घरी परत गेली; पण मध्यरात्री पुन्हा परत आली. तिचा रक्तस्राव आणखी

वाढला होता. या वेळेला तिचा नवरा माझ्यावर जोरजोरात ओरडू लागला. तो पोर्तुगाल किंवा स्पेनचा ज्यू वंशज असावा. तो मोरक्कोचा रहिवासी होता. तो माझ्यावर आरोप करत होता की मी त्याच्या बायकोच्या गर्भातील बाळाला मारले. म्हणून मलाच ठार मारण्याची धमकी तो देऊ लागला. त्याचा आरडाओरडा चालूच होता. म्हणून परिचारिकेने सुरक्षारक्षकाला बोलावले. माझ्या जागी जर कोणी इस्रायली डॉक्टर असता, तर तो निश्चितच असे वागला नसता. त्याने त्याच्या बायकोच्या बिकट परिस्थितीला मला जबाबदार धरले; कारण माझ्याकडे बघण्याचा त्याचा दृष्टिकोन मी अरब आहे हा होता. त्याने हॉस्पिटलच्या प्रमुखाकडे तक्रार केली. प्रमुखाने त्याला आपल्या ऑफिसात नेले आणि तिथे असलेली अगणित वैद्यकीय क्रमिक पुस्तके दाखवली आणि सांगितले की, 'डॉ. अबूइलेशने जे उपचार तुमच्या पत्नीवर केले, ते या क्रमिक पुस्तकात दिल्याप्रमाणे होते.' त्याने माझी बाजू व्यवस्थितपणे, मनापासून त्याच्यासमोर मांडली आणि त्यामुळे तो नंतर शांत झाला.

दोन्ही देशांनी आणि तेथील लोकांनी सामंजस्याने एकत्र नांदावे, हे माझे मत पुढे रेटण्याचे काम मी अनधिकृत शांततादूत म्हणून करत होतो. मी काही इस्रायली लोकांना माझ्या घरी किंवा माझ्या मित्रांच्या घरी महिन्यातून एकदा बोलवत असे. आम्ही त्यांना जबालिया निर्वासित छावणीत लोक कोणत्या अवस्थेत, कसे राहत आहेत हे दाखवत असू. लोक किती दाटीवाटीने राहत आहेत, याचा त्यांनी स्वतः अनुभव घ्यावा, असा आमचा उद्देश होता. त्यांना या लोकांत मिसळून, भरपूर गप्पा मारून, खूप प्रश्न विचारण्यासाठी आम्ही खूप वेळ मोकळा देत होतो. या प्रश्नोत्तरातून त्यांनी स्वतः आपली मते बनवावीत, यासाठी हा वेळ होता. आम्ही एकत्र बसून मिठाई आणि कॉफी घेत असू. इस्रायली आणि पॅलेस्टिनियन सर्व जण एकत्र असायचे या वेळी. आम्ही चर्चा करायचो, वादविवादही व्हायचे. वेगवेगळ्या विषयांवर आम्ही बोलत असू. एकमेकांत मिसळताना दोन्ही देशांतील लोकांत किती साम्य आहे, हे मला त्या वेळी दिसून आले. आम्ही दोन्ही समाजांतील लोक आपली मते मोकळेपणाने व्यक्त करतो. आम्ही मोठ्याने बोलतो. आमच्या परस्पर संवादातील वादाच्या विषयानुरूप आमचे आवाज वरच्या पट्टीत जातात. चर्चा जेव्हा रंगात येते त्या वेळेला आमचा गोंगाट आणखीनच वाढतो. पॅलेस्टिनी आणि इस्रायली या दोन्ही लोकांचा हा स्वभावविशेष आहे. कितीही अटीतटीची वादावादी झाली तरी निघताना दोन्ही देशांतील आम्हा ज्यू आणि पॅलेस्टिनी यांच्यात मैत्रीचे संबंध प्रस्थापित व्हायचे. एकमेकांचे दूरभाष क्रमांक लिहून घेतल्याशिवाय निरोप घेतला जात नसे.

पण हेही नंतर बंद पडले. कारण सप्टेंबर २००० मध्ये दुसरे आंदोलन सुरू

झाले. लोकांनी अनेक ठिकाणी आगी लावल्या. एरियल शरॉन याने माउंट मसजिदला भेट दिली. इस्लामी जगातले हे तिसऱ्या क्रमांकावर असलेले महत्त्वाचे पवित्र ठिकाण आहे. 'तुम्ही मला तिथे जायला मज्जाव कसा करता ते मी बघतोच' असा त्याचा अविर्भाव होता. कॅम्प डेव्हिड येथे झालेल्या शांतता वाटाघाटी असफल ठरल्या होत्या. दोन्ही बाजूला झालेल्या दंगलींनी अनेक जण मृत्युमुखी पडले. दगडफेक झाली. बॉम्ब टाकले गेले. अश्रुधूर सोडला गेला. त्यानंतर मोठीच दंगल उसळली. मग सीमा पार करणे बंद केले गेले. इस्रायली लोकांच्या छोट्या गटांना गाझामधील परिस्थिती प्रत्यक्ष बघण्यासाठी आणण्याचा माझा उपक्रम बंद पडला.

मी गाझामधल्या दवाखान्यात आठवड्यातून एक दिवस रुग्णांची मोफत तपासणी करून त्यांच्यावर उपचार करत असे. पण सुरुवातीचे कित्येक आठवडे त्या दिवसांत मला इस्राईलमध्ये जाता आले नाही. माझ्यासारखेच गाझामधून इस्राईलमध्ये कामाला जाणारे इतर एक लाख पॅलेस्टिनी लोकसुद्धा जाऊ शकले नाहीत. जणू आमचे अस्तित्वच नष्ट करण्याचा प्रयत्न चाललेला होता. नोकरी नाही म्हणून पैसे नाहीत आणि पैसे नाहीत म्हणून अन्नदेखील मिळणे दुरापास्त झाले. इतर गोष्टी विकत घेणे दूरच राहिले. नंतर काही दिवसांनी येथील परिस्थिती आणखीनच चिघळली. कित्येक पॅलेस्टिनी लोकांना आपल्याला काही भवितव्य आहे असे कोणतेच चिन्ह दिसत नव्हते. आपले आयुष्य व्यर्थ आहे, असे त्यांना वाटायला लागले. अशा परिस्थितीत जर एखादा मनुष्य वेडापिसा झाला आणि जर तो आत्मघातकी बॉम्बहल्लेखोर झाला, तर आजूबाजूचे कोणीही त्याला थांबवण्याच्या मनःस्थितीत नसतात. उलट शूरवीर म्हणून त्याचा उदोउदो करतात. अशा तऱ्हेने दंगल जास्त भडकते.

मला इस्राईलला माझ्या कामावर परत जायची इच्छा होती. जावे की न जावे याविषयी अनेक पॅलेस्टिनी लोकांचा सल्ला मी घेतला. माझ्या जाण्यामुळे माझ्याबद्दल गैरसमज होऊ नये अशी माझी इच्छा होती. मी जाणे हे नीतिमत्तेला धरून आहे की नाहा, हे मला जाणून घ्यायचे होते. पण बहुतेक लोकांनी मला सांगितले की, 'इझेलदिन, तू तुझ्या कामावर जावेस. ते तुझ्या हिताचेच आहे. त्याचबरोबर आमच्याही हिताचे आहे आणि इस्रायली लोकांच्याही.' माझ्याकडे अजूनही इस्राईलमध्ये जाण्याकरता लागणारी वैध कागदपत्रे होतीच. जरी आंदोलन चालू होते तरी सीमारेषेवर मी ही कागदपत्रे सादर केली तेव्हा नेहमीप्रमाणे त्या कागदपत्रांची छाननी झाली.

मधल्या अनेक दिवसांनंतर मी जेव्हा हॉस्पिटलमध्ये प्रथम पोहोचलो, तेव्हा माझ्या इस्रायली सहकाऱ्यांनी आणि मित्रांनी मला सहर्ष स्वीकारले. जणू एखादा मुलगा खूप दिवसांनी घरी परत यावा, असे त्यांनी माझे स्वागत केले. ते म्हणाले

की, 'आम्ही सगळे तुझाच विचार करीत होतो.' सोरोका हॉस्पिटलमधील माझा एक मित्र मला म्हणाला की, 'इझेलदिन मी असे ऐकले की तू परत यायला घाबरत होतास. पण मला तुला सांगायचे आहे की, जर कोणी इस्रायली माणसाने तुझ्यावर हल्ला केला किंवा तुला दगाफटका करायचा प्रयत्न केला, तर मी तुझ्याकरता स्वतःचे बलिदान करायला तयार आहे.'

यापेक्षा आणखी त्याग कोण करू शकेल!

पण जाण्यापूर्वी जरी मी अनेक लोकांचा सल्ला घेतला होता आणि मी कामावर जावे की नाही याबद्दल बोललो होतो, तरीही गाझामधील माझ्या काही सहकाऱ्यांनी माझ्या इस्राईलला येण्याच्या हेतूबद्दल संशय घेऊन शंका व्यक्त केली. एक जण म्हणाला, 'ज्यू स्त्रियांना मुले व्हावीत याकरता तू कसे काय उपचार करतोस? ती मुले मोठी होऊन सैनिक होतील आणि आपल्यावर बॉम्बहल्ला करतील, आपल्याला बंदुका मारतील.' आणखी एक जण दातओठ खाऊन म्हणाला, 'तू हे जे कार्य करतो आहेस त्याचा मला प्रचंड राग आला आहे.' काहींचे म्हणणे असे होते की, 'ज्यू लोकांची आपल्यावर राज्य करणारी एक नवी पिढी मी तयार करतो आहे, त्यांना त्यासाठी मदत करतो आहे.' मी त्यांना समजावतो की ही मुले उद्या डॉक्टर होऊन आपले प्राणदेखील वाचवू शकतात.

मला असे वाटले की, आता शांतता प्रस्थापित होण्याची वेळ जवळ आली आहे. सगळ्यांप्रमाणेच मला आशा वाटत होती. माझी ये जा चालू होती. शिवाय गाझामध्ये इस्रायली डॉक्टरांच्या मदतीने मी दवाखाने उघडले होते. (ते सगळे नंतर बंद करावे लागले होते) दोन्ही समाज शांतता प्रस्थापित करण्याच्या इतके जवळ येऊन ठेवल्यावर पुन्हा परिस्थिती बदलली आणि एकमेकांचे संबंध झटपट दुरावले. दुसरे आंदोलन जेव्हा जोरात सुरू होते, तेव्हा प्रत्येक समाज आपल्या नुकसानीवर फुंकर मारून दुसऱ्या गटाला दोषी ठरवत होता. सामंजस्याने एकत्र राहण्याचा हक्क दोन्ही समाजांना आहे हे जाणून न घेता, एकमेकांना दोष देण्यातच ते मग्न होते. हे जर बदलले नाही तर त्याचे पर्यवसान एकमेकांवर अविश्वास दाखवणे आणि पर्यायाने युद्धात होणे अटळ होते. मला वाटले, आपण डोळे मिटून घ्यावेत हे दुसरे आंदोलन सुरू होण्यापूर्वी. आपण मोकळेपणाने एकमेकांशी संवाद साधत होतो, ती परिस्थिती परत यावी आणि मग मी माझे डोळे उघडावेत.

दोन्ही समाजांना, जे दुभंगलेले आहेत त्यांना एकत्र आणण्याचा माझा प्रयत्न म्हणजे तारेवरची कसरतच होती. मला असे वाटले की, जास्तीत जास्त पॅलेस्टिनी डॉक्टरांनी माझ्यासारखेच इस्रायली हॉस्पिटलमध्ये निवासी डॉक्टर म्हणून काम करावे म्हणजे त्यांना समजेल की जे खरे इस्रायली लोक आहेत त्यांना शांतता हवी

आहे. इस्रायली लोकांनासुद्धा पॅलेस्टिनी लोकांतील माणुसकी, सहृदयता अनुभवता येईल. माझे असे ठाम मत आहे की, राजकारण बाजूला ठेवून वैद्यकीय सेवेतून दोन्ही समाज जवळ येऊ शकतील. हा शांततेचा उत्कृष्ट मार्ग होऊ शकेल. प्रत्येक रुग्ण मला नातेवाइकाप्रमाणे वाटतो. मी त्यांच्यात कोणताच भेदभाव करत नाही. हा इस्रायली, हा पॅलेस्टिनी, हा अरब इस्रायली किंवा हा नवा स्थलांतरित किंवा बदाऊनी असा फरक मी करत नाही. माझ्या दृष्टीने सर्व रुग्ण समान आहेत. प्रत्येक जन्मलेल्या बाळाला समान वैद्यकीय सेवा मिळाली पाहिजे, हे बघणे माझे कर्तव्य आहे. पण ही निष्पाप मुले मोठी झाल्यावर काय होते ते बघा. मित्रभावनेपेक्षा त्यांनी एकमेकांचे वैरी बनावे असे विष त्यांच्या कानात कोण ओतते? दुसऱ्या आंदोलनाच्या वेळेला इतर कोणत्याही गोष्टीपेक्षा हे सिद्ध झाले आहे की, पॅलेस्टिनी आणि इस्रायली लोकांना एकमेकांशी जुळवून घेण्याशिवाय गत्यंतर नाही. त्यांची एकमेकांची निरगाठ बांधलेली आहे. जर शांतता प्रक्रिया अयशस्वी झाली, तर ते अपयश दोन्ही देशांचे मिळून असेल. आपण दोन्ही समाज एकमेकांशी घट्ट बांधलेले आहेत. आपण शांतता प्रस्थापित करू शकलो नाही म्हणून तर हे दुसरे आंदोलन सुरू झाले.

दंगल चालूच होती. तरीसुद्धा माझ्या भावाने आणि मी नवीन घर बांधायचे ठरवले. पाच मजली इमारत बांधायची. त्यामध्ये सर्वांनी वेगवेगळे पण एके ठिकाणी राहायचे. प्रत्येक भावाला एक मजला आणि आईकरता पहिला मजला असे पाच मजले आम्ही बांधले. आम्ही सगळ्यांनी मिळून खर्च करून जबालिया शहरात हे घर बांधले. जबालिया छावणीच्या अगदी जवळ; पण जबालिया शहरात हे घर होते. माझा भाऊ शेहाब जवळच राहत होता. माझ्या तीन बहिणी त्यांच्या नवऱ्याबरोबर आणि नातेवाइकांबरोबर जबालिया छावणीत आणि गाझा शहरात राहत होत्या. पण आमच्या आयुष्यात प्रत्येक बाबतीत जशा अडचणी उभ्या राहत होत्या तसेच हे घर बांधल्यावरसुद्धा एक प्रश्नचिन्ह उभे राहिले. आम्ही द्विधा मनःस्थितीत होतो. आमची आई दलाल हिने आमच्याबरोबर नवीन घरात यायला नकार दिला. खरंतर ती अतिशय कणखर मनाची स्त्री होती. मला माहीत असलेल्या अनेक स्त्रियांपेक्षा कितीतरी पटींनी धैर्यवान होती. ती आमचा भाऊ नूर परत येण्याची वाट बघत होती. गेले अनेक वर्षे ती त्याचे कपडे धुवून वाळत घालायची. त्यांना इस्त्री करायची. तिला अजूनही आशा होती की, अचानक तो दारात येऊन उभा राहील आणि आमचे जीवन पूर्वीसारखे सुरळीत होईल. ती त्याची कायम वाट बघत असे. त्या निर्वासित छावणीत बांधलेले आमचे घर मी पंधराव्या वर्षी मिळवलेल्या पैशांतून उभारले होते. नूर जर परत आला तर आम्ही त्याला सापडणार नाही, असे तिला वाटायचे. म्हणून ती आमच्याबरोबर यायला तयार नव्हती. जरी आम्ही नवीन घरात गेलो तरी आसपासच्या सर्वांना तो पत्ता माहीत होता. जर नूर परत आला तर आसपासच्या

लोकांनी त्याला नवीन पत्ता सांगितला असता. पण आमची आई ठाम राहिली. त्यामुळे आम्ही भावंडे तिच्याबरोबर त्या जुन्या घरात पाळीपाळीने राहिलो. माझ्या एका भावाने त्याच्या मुलीचे नाव नूर ठेवले होते. दुसऱ्या भावाने त्याच्या मुलाचे नाव नूर ठेवले. अशा तऱ्हेने नूर जणू आमच्याबरोबर आहे, असे आम्ही समजत राहिलो. एवढेच आमच्या हातात होते. माझ्या आईला तर रोज स्वप्न पडायचे की, तो घरी परत येतो आहे. आता खरे तर तो नाहीसा झाल्याला एकोणीस वर्षे झाली होती; पण आईची आशा अभंग होती.

सप्टेंबर २००१ मध्ये आम्ही आमच्या नवीन, सुंदर घरात राहायला गेलो. पण आईने त्या घरात पाऊल टाकले नाही. ती अजूनही तिच्या बेपत्ता मुलाची वाट पाहत होती. मी तिची आर्जवे आणि विनवण्या केल्या; पण निर्धाराने तिने नकार दिला. तिचे वागणे मला शेवटपर्यंत उमगले नाही. अजूनही मला समजत नाही की, ती अशी का वागली. पण आईला सुख द्यायचे, तिच्या मनाविरुद्ध वागायचे नाही. तिला जिथे बरे वाटेल तिथे राहू द्यायचे, असा आम्ही निर्धार केला होता.

११ सप्टेंबर, २००१ रोजी मी सोरोका हॉस्पिटलच्या प्रसूतिशास्त्र खात्यात आपत्कालीन विभागात कामावर होतो. त्या रात्री खूप रुग्ण स्त्रियांवर उपचार करण्यात आम्ही दंग होतो. मला डोके खाजवायलादेखील फुरसत नव्हती. मध्यरात्रीच्या सुमारास स्वच्छता विभागातील एक कर्मचारी म्हणाला की, 'अमेरिकेत इमारती पडत आहेत' मी टीव्ही असलेल्या खोलीत गेलो आणि तो ज्याबद्दल बोलला ते दृष्य बघितले. वर्ल्ड ट्रेड सेंटरच्या दोन उंच इमारतींपैकी एक इमारत धडाधड कोसळत होती. अमेरिकेत आतंकवादी हल्ला होईल असे कोणालाच वाटले नव्हते; पण प्रत्यक्षात तसे झाले होते.

मी पॅलेस्टिनी असल्यामुळे मला आतंकवादाबद्दल थोडीशी माहिती होती. माझ्या जीवनात मी आतंकवाद अनुभवत होतो. सप्टेंबर ९/११ ची शोकांतिका घडल्यानंतर लगेच न्यू यॉर्क शहरामध्ये होणाऱ्या एका चर्चासत्रात भाग घ्यायचे मला आमंत्रण आले होते. हे चर्चासत्र नेगेव येथील सोरोका वैद्यकीय केंद्राच्या अमेरिकन मित्रमंडळाने आयोजित केले होते. त्या चर्चासत्राचा मुख्य विषय होता 'आतंकवादी हल्ल्यानंतर मनाच्या वेदनेवर फुंकर घालण्याकरता संवाद' यात भाग घेणारे इतर वक्त्यांमध्ये डेव्हिड मॅकोवस्की हे 'वॉशिंग्टन इन्स्टिट्यूट फॉर निअर ईस्ट पॉलिसी' येथील ज्येष्ठ पत्रकार होते. स्टीव्हन फ्लॅटो हे वकील होते. त्यांची मुलगी अलिसा ही गाझामध्ये झालेल्या आत्मघातकी बॉम्बहल्ल्यात मारली गेली होती. इस्थर शाक्स हे न्यू यॉर्क विद्यापीठातील वैद्यकीय केंद्रामध्ये समाजशास्त्र खात्याचे प्रमुख होते. मी लगेचच हे आमंत्रण स्वीकारले. दिलेल्या विषयावर आपले विचारही मांडायचे असे

ठरवले. पण नंतर मोना अब्रामसन हिच्याकडून मला समजले की इतर वक्त्यांपैकी कोणीतरी एकाला मला दिलेले आमंत्रण मागे घ्यावे असे वाटत होते. ती चर्चासत्राची संयोजिका होती. सोरोका हॉस्पिटलमध्ये पाच वर्षे ती माझी सहकारी होती आणि एक चांगली मैत्रीणही होती.

स्टीव्हन फ्लॅटो याने माझ्या सहभागाला विरोध दर्शविला होता. त्याने मोनाला विचारले होते की, 'या परिषदेकरता हा गाझामधला पॅलेस्टिनी मनुष्य कशाकरता येतो आहे? माझी मुलगी गाझामध्ये मारली गेली.' पण अब्रामसनने मला सांगितले की तिने फ्लॅटोला समजावले की, 'इतक्यात त्या व्यक्तीबद्दल निर्णय घेऊन आपले मत बनवू नका. त्या व्यक्तीबद्दल पूर्ण माहिती समजण्यापूर्वी त्याची पूर्ण ओळख होण्यापूर्वी हरकत घेऊ नका.' जेव्हा मला मोनाने हे सर्व सांगितले आणि विचारले की, इतके सगळे रामायण घडवल्यावरदेखील मी त्या चर्चासत्रात सहभागी होणार आहे का?' मी तिला सांगितले की, 'हो, मी तयार आहे.' मला याबद्दल दुसऱ्यांदा विचार करण्याची आवश्यकता वाटत नाही. मला ही संधी गमवायची अजिबात इच्छा नाही. या परिसंवादाकडे मी माझे विचार त्या लोकांपर्यंत पोहोचवण्याची एक उत्तम संधी या दृष्टिकोनातून पाहत होतो. या बॉम्बहल्ल्याच्या जखमा भरून येण्याचे काम इथूनच सुरू व्हायला हवे. मला जो संदेश द्यायचा होता त्याची मी अतिशय काळजीपूर्वक तयारी केली. प्रत्येक शब्द मी तोलूनमापून वापरला होता. मी अजिबात निराश नव्हतो. पण थोडा बेचैन होतो. ते फक्त आपल्या स्वतःच्याच दृष्टिकोनातून एकांगी विचार करत आहेत; या शिवाय मला भेटण्याचीदेखील त्यांना इच्छा नाही याचे मला वाईट वाटले. शिवाय मला काय सांगायचे आहे, ते ऐकून घेण्याचीदेखील त्यांची तयारी नव्हती.

आपले मत स्पष्टपणे, निर्भीडपणे मांडायचे, सत्य तेच बोलायचे, हे ठरवून न्यू यॉर्कला प्रयाण केले. पण त्या परिसंवादात भाग घेणारे इतर सर्व ज्यू होते आणि त्यांच्यात मी एकटाच पॅलेस्टिनियन होतो. त्यांना मी कसे कसे तोंड देऊ शकणार असे मला वाटत होते. तिथे पोहोचल्यावर माझ्या असे लक्षात आले की, बहुतांश श्रोतेसुद्धा ज्यू होते. चर्चासत्र सुरू व्हायच्या आधी श्रोत्यांमधून मला उद्देशून टोमणे मारायला सुरुवात झाली होती. एक जण म्हणाला, 'तुम्ही तुमच्या मुलांना आमचा तिरस्कार करायला शिकवता.' पॅलेस्टिनी लोक कशा बिकट अवस्थेत जगत आहेत हे मला त्या सगळ्यांना सांगायचे होते. ज्यू लोकांचे डोळे उघडावेत, त्यांना खरी परिस्थिती समजावी हे सांगण्याची ही एकमेव संधी मला मिळाली होती. त्याचे गांभीर्य त्या वेळी मला जाणवले. अमेरिकेतील बेसबॉल खेळाचे शौकीन म्हणतात 'सीमापार चेंडू लगाव' त्याप्रमाणे मला माझ्या भाषणातून त्यांची मने जिंकायची होती. असे झाले तरच पॅलेस्टिनी लोकांबद्दलचे त्यांचे मन थोडेतरी बदलू शकेल.

माझ्या समोर बसलेल्या श्रोत्यांकडे मी नजर टाकली. माझ्यासमोर केवढे मोठे आव्हान आहे याची मला कल्पना आली. लोकांकडे नजर टाकूनच वक्त्याला समजते की ते आपल्या मताशी ठाम आहेत. पूर्वग्रह घेऊन आलेले आहेत. असे लोक खुर्चीत रेलून बसलेले असतात. ते वक्त्याच्या नजरेला नजर देत नाहीत. ते इथे फक्त हजेरी लावायला आलेले असतात. वक्त्याचे भाषण गांभीर्याने ऐकण्याची त्यांची मुळीच इच्छा नसते. इतर वक्ते मला कसे नामोहरम करतील ते अनुभवायला ते आलेले होते. काही वेळा असे घडते. पण सहसा अशा चर्चासत्राचा शेवट असा होत नाही. त्यांच्याकडे जी माहिती नव्हती ती माझ्याकडे होती. माझ्याकडे त्यांना सांगण्यासाठी प्रत्यक्ष घडलेल्या, अनुभवावर आधारलेल्या घटना होत्या. पॅलेस्टिनी विशेषतः गाझामधील पॅलेस्टिनी लोकांची खरी बाजू मला मांडायची होती. माझी बोलायची पाळी आल्यावर स्मितहास्य करूनच श्रोत्यांना अभिवादन करायचे, असे मी मनाला पुन्हा बजावले. जवळ जवळ तीनशे श्रोते त्या सभागृहात हजर होते. वक्त्यांमध्ये बोलण्याचा माझा तिसरा क्रमांक होता. माझ्याआधी स्टीव्हन फ्लॅटो यांचे भाषण झाले. त्यानंतर मी बोलायला उभा राहिलो.

सुरुवातीला मला असे वाटले की माझे बोलणे त्यांना ऐकू येत आहे की नाही. नुकतीच त्यांच्यावर जी आतंकवादी आपत्ती कोसळली होती त्या पार्श्वभूमीवर माझे भाषण ऐकण्याची मनःस्थिती होती की नाही, याबद्दल मी साशंक होतो. स्वतःवर हल्ला झालेला असल्यामुळे दुसऱ्याचे दुःख समजून घेण्याची त्यांची मनःस्थिती आहे की नाही? गेल्या चार आठवड्यांत मध्यपूर्वेत घडलेल्या घटनांबद्दल मला बोलायचे होते. इस्रायली आणि पॅलेस्टिनियन लोकांत जे अति तणावाचे वातावरण आहे, त्याबद्दल मला सांगायचे होते.

एरियल शेरॉनबद्दल सांगताना मला असे म्हणायचे होते की, प्रत्येक समाजात एक ओसामा बिन लादेन असतो. आमच्याकडे यासर अराफत आहे. निष्पाप मुले या संग्रामात मारली गेली त्याबद्दल मला बोलायचे होते. दोन्ही समाजांतले नागरिक आणि पुढारी या सूडभावनेने केलेल्या हल्ल्यात कसे मारले गेले, रामल्ला इथे इस्रायली सैनिकांना कसे ठेचले गेले. नाझरेथमध्ये अरबांचे शिरकाण कसे केले गेले, हे सगळे मला श्रोत्यांना सांगायचे होते. सप्टेंबर अकराला जे घडले त्याचे परिणाम आमच्या पॅलेस्टिनी लोकांवरही झाले. अशा तऱ्हेने आतंकवादाची बीजे रोवली जातात. ज्यांना काहीही सोयी सवलती मिळत नाहीत, अशा असमाधानी आणि अशिक्षित समाजात याचा प्रसार जास्त होतो. या लोकांना एकमेकांबद्दल अविश्वास निर्माण होतो, भीती वाटायला लागते आणि असहिष्णुता निर्माण होते.

बालफोरचा जाहीरनामा आणि शांतता कराराबद्दल मला बोलायचे नव्हते. तसेच ज्यू लोकांच्या वसाहती, गाझा आणि इजिप्तमध्ये असलेल्या बोगद्यातून जी तस्करी

होते त्याबद्दलही मला सांगायचे नव्हते. या विषयावर अनेक लोक सतत बोलत असतात. मला लोकांबद्दल बोलायचे होते. एकमेकांबद्दल आदर, सहिष्णुता आणि विश्वास यासंबंधी मला बोलायचे होते. इस्रायली आणि पॅलेस्टिनी लोकांबद्दल मला जे माहीत होते ते मला त्यांना सांगायचे होते. आपल्या दोन्ही समाजात असलेले आणि मी अनुभवलेले साम्य मला त्यांना सांगायचे होते.

प्रत्येक देशात, प्रत्येक धर्मात आणि प्रत्येक संस्कृतीत वाईट माणसे असतात हे आपण सर्वांनीच जाणले पाहिजे. प्रत्येक राष्ट्रात शांत बसणारा, कोणतीही प्रतिक्रिया व्यक्त न करणारा असा एक गट असतो. दोन्ही समाजांतील लोकांची मते आणि चिंतेचे विषय जाणून घेऊन दोन्ही समाज एकत्र नांदू शकतील असा विचार करणारे माझ्यासारखे अनेक लोक प्रत्येक समाजात आहेत. आपण एकमेकांना समजून घेतले की सगळे प्रश्न मिटतील. माझी खात्री आहे की, हा मार्ग सोपा आहे. या मार्गाने शांतता प्रस्थापित होऊ शकते. मी तरुणपणापासून या मार्गाचा अवलंब करत आहे. मध्यपूर्वेकडे बघा- तिथे जी पवित्र भूमी आहे ती रक्ताने माखलेली आहे. तिथे पिढ्यान् पिढ्या तिरस्कार आणि रक्तपात होत आहे. एकमेकांशी संवाद साधून आणि एकमेकांना समजून घेणे, हाच एकमेव मार्ग आहे. रक्तपात थांबवून, तिरस्कार विसरून, संवाद साधून हे होऊ शकते.

मध्यपूर्वेत एकमेकांवरचा विश्वास ही अत्यंत दुर्मीळ गोष्ट झालेली आहे. या भूमीला मोकळ्या श्वासाची, मोकळ्या वातावरणाची गरज आहे. एका पक्षाला झुकते माप मिळेल, त्यांच्या मनासारखे होईल आणि दुसऱ्या पक्षाला मात्र यांच्यापुढे सतत मान तुकवायला लागेल, असा एकांगी तोडगा उपयोगी नाही. या पद्धतीने दोन्ही समाज सामंजस्याने एकत्र येणे शक्य नाही. एकमेकांना दोष देणे थांबवून. प्रत्येकाशी संवाद साधायला हवा. सगळ्यांनाच हे माहीत आहे की, दंगलीचे पर्यवसान दंगलीतच होते. त्यामुळे दोन्ही गटांत एकमेकांबद्दल तिरस्कार वाढीला लागतो. आपणच आपला मार्ग शोधायला हवा. माझ्या वतीने माझे म्हणणे मांडणारे जे प्रवक्ते आहेत, त्यांच्यावर मी विश्वास ठेवू शकत नाही. त्यांच्याजवळ मला उपयुक्त नसणारे काही छुपे मुद्दे असतात. त्याऐवजी मी माझ्याकडे येणाऱ्या रुग्णांशी बोलतो. शेजाऱ्यांशी मी सरळ संवाद साधतो आणि माझ्या सहकाऱ्यांशी चर्चा करतो. यामध्ये ज्यू आणि अरब दोन्ही समाजांतील लोक असतात. मला असे जाणवते की, त्यांचेही माझ्याप्रमाणेच मत आहे. आपल्यामध्ये असलेल्या फरकापेक्षा आपल्यात साम्य जास्त आहे. आपण सर्व जण या दंगलीला, विध्वंसाला वैतागलो आहोत.

इस्राईल आणि गाझा या दोन्ही ठिकाणी माझा वैद्यकीय व्यवसाय चालू आहे. वैद्यकीय सेवा ही दोन्ही समाजांतील सेतू होऊ शकते. शिक्षण आणि वैयक्तिक मैत्रीमुळे जसे दोन्ही समाजांत सामंजस्य साधले जाते, त्याचप्रमाणे वैद्यकीय सेवेचे

आहे. आपल्या सगळ्यांना माहीत आहे की, आपण काय करायला हवे. मग आपला हात कोणी धरला आहे का? आपल्या दोन्ही समाजांत एकी होऊ नये म्हणून कोण अडथळा आणते आहे? आपण एकमेकांना सहिष्णुतेचा संदेश द्यायला हवा, तो आपल्या वागणुकीतून यायला हवा. असहिष्णुता कमी करायला हवी. एकमेकांचा तिरस्कार करण्यापेक्षा एकमेकांचे दुःख कमी करण्याचा प्रयत्न करायला हवा.

मी भाषण करत असताना माझ्यासमोर बसलेल्या अमेरिकन ज्यू समाजाच्या श्रोत्यांच्या चेहऱ्यावरील प्रतिक्रिया मी अजमावत होतो. गाझामधील जीवन कसे आहे याचे वर्णन मी करत असताना त्यांना ते पटत होते, हे मी त्यांच्या चेहऱ्यावरून वाचू शकलो. खुर्चीत मागे रेलून माझे भाषण केव्हा संपते आहे याची ते आता वाट पाहत नव्हते, तर काळजीपूर्वक ऐकत होते. सर्व समाजांतील सुसंस्कृत लोकांप्रमाणेच त्यांनाही मी जे सांगत होतो त्याचा धक्काच बसला होता. मी अतिशय सोप्या भाषेत सहजपणे माझा संदेश त्यांच्यापर्यंत पोहोचवला, यामुळे ते चकित झाले होते. ज्या स्टीव्हन फ्लॅटोने मी येऊ नये म्हणून विरोध केला होता, तो उभा राहून म्हणाला की, 'उद्या माझ्याकडे खास खान्याला तुला मी आमंत्रण देत आहे.' दुसऱ्या दिवशी त्याने माझ्याकरता खास लिमोसीन पाठवली. त्याच्या आईबरोबर आम्ही एकत्र जेवलो. जेवल्यावर तो म्हणाला, 'इझेलदिन गाझामधील लोकांकरता मी काय करू शकतो?' यापेक्षा अमूल्य बक्षीस त्या दिवशी मला मिळाले नसते.

फेब्रुवारी २००२ मध्ये माझी आई वारली. माझ्याकरता जास्तीत जास्त त्याग करणारी व्यक्ती मी गमावली आहे, असेच मला वाटले. मी लहान असताना सगळ्या कुटुंबाला तिने एकत्र बांधून ठेवले होते. तिच्या कणखर व्यक्तिमत्त्वामुळे आमची प्रगती झाली. काही वेळा तिने आम्हाला पुढे जाण्यासाठी रेटाही दिला. तिच्या मृत्यूपूर्वी काही दिवस आधी तिला तिच्या चुलत बहिणीकडे जायचे होते. मी माझ्या गाडीतून तिला तिथे सोडले. त्या वेळी ती नेहमीप्रमाणे निरोगी आणि प्रभावी दिसत होती.

नुकताच आम्ही ईदचा सण साजरा केला होता. सगळी मुले आणि नातवंडे एकत्र पाहून ती खूश होती. मला दुसऱ्या दिवशी सॅन फ्रॅन्सिस्कोला जायचे होते. त्याची तयारी करण्यासाठी मी तिच्या घरून निघालो. आमच्या हॉस्पिटलच्या वतीने तिथे होणाऱ्या एका परिषदेत मला भाग घ्यायचा होता. मी घरापर्यंत जेमतेम पोहोचलो, तेवढ्यात माझ्या भावाचा मला फोन आला. 'आईला बरे वाटत नाहीये,' हे त्याने मला सांगितले. मी परत आईकडे गेलो त्या वेळी मला समजले की, तिला हृदयविकाराचा झटका आला आहे. लगेच मी तिला गाडीत घालून गाझामधील अलशिफा हॉस्पिटलमध्ये नेले. तिला अतिदक्षता विभागात दाखल केल्यावर मी

सोरोका हॉस्पिटलला फोन करून सांगितले की, मी त्या परिषदेला जाऊ शकणार नाही. माझ्या सहकाऱ्याने मला सुचवले की आईला मी सोरोका हॉस्पिटलमध्ये घेऊन यावे. अलशिफा हॉस्पिटलमध्ये रुग्णांना आवश्यक त्या सोयी नव्हत्या म्हणून मी माझ्या सहकाऱ्याच्या म्हणण्याचा विचार केला. पण त्या दिवशी मी आईला भेटायला हॉस्पिटलमध्ये गेलो त्या वेळी पॅलेस्टिनी सरकारचा आरोग्यमंत्री इस्पितळाच्या भेटीला आलेला होता. ती भेट अधिकृत होती. त्याच्या सरबराईसाठी अधिकाऱ्यांची धावपळ सुरू होती. तो माझ्या आईच्या खोलीपाशी क्षणभर थांबला व माझ्याशी बोलला. त्यामुळे त्या इस्पितळातील सर्व कर्मचारी आणि डॉक्टरांनी माझ्या आईकडे व्यवस्थित लक्ष द्यायला सुरुवात केली. तिला जे जे उपचार आवश्यक होते ते मिळायला लागले. या हॉस्पिटलमध्ये अजूनही तुम्ही कोणाचे कोण आहात यावर तुमचे उपचार अवलंबून असतात. डॉक्टर या नात्याने मला वाटले की आईला जास्तीत जास्त सुखावह वाटेल असे करायला हवे. ती शुद्धीवर आल्यावर तिने माझ्या मुलीची, बेस्सनची चौकशी केली. अनेक वर्षे ती आजीबरोबर राहत होती. मुलगा या नात्याने मी एवढी काळजी घेतली की ताबडतोब बेस्सनला आजीसमोर आणले. पुढील तीन दिवस-रात्र आम्ही सगळी भावंडे तिच्या जवळ होतो. त्यानंतर तिचे निधन झाले.

माझ्या आईच्या वियोगाने मी कासावीस झालो. आणखी चांगले जीवन मला तिला द्यायचे होते; तिची काळजी घ्यायची होती. तिने आजपर्यंत जे कष्ट उपसले त्याची भरपाई करायची होती. सोरोका हॉस्पिटलमधून मी प्रशिक्षणार्थी निवासी डॉक्टरचा अभ्यासक्रम पूर्ण केल्यावर तिला फार आनंद झाला असता. इस्रायली हॉस्पिटलमधील पहिला पॅलेस्टिनी डॉक्टर तिला बघायचा होता. पण हे सगळे पूर्ण व्हायला अजून काही महिने अवकाश होता. त्यापूर्वीच ती गेली, त्यामुळे तिला हे पाहता आले नाही. आम्ही तिला दफनभूमीला नेले, त्या वेळी ही अंत्ययात्रा आम्ही भावंडांनी बांधलेल्या नव्या घराजवळून मुद्दाम नेली. या नवीन घराच्या तेवढीच जवळ ती जाऊ शकली, तेही अचेतन स्वरूपात.

आईच्या मृत्यूनंतर इस्राईलमधील एका हॉटेलवर आत्मघातकी बॉम्बहल्ला झाला. मी या देशाच्या दुसऱ्या टोकाला होतो आणि त्या बॉम्बहल्ल्याशी माझा सुतराम संबंध नव्हता. तरीसुद्धा मला इस्राईलमध्ये प्रवेशास बंदी करण्यात आली. मी माझे रुग्ण तपासू शकलो नाही. माझे कोणतेच काम त्या देशात जाऊन मला करता आले नाही. जवळ जवळ दोन महिने गेले. हॉस्पिटलमधील माझ्या इस्रायली सहकाऱ्यांनी मध्यस्थी केल्यावर, शिवाय इस्रायली खासदारांनी हस्तक्षेप केल्यावर माझ्यावरची बंदी काढून मला सीमापार येऊन हॉस्पिटलमध्ये काम करणे शक्य झाले. लोक बहुतेक वेळा माझ्या सहनशक्तीचे कौतुक करतात. त्याचप्रमाणे माझ्या

शांत स्वभावाचे व अविचाराने मी कोणतेही पाऊल उचलत नाहा, याचेही लोकांना अप्रूप वाटते. मी त्यांना सांगतो, इरेझच्या तपासणी नाक्यावर रांगेत उभे राहिल्यामुळे मी हे गुण आत्मसात केले.

पुढच्याच वर्षी आमच्या दुसऱ्या मुलाचा अब्दुल्लाचा जन्म झाला. आमच्या कुटुंबाची परिपूर्ती झाली. मी सोशीक आहे की नाही हे मी सांगू शकत नाही; पण रोज सीमा पार करून मी माझ्या कामावर जात होतो. माझी मुलेबाळे कोणत्या परिस्थितीत वाढत आहेत, याची मला सतत जाणीव होती.

नोव्हेंबर २००४ मध्ये यासर अराफतच्या मृत्यूनंतर दुसरे आंदोलन संपले. असेही म्हणतात की, जेव्हा महम्मद अब्बासने दंगल थांबवायचे ठरवले आणि इस्त्राईलच्या शेरॉनने नऊशे पॅलेस्टिनी कैद्यांना सोडायचे ठरवले तेव्हा, म्हणजे फेब्रुवारी २००५ मध्ये हे आंदोलन थांबले. या दोन्ही घटनांपैकी ज्या बाजूचे सांगणे तुम्हाला प्रकर्षाने खरे वाटेल, त्या वेळेला हे आंदोलन थांबले असे म्हणता येईल. पण प्रत्यक्षात केव्हा थांबले, खरेच कायमचे थांबले की ना, हे कोणीच सांगू शकत नाही. दोन्ही देशांतील लोक जेव्हा एकमेकांशी संवाद साधतील, मोकळेपणाने वागतील, तेव्हाच हा प्रश्न कायमचा सुटेल.

या संघर्षाच्या काळात मी घरापासून बराच काळ दूर राहत होतो. माझ्या निवासी डॉक्टर प्रशिक्षणाचा कालावधी संपला. त्यानंतर गर्भधारणेसंबंधीच्या औषधोपचाराच्या प्रगत अभ्यासक्रमाकरता मला पुरस्कृत केले होते. बेन गुरियन विद्यापीठ आणि सोरोका इस्पितळाच्या अमेरिकन मित्रमंडळाने माझे नाव या अभ्यासक्रमासाठी सुचवले होते. हे प्रशिक्षण इटलीमधील मिलान येथील व्ही. बुज्झी हॉस्पिटल आणि बेल्जियममधील ब्रुसेल्स येथील इरास्मे हॉस्पिटल या दोन ठिकाणी होणार होते. स्त्रीरोगशास्त्र आणि प्रसूतिशास्त्र या विभागात तज्ज्ञ होण्याचे माझे स्वप्न आता पूर्ण होणार होते.

सार्वजनिक आरोग्याच्या संबंधीचे धोरण चांगले असणे किती गरजेचे आहे, हे या प्रवासामुळे आणि प्रशिक्षणामुळे माझ्या लक्षात आले, विशेषतः पॅलेस्टिनियन समाजात. माझ्या एका मित्राने बोस्टनच्या हॉर्वर्ड विद्यापीठाच्या सार्वजनिक आरोग्यविषयक महाविद्यालयाच्या प्रमुखाबरोबर माझी भेट ठरवली. ते मला म्हणाले, "तुम्हाला या प्रशिक्षणाचा फायदा होईल; पण तुमच्या अनुभवाचा आम्हालाही खूप फायदा होईल." त्यांना असे म्हणायचे होते की, दाट लोकवस्ती असलेल्या निर्वासित छावणीमधील सार्वजनिक आरोग्याचे जे प्रश्न उद्भवतात, त्याचा मला प्रत्यक्ष अनुभव आहे. त्यांना सार्वजनिक आरोग्याचे धोरण कसे ठरवावे, हे माहीत होते. यात ते तज्ज्ञ होते. आम्ही दोघे मिळून सार्वजनिक आरोग्यासंबंधीचे नावीन्यपूर्ण धोरण ठरवू शकू. पण बोस्टनला अभ्यासक्रमाला जायचे म्हणजे घरापासून आणखी बराच

काळ दूर राहावे लागणार होते. आणखी एक परीक्षा देण्याच्या मनःस्थितीत मी आहे की नाही, याबद्दल मी साशंक होतो. हॉर्वर्ड विद्यापीठात प्रवेश करण्यासाठी मला जीआरई (ग्रॅज्युएट रेकॉर्ड एक्झाम) ही परीक्षा द्यावी लागणार होती. मी गेली अनेक दशके अभ्यास करून परीक्षाच देत होतो. मला आता परत जाऊन प्रत्यक्ष काम सुरू करण्याची इच्छा होती. पण सार्वजनिक आरोग्य हा विषय मला मोहात पाडत होता. मला जे कार्य करायचे होते त्यात हा महत्त्वाचा मुद्दा होता. हे जर मी पूर्ण केले नसते तर माझी गत ठोकळे जुळवण्याच्या कोड्यातील एक तुकडा सापडत नसला तर ते कोडे जसे अपूर्ण राहते, तशी झाली असती. शेवटी हॉर्वर्डने देऊ केलेली शिष्यवृत्ती स्वीकारायचे मी ठरवले. 'सार्वजनिक आरोग्य धोरण आणि त्याचे व्यवस्थापन' या विषयात पदव्युत्तर शिक्षण घेण्यासाठी २००३ मध्ये मी हॉर्वर्डला निघालो. हा शिक्षणक्रम बारा महिन्यांचा होता.

तिथे मिळालेला अनुभव फार अनमोल होता. वैद्यकीय जगतातील एक वेगळेच विश्व मला अनुभवायला मिळाले. पॅलेस्टिनी लोकांचे आरोग्य कसे सुधारायचे, याकरता काय काय करता येईल, हे तिथे गेल्यामुळे मला समजले. गाझापट्टीतील आरोग्यासंबंधीचा दृष्टिकोन सुस्पष्ट नाही. काही सेवा परत परत दिल्या जातात. त्यांच्यात ताळमेळ नाही. त्यामुळे लोकांची खरी गरज पूर्णच होत नाही. संयुक्त राष्ट्र संघ अजूनही प्राथमिक आरोग्य सेवा विभाग सांभाळते, पॅलेस्टिनी शासन बाकीच्या सेवा पुरवते. पुष्कळ लोक या अशा विभागणीमुळे मधल्यामध्ये भरडले जातात. साधे सर्दीपडसे असेल, साधा आजार असेल तर ठीक आहे; पण जर गंभीर दुखणे असेल, तर मात्र गाझाबाहेर उपचाराकरता जावे लागते. त्यामुळे लोकांच्या आरोग्यावर परिणाम होतो. जेव्हा जेव्हा आरोग्यसेवा देणारे शासन बदलते, तेव्हा तेव्हा आरोग्यसेवा देण्याच्या पद्धतीत बदल होतो. त्या खुर्चीवर जी व्यक्ती असेल तिच्या लहरीप्रमाणे सेवा दिली जाते. रुग्णांची गरज काय आहे हे बघण्याऐवजी, त्या व्यक्तीच्या मर्जीप्रमाणे उपचार केले जातात. यामध्ये कसा बदल करता येईल याचा अभ्यास मला करायचा होता. पण मी विद्यार्थी परवान्यावर तिकडे गेलो होतो. त्यामुळे मी घरी जाऊ शकत नव्हतो. व्हिसाचे नियम इतके कडक होते की, नाताळच्या मोठ्या सुट्टीत जर मी माझ्या कुटुंबाला भेटायला घरी आलो असतो तर मला अभ्यासक्रम पूर्ण करण्यासाठी परत जाता आले नसते.

म्हणून मला अभ्यासक्रम पूर्ण होईपर्यंत बोस्टनला राहावे लागले. घरी जाता आले नाही. मी माझ्या परिवाराकडे जाऊ शकलो नाही. माझे लक्ष मी अभ्यास पूर्ण करण्यावर देत होतो. तिथे जे नवीन मित्र मी जोडले त्यांच्या संगतीत मला समाधान मिळत होते. या शिक्षणक्रमासाठी तिथे जगाच्या कानाकोपऱ्यातून डॉक्टर विद्यार्थी आले होते. त्यांच्याकडे सार्वजनिक आरोग्यासंबंधी, त्याच्या धोरणासंबंधी वेगवेगळे

अनुभव होते. त्यांच्याकडे असलेला माहितीचा खजिना इतरांच्या उपयुक्ततेचा होता. मी अमेरिकेत आलो त्या वेळी माझी समजूत होती की, अमेरिकन लोक उद्धट आहेत. त्यांच्याबरोबर राहून मी जाणले की, कोणत्याही देशाच्या सरकारी लोकांवरून त्या देशातील सामान्य जनतेबद्दल मत बनवू नये. अमेरिकन समाज हा एक खुला समाज आहे. कोणत्याही क्षेत्रात यशस्वी होणाऱ्या लोकांचा हा समाज आहे. बोस्टनमधल्या माझ्या वास्तव्यात माझ्या असे लक्षात आले की, हे अमेरिकन लोक दयाळू आहेत आणि उत्तम शेजारी आहेत. त्यांना सगळ्यांना उद्धट समजणे म्हणजे सगळेच इस्रायली लोक सत्ता गाजवणारे आहेत आणि सर्वच पॅलेस्टिनी लोक दंगल करणारे आहेत, असे समजणे होय.

हॉर्वर्डमध्ये लोकशाही वातावरण होते. मानवाधिकाराबद्दल त्यांच्यात सजगता होती; तरीसुद्धा मध्यपूर्वेतील प्रश्न मधूनमधून डोके वर काढत असे. मी 'आरोग्यसेवेचे गणित' हा विषय निवडला. त्या वेळेला तो विषय दोन प्राध्यापक शिकवत होते. त्यांतील एक जण ज्यू होता. संयुक्त अरब अमिरातीमधील माझ्या एका वर्गमित्राने मला सांगितले की, तू त्या ज्यू प्रोफेसरच्या वर्गात जाऊन हा विषय शिकू नकोस. कारण ज्यू प्रोफेसर अरबांचा तिरस्कार करतो. पण मी त्या ज्यू प्रोफेसरच्या वर्गातच जाऊन शिकायचे ठरवले, कारण हे प्रोफेसर त्या विषयात तज्ज्ञ आहेत असे बोलले जायचे. मला उत्तम शिक्षकांकडूनच शिकायचे होते. पण वर्गात तो माझ्याकडे फारसे लक्ष देत नव्हता; उलट दुर्लक्षच करायचा असे मला वाटले. माझ्या मित्राने मला सांगितल्यामुळे माझे असे मत झाले की काय, की ते शिक्षक खरोखरच मला इतर विद्यार्थ्यांपेक्षा वेगळे समजत होते?

मी त्यांना वैयक्तिकरीत्या भेटायचे ठरवले. त्यांना भेटायला मी स्वच्छ मनानेच गेलो. मी त्यांना म्हणालो, 'तुम्हाला माहीतच आहे की मी पॅलेस्टिनी आहे. तुम्ही ज्यू आहात हेही मला माहीत आहे. मला असे सांगण्यात आले की मी तुमच्या वर्गात बसू नये; कारण तुम्ही माझ्या बाबतीत पक्षपात कराल. मला असे वाटते की तुम्ही माझ्याकडे वर्गात दुर्लक्ष करता. मला स्पष्टपणे हे विचारायचे आहे की हे खरे आहे का?' हे ऐकून ते अवाक झाले. ते म्हणाले की, 'मी तुमच्याकडे दुर्लक्ष करतो आहे अशी तुमची समजूत आहे; याबद्दल मी खरोखर अनभिज्ञ आहे.' नंतर आम्ही याबद्दल खूप बोललो. मी माझ्या म्हणण्याच्या पुष्ट्यर्थ काही उदाहरणे दिली. पण मला असे नंतर जाणवले की ती सगळी उदाहरणे फारच किरकोळ होती. ज्या माझ्या वर्गमित्राने मला सुचवले होते की ज्यू प्रोफेसरच्या वर्गात शिकू नकोस, त्याचाच परिणाम माझ्यावर नकळत झाला होता. माझा तो मूर्खपणाच होता, हे मला नंतर जाणवले. मी अशी तक्रार केली म्हणून ते डूख धरतील असे मला वाटले; पण ते तसे काहीच वागले नाहीत. उलट या भेटीनंतर काही आठवड्यांनी त्यांनी एकदा वर्ग

संपल्यावर मला थांबवले आणि ते म्हणाले की, जागतिक बँकेकडून एक व्यक्ती येणार आहे, त्यांना जरूर भेट.

१० जून २००४ रोजी पदवीदान समारंभ झाला. मी १२ जूनला गाझाला परतलो. माझे कुटुंब त्या समारंभाला माझ्याबरोबर असते तर फार बरे झाले असते, असे मला वाटले. माझ्या स्वर्गवासी आई-वडिलांनी थडग्यातून बाहेर येऊन गरिबीतून वर आलेला त्यांचा मुलगा परदेशात, अमेरिकेत पदवी स्वीकारतो आहे, हे त्यांनी पाहावे असे मला मनोमन वाटले. सगळ्याच पॅलेस्टिनी लोकांनी हा आनंदाचा क्षण माझ्याबरोबर साजरा करावा, अशी माझी इच्छा होती; पण ते शक्य नव्हते. प्रत्येक विद्यार्थी जेव्हा पदवी स्वीकारण्यासाठी पुढे येईल त्या वेळी त्या त्या देशाचा झेंडा फडकवला जायचा. पॅलेस्टिनी झेंडा इतर देशांच्या बरोबरीने फडकताना मी पाहिला तेव्हा माझे ऊर अभिमानाने भरून आले.

माझे घरी परतणे हे कडू-गोड स्वरूपाचे होते. मी इतके दिवस दूर होतो त्यामुळे माझी मुले मला ओळखेनाशी झाली. माझा मुलगा अब्दुल्ला, मी शिक्षणक्रमाला गेलो तेव्हा जेमतेम वर्षाचा होता. तो मला अजिबात ओळखेना. माझे पुतणे मला काका म्हणून हाक मारत होते ते ऐकून तोही मला काका म्हणू लागला. मुलांकरता मी तीन बॅगा भरून भेटवस्तू आणलेल्या होत्या. माझ्या बेस्सनकरता एक काळ्या रंगाचा लोकरीचा कोट मी आणला होता. तो खूप महाग होता. एवढी महाग खरेदी यापूर्वी मी कधी केली नव्हती. माझ्या इतर मुलींकरता मी कपडे आणले होते. छोट्याकरता मी अमेरिकेहून खेळणी आणली होती. माझ्या तीन मोठ्या मुली मात्र मी गेलो तेव्हा तिथे नव्हत्या. बेस्सन, दलाल आणि शथा या तिघी न्यू मेक्सिको येथील सांताफे याठिकाणी शांतताकॅम्पला गेल्या होत्या. माझे भाऊ आणि त्यांचे कुटुंबीय इथेच होते. त्याचप्रमाणे शेजारपाजारचे लोकही आले होते. आम्ही खूप मजा केली. गप्पा मारल्या, हसलो, खिदळलो. नादियाने माझ्या आवडीचे जेवण केले होते, त्याचा आस्वाद घेतला. दोन आठवडे माझ्या आगमनाचे वातावरण होते. धमाल चाललेली होती. घरी येण्यासारखे सुख नाही, हे मी आत्ता अनुभवत होतो.

अंतःकरण आणि बुद्धी

माझ्या मायभूमीत जे जे घडते त्यासंबंधीचे निर्णय जबालिया शहरापासून, जिथे मी राहतो तेथून दूर अंतरावर घेतले जातात. त्या निर्णयांचे परिणाम माझ्या भूमीला भोगावे लागतात. ओस्लोला १९९३ मध्ये जो करार झाला, त्यानुसार गाझापट्टी पॅलेस्टिनी शासनाच्या आधिपत्याखाली आली. तसेच पश्चिम किनाऱ्यावरील भागसुद्धा पॅलेस्टिनी शासनाच्या अमलाखाली आला. पश्चिम किनारा आणि गाझापट्टीला जोडणारा भूमीचा पट्टा मिळून पॅलेस्टिनी राज्य करायचे ठरले होते. यासर अराफत हा या दोन्ही विभागांचा पुढारी होता. हमास आणि फताह हे दोन राजकीय पक्ष पॅलेस्टिनी लोकांची निष्ठा आपापल्या पक्षाकडे ओढण्याचा प्रयत्न करीत होते. पश्चिम किनाऱ्यावर फताह पक्षाचा जोर होता. हमास पक्षाचे प्रमुख केंद्र गाझापट्टीत होते. त्याची स्थापना १९८७ मध्ये शेख अहमद यासीन याने केलेली होती. इजिप्तमधील 'मुस्लिम ब्रदरहूड' या संघटनेशी त्यांचे लागेबांधे होते. त्याचे मूळ तिथे होते. पॅलेस्टिनी राष्ट्रीयत्व, मुस्लिम धर्म आणि धर्माधारित राष्ट्रीयत्व हे त्या पक्षाचे तत्त्वज्ञान होते. याचाच ते प्रचार करीत असत. थोडक्यात ते मुस्लिम मूलतत्त्ववादी विचारांचे होते. फताहप्रमाणेच हमास पक्षाचे नावसुद्धा त्या पक्षाच्या अरेबिक भाषेतील संपूर्ण नावातील शब्दांची आद्याक्षरे घेऊन तयार झालेले आहे. इंग्रजीत या संस्थेचे नाव 'इस्लामिक रेझिस्टन्स मुव्हमेंट' असे आहे. गाझातील लोकांचा हमास पक्षाला पाठिंबा आहे. या पक्षाने एप्रिल १९९३ मध्ये आत्मघातकी बॉम्बहल्ले केले. (एप्रिल २००६ मध्ये त्यांनी ते थांबवले)

ज्यांनी गाझामध्ये वसाहती केल्या होत्या, त्या इस्रायली लोकांना सप्टेंबर २००५ मध्ये परत बोलावण्यात आले. अशा तऱ्हेने इस्रायली सरकारने जे वचन दिले होते की गाझापट्टीवर पॅलेस्टिनियन लोकांचा अंमल असेल, त्याची पूर्तता झाली. ही यशोगाथा मुळीच नव्हती. इस्राईलने ही एकतर्फी कारवाई केली होती आणि सीमा पार करण्यावर अजूनही त्यांचा अधिकार होता. पण तरीसुद्धा शांततेच्या

दृष्टीने हे एक महत्त्वाचे पाऊल उचलले गेले. निदान या घटनेकडे मी तरी या दृष्टिकोनातून पाहतो.

अशा घटना सबंध जगभर मोठ्या मथळ्याखाली छापल्या जातात; परंतु त्या भूमीवर मात्र दिवसरात्र अनेक वेगळ्याच घटना घडत असतात. त्याची दखल आंतरराष्ट्रीय माध्यमे घेत नाहीत. पण तरीदेखील गाझामधील लोकांच्या मनावर त्याचा खोल ठसा उमटत असतो. तसाच परिणाम इस्रायली लोकांवरही होत असतो. त्यातील काही घटनांमध्ये मीदेखील गुंतलेलो आहे. मला तसे गुंतायचे होते की नाही, ही गोष्ट अलाहिदा!

उदाहरणार्थ २१ जून, २००५ रोजी म्हणजे इस्रायली वसाहती हटवण्याच्या दोन महिने आधी जबालियामधील एका स्त्रीने मी काम करत असलेल्या हॉस्पिटलवर हल्ला करण्याचा प्रयत्न केला. तिचे नाव होते वफा समीर इब्राहिम अलबिस. ती एकवीस वर्षांची पॅलेस्टिनी महिला होती. स्वयंपाक करताना भाजल्यामुळे उपचारासाठी ती या हॉस्पिटलमध्ये दाखल झाली होती. बरी झाल्यानंतर तिला बाह्यरुग्ण विभागाचे ओळखपत्र दिले होते आणि तिला खास इस्राईलमध्ये उपचाराकरता येण्याचा परवाना दिलेला होता.

त्यानंतरच्या घडलेल्या घटनेचे सर्वांत जास्त आश्चर्य मला वाटले. ती हॉस्पिटलला येण्याकरता निघालेली असताना तिला इरेझच्या तपासणी नाक्यावर थांबवले गेले, कारण तिथे असलेल्या सुरक्षारक्षकाला तिचा संशय आला होता. तिच्या पार्श्वभागावर दहा पौंड स्फोटके बांधल्याचे आढळले होते. हॉस्पिटलमध्ये पोहोचल्यावर त्या बॉम्बचा स्फोट करून ती स्वतः मरायला तयार होती. नंतर तिने सांगितले की शक्य तितक्या जास्त लोकांना- मुलांनासुद्धा- तिला ठार मारायचे होते.

मला या गोष्टीचा प्रचंड संताप आला. मी 'जेरुसलेम पोस्ट' या वर्तमानपत्राला उद्देशून एक पत्र लिहिले. त्या पत्रात मी तिच्या या कृत्यांचा निषेध व्यक्त केला आणि माझी हॉस्पिटलवरील निष्ठा व्यक्त केली होती. २४ जूनला माझे हे पत्र त्या वर्तमानपत्रात प्रसिद्ध झाले होते. मी त्या पत्रात लिहिले होते की, 'ज्या दिवशी ती स्त्री आत्मघातकी बॉम्ब पेटवणार होती, त्या दिवशी गाझापट्टीतील दोन पॅलेस्टिन रुग्ण अतिशय अत्यवस्थ अवस्थेमध्ये या हॉस्पिटलमध्ये उपचारासाठी नेण्याची वाट बघत होते.' अशा निर्घृण घटनांची आखणी करणारे अनेक गट आहेत. हे कृत्य ज्या गटाने केले, ज्यांनी या स्त्रीला आत्मघातकी हल्ल्याकरता पाठवले, त्यांनी पॅलेस्टिनी रुग्णांना मदत करणाऱ्या इस्रायलींना मारण्यासाठी तिला पाठवले. या घटनेमुळे जर इस्रायली हॉस्पिटलनी पॅलेस्टिनी रुग्णांवर उपचार करायला नकार दिल, तर कोणाचे नुकसान होईल? ज्या लोकांनी या तरुण स्त्रीला पाठवले, त्यांच्या नातेवाइकांना या घटनेनंतर जर हॉस्पिटलने वैद्यकीय सेवा नाकारली, तर त्यांची काय अवस्था होईल?

मी वर्तमानपत्रात लिहिल्याप्रमाणे, या स्त्रीने हॉस्पिटलमधील सर्व डॉक्टरांकरता फुले घेऊन यायला हवे होते आणि शांततेचा संदेश द्यायला हवा होता. याऐवजी हॉस्पिटलवर आत्मघातकी हल्ला करण्याचा बेत आखणे, हे अतिशय वाईट कृत्य आहे. मुले, स्त्रिया, रुग्ण, डॉक्टर्स आणि नर्सेस या सर्वांना मारण्याचा तिचा बेत होता. दयाबुद्धी दाखवणाऱ्या या लोकांना हे का पारितोषिक तिने दिले? इस्लामचा हाच का संदेश आहे? धर्म असे सांगतो की, मानवी जीवनाचा तुम्ही आदर करा; कारण ते अमूल्य आहे. याउलट ही घटना म्हणजे इस्लामच्या शिकवणुकीचा अनादर तर आहेच आणि शांततेचा संदेश देण्याऐवजी हे आक्रमण आहे. मानवतेच्या हक्काचा भंग करण्यासारखे आहे.

माझी अशी खात्री आहे की, तिच्या मनावर प्रचंड दडपण आणून हा आत्मघातकी हल्ला करायला तिला भाग पाडले असणार. नाही तर ज्यांनी तिच्यावर उपचार केले त्यांच्यावर हल्ला करायला ती कशी तयार झाली? माझे ते पत्र वर्तमानपत्रात प्रसिद्ध झाले हे पाहून गाझामधील लोकांना समाधान वाटले, आनंद झाला. ते म्हणाले की त्यांच्या मनातलेच मी लिहिले आहे. काही राजकारणी लोक उघडपणे पाठिंबा देऊ शकत नव्हते, त्यांनीही मला सांगितले की ते जे उघडपणे बोलू शकत नाहीत त्याच भावना माझ्या पत्रातून व्यक्त झाल्या आहेत. आज ती स्त्री इस्त्राईलच्या तुरुंगात आहे. तिची लवकर सुटका होईल, असे मला वाटत नाही.

मी हॉर्वर्ड विद्यापीठात शिकत असताना आपण राजकारणात शिरावे असे विचार माझ्या मनात यायला लागले होते. मी राजकारणापासून कायमच दूर होतो. राजकारणात जाऊन मी माझ्या बांधवांसाठी काही करू शकेन असे मला वाटत नव्हते. कारण तो माझा पिंड नव्हता. पण मी सार्वजनिक आरोग्य या विषयात प्रशिक्षण घेतले असल्यामुळे मला असे वाटायचे की पूर्ण विचार करून जर सार्वजनिक आरोग्यासंबंधी काही धोरणे आखली, तर पॅलेस्टिनी लोकांवर त्याचा योग्य तो परिणाम होईल. त्यांच्या जीवनातील सगळी अंदाधुंदी दूर होईल. पतंग ज्या प्रमाणे ज्योतीकडे आकर्षित होतो , त्याप्रमाणे या कल्पनेकडे मी आकर्षित झालो होतो. गाझामध्ये निवडणुका होणार होत्या. हॉर्वर्ड येथून परत आल्यावर मी निवडणुकीला उभे राहण्यासंबंधात चाचपणी सुरू केली. महिनाभर मी गाझापट्टीच्या उत्तर भागातील प्रत्येक सार्वजनिक कार्यक्रमात हजेरी लावली. माझा संदेश होता की, 'मी तुमच्या सेवेला इथे हजर आहे. गाझामधील लोकांच्या आरोग्यसेवा आणि शैक्षणिक सेवा यांमध्ये चांगला बदल करण्याचा माझा मानस आहे.'

निवडणुकांना अजून काही महिने अवकाश होता, म्हणून मी मारम प्रकल्पावर आरोग्य सेवेचा सल्लागार म्हणून काम स्वीकारले. प्रजोत्पादन हा प्रकल्प पॅलेस्टिनी

शासनाने यूएसएड यांच्या आर्थिक देणगीतून हाती घेतलेला होता. या प्रकल्पाच्या कामासाठी मला सबंध गाझापट्टीत हिंडावे लागे. त्यामुळे निवडणुकीला उभे राहण्याच्या माझ्या संकल्पासंबंधी मी सर्व लोकांशी बोलू शकलो. मला असे वाटले की लोकांचा मला बऱ्यापैकी पाठिंबा मिळतो आहे. रस्त्यावरची सामान्य माणसे म्हणायची की, 'तो परत आला आणि तो सरकारमध्ये सामील होणार आहे.' मी सोरोका हॉस्पिटलमध्ये व्याख्याता म्हणून काम करतच होतो. माझ्या घरीदेखील मी रुग्ण तपासत असे. त्यामुळे मी जनसंपर्क चांगल्या रीतीने साधू शकत होतो. लोकांना मी समजावून सांगू शकत होतो की, माझे पुढचे बेत काय आहेत.

मी माझ्या शेजाऱ्यापाजाऱ्यांना सांगत असे की, आत्ताच्या उणिवा मला माहीत आहेत. त्यावर उपाय कोणता करावा याची माहिती मला आहे. लोकांची आरोग्यासंबंधीची जागरुकता, आरोग्यसेवा देणाऱ्यांचे काम आणि व्यवस्थापन यांचा दर्जा खालावलेला आहे. लोकांना नोकऱ्या कोण देऊ शकतो, याच्यावर प्रगती जोखली जाते. आरोग्यसेवा किती उत्तम दर्जाच्या आहेत, लोकांच्या गरजा त्यासंबंधी कोणत्या आहेत, याकडे अजिबात लक्ष दिले जात नाही. आता लंडन, बेल्जियम आणि इटली या ठिकाणच्या आरोग्यसेवांचा अनुभव माझ्यागाठी होता. तसेच हॉर्वर्ड विद्यापीठातील प्रशिक्षण घेतले होते, संयुक्त राष्ट्रसंघाकरतादेखील काम केले होते. गाझा, सौदी अरेबिया आणि इस्राईल येथील निरनिराळ्या हॉस्पिटलमध्ये काम केले होते. उत्तम आरोग्य सेवा कशी असते हे मी पाहिलेले आहे. गाझामध्ये याची अंमलबजावणी कशी करता येईल हेही मला माहीत आहे. या सर्व आंतरराष्ट्रीय संस्थांमधील इतर डॉक्टर्स आणि तेथील व्यवस्थापन यांच्याशीही माझे चांगले संबंध प्रस्थापित झाले आहेत. त्यांचीही मदत मला मिळू शकते.

मी जेव्हा हॉर्वर्ड विद्यापीठात शिकत होतो, त्या काळात गाझामधील परिस्थिती फारच बिघडलेली होती. राजकारणात ताज्या दमाचे लोक यायची गरज आहे, हे मला कळून चुकले होते. मी दोन वर्षांच्या वर परदेशात होतो. परत आल्यावर अजून मी स्थिरस्थावर होत होतो, तरीही मी जे बदल सुचवतो आहे ते लोकांना हवे आहेत, असे मला प्रकर्षाने जाणवले.

२००५ चे उरलेले वर्ष मी या प्रचारकार्यासाठी झोकून दिले. माझ्या भावंडांनी आणि मित्रांनी या कामात मला अनमोल मदत केली. मी निवडून येण्याची शक्यता फार चांगली आहे असे आम्हाला सगळ्यांनाच वाटत होते. काही लोकांनी मला विचारले की निवडणुकीला उभे राहिल्यावर डॉक्टरी व्यवसायात मिळणाऱ्या उत्पन्नावर मी पाणी सोडणार का? पण मला पैशाची फिकीर वाटत नव्हती. आमचा घरखर्च भागण्याइतपत पैसे मला माझ्या वैद्यकीय सल्लागाराच्या कामातून मिळत होते. मला मनापासून पॅलेस्टिनी लोकांना मदत करायची इच्छा होती. पैसे मिळवणे हे माझे मुख्य ध्येय नव्हते.

२५ जानेवारी, २००६ ला निवडणूक होईल असे जाहीर झाले. तेव्हा फताह पक्षाने मला सांगितले की, पक्षाच्या अंतर्गत निवडणुकीसाठी उभे राहावे. सुशिक्षित आणि व्यावसायिक व्यक्तीची म्हणजेच तुझ्यासारख्याची आम्हाला गरज आहे. हमास पक्ष फारसा जोरदार प्रतिस्पर्धी समजला जात नव्हता. गाझामध्ये हा पक्ष जरी लोकप्रिय होता, तरी फताह पक्षाचे तिथे प्राबल्य होते. मला मात्र कोणत्याच पक्षाचा उमेदवार म्हणून उभे राहायचे नव्हते. स्वतंत्र म्हणूनच मला निवडणूक लढवायची होती. गाझामधले राजकारण मागासलेले आहे. आपला पगार कोण देऊ शकेल त्यावर कोणाला मत द्यायचे, हे माणसे ठरवत असत. हे सर्व बदलायला हवे असे माझे प्रतिपादन होते. लोकांनी आपली सदसद्विवेकबुद्धी वापरून योग्य त्या उमेदवाराला मत द्यावे असे मला वाटत होते. फताहने असे गृहीत धरले की मी त्यांच्या पक्षाची उमेदवारी स्वीकारली आहे. शेवटी सर्व परिणामांचा विचार करून, खर्चाचा विचार करून त्यांच्या पक्षातर्फे निवडणूक लढवणे इष्ट आहे, हा विचार मी केला.

निवडणुकीच्या प्रांतात मी नवखा होतो. मला असे वाटले की मी माझ्या एकट्याच्या जोरावर, माझी मते लोकांसमोर मांडून निवडून येऊ शकेन. पण लवकरच माझा भ्रमनिरास झाला. मी काय बोलावे, कोणत्या धोरणांचा पुरस्कार करायचा, लोकांच्या प्रश्नांना काय उत्तरे द्यायची, हे पक्ष मला सांगू लागला. शेवटी मी कोणत्या धोरणांचा पुरस्कार करतो, यावरच मी निवडून येणे अवलंबून होते. मी कोण आहे, काय करणार आहे याला किंमत नव्हती. माझे कोणाकोणाशी निकटचे संबंध आहेत, मी त्यांच्यासाठी काय करणार, हे महत्त्वाचे होते. मी गाझाच्या सर्व उत्तर भागात प्रचार केला. त्या भागाची उमेदवारी मला पक्षातर्फे मिळावी अशी माझी अपेक्षा होती. तरीसुद्धा माझी गणना नवा, होतकरू उमेदवार अशी केली जात होती. सारासार विवेकबुद्धी असलेली व्यक्ती म्हणून माझ्याकडे बघितले जात होते; पण शेवटी जेव्हा अंतिम उमेदवार निवडण्याचा दिवस आला त्या वेळी फताह पक्षातील काही आतंकवादी हातात मशिनगन घेऊन माझ्या जिल्ह्यातील एका मतदान केंद्रावर घुसले. त्यांनी मतपेट्यांची मोडतोड केली, लोकांना मारून टाकण्याची भीती दाखवली. न्याय आणि सचोटीने निवड होणार नाही, हेच यातून स्पष्ट झाले. या घटनेमुळे गाझामधील अंतर्गत निवडणूक रद्द ठरवण्यात आली.

मला माहीत असलेला आणि ज्यांच्याबद्दल मला खूप आदर आहे अशा वयस्क व्यक्तीने मला बाजूला घेतले आणि ते मला म्हणाले, 'या गलिच्छ खेळात तू उतरू नकोस. स्वतंत्र म्हणून उभा राहा. मी तुला पाठिंबा देतो.' मी त्याचा सल्ला शिरोधार्य मानायचे ठरवले. त्याच्या परिणामाची मला पर्वा नव्हती. जानेवारीत होणाऱ्या सार्वत्रिक निवडणुकीत मी स्वतंत्र उमेदवार म्हणून उभे राहायचे ठरवले. जेव्हा फताह

पक्षाच्या असे लक्षात आले की, मी स्वतंत्र म्हणून निवडणूक लढवणार आहे, तेव्हा त्यांनी मला अनेक अमिषे दाखवून पक्षातच राहावे असे सुचविले. उदाहरणार्थ मी जर त्यांच्या पक्षातर्फे निवडणूक लढवली, तर ते मला उपपंतप्रधान करतील आणि प्रचाराचा सर्व खर्च पक्ष करेल. पण मी हे स्वीकारले नाही, माझ्या भावांकडून आणि मित्रांकडून मी ३५ हजार डॉलर्स प्रचारखर्च भागवण्यासाठी उसने घेतले.

निवडणूक जसजशी जवळ जवळ येत चालली तसतसे आम्हाला कळून चुकले की निकाल काय लागणार हे कोणीच सांगू शकत नव्हते. गरिबी, बेरोजगारी, रोगराईनिर्मूलन करणे, हे माझ्या प्रचाराचे मुख्य सूत्र होते. त्याचप्रमाणे सामाजिक आरोग्य व्यवस्था सुधारणे आणि शिक्षणपद्धती सुधारणे, शिवाय गाझामधील स्त्रियांचे जीवनमान उंचावणे, यावरही मी प्रचारात भर देत असे. हमास पक्षसुद्धा माझ्यासारखाच प्रचार करीत होते आणि फताह पक्षाला आव्हान देत होते. फक्त स्त्रियांच्या प्रश्नांवर ते काहीच बोलत नव्हते. त्यांचे निवडणुकीचे घोषवाक्य होते, 'दुरुस्ती करा आणि बदल करा' इस्राईलच्या आणि पॅलेस्टिनी क्षेपणास्त्राच्या माऱ्याने ज्या इमारतींचे वारेमाप नुकसान झाले होते, त्यांची दुरुस्ती करण्याची ते ग्वाही देत होते. सर्व जण पॅलेस्टिनी शासनावर गैरकारभाराचा, भ्रष्टाचाराचा तसेच लोकांबद्दल अनास्था दाखवण्याचा आरोप करत होते. देणगीदारांकडून देणग्या मिळवून त्यांच्या मनाप्रमाणे शासन करणे याबद्दलही टीका होत होती. बहुतेक पॅलेस्टिनी लोक सरकारच्या नाकर्तेपणाबद्दल कमालीचे नाराज होते. यामध्ये हमास पक्ष बदल घडवण्याची हमी देत होता.

हमास पक्ष खरोखर अतिशय संघटित होता. मतदानाच्या दिवशी त्यांनी मतदान केंद्रावर मतदारांना घेऊन येण्यासाठी गाड्या पाठवल्या. कोणकोण मतदानाला आले, ते कोणत्या भागातले होते, याची नोंद ते संगणकाद्वारा ठेवत होते. या तुलनेने फताह हा फारच मरगळलेला पक्ष होता. गाझाच्या उत्तर भागातील लोकांकडून मला आश्वासित करण्यात आले की, ते मलाच मत देतील, त्यामुळे मला जिंकण्याची खात्री होती. शेकडो लोकांचे गट मला पाठिंबा देण्यासाठी आले होते. शेवटच्या दिवशी माझी पत्नी आणि माझी मुले माझ्या प्रचारकार्यासाठी आली होती. 'इझेलदिनना मत द्या' असे ते मतदारांना सांगत होते; परंतु प्रत्यक्ष मतदानाच्या दिवशी ७९टक्के मतदारांनी हमास पक्षाला आपली मते दिली. गाझामध्ये स्वतंत्रपणे उभा राहिलेला एकही उमेदवार निवडून येऊ शकला नाही. हमास पक्षाने १३२ पैकी ७६ जागा जिंकून सरकार स्थापन केले.

आपला पराभव होऊ शकेल, हे मी लक्षातच घेतले नव्हते. यावरून मी माझ्या निवडून येण्याबद्दल किती खात्री बाळगून होतो हे लक्षात येईल. पण याही वेळेला माझ्याकरता या वाइटातून चांगले घडले. नेहमीप्रमाणे सरकारमध्ये अंतर्गत कुरबुरी लगेच सुरू झाल्या. मी त्या सरकारात नाही याबद्दल मी स्वतःला नशीबवान

समजतो. लोकांच्या जीवनात चांगला बदल करणे हे माझे ध्येय होते व आरोग्यसेवा, शिक्षण, न्याय व्यवस्था आणि स्त्रियांचे प्रश्न यांत सुधारणा करणे यावर माझा भर होता. निवडणुकीच्या दिवशी मध्यरात्री मला असे समजून चुकले की, माझा पराभव झाला तेच बरे झाले. माझ्या दृष्टीने हे काम करण्याची वेळ आलेली नसेल.

हा अनुभव मला खूप काही शिकवून गेला. या निवडणुकीमुळे मला बरचसे शिकता आले. राजकारणात लोक बोलतात तसे वागतीलच असे नाही, हे मी शिकलो. काही लोक 'आम्ही तुमच्याच बाजूने आहोत' असे शेवटपर्यंत सांगतात; पण मतदानाच्या दिवशी ते दुसऱ्याच पक्षाला मत देतात.

आपल्या नावलौकिकाला धक्का न लागता सहीसलामत निवडणुकीच्या जंजाळातून बाहेर पडणे, हे एक दिव्यच होते. निवडणूक संपल्यावर काही दिवसांतच आमच्या असे लक्षात आले की, आमच्यातलाच एक घरभेदी होता. आमच्या कुटुंबाचे नाव बदनाम करण्याची खेळी तो खेळला. या प्रचारासाठी आणलेला संगणक आणि इतर कार्यालयीन साहित्य-सामग्री परत करण्यासाठी एकत्र जमा केले तेव्हा असे लक्षात आले की, त्यांतील काही सामान नाहीये. जबालिया शहरातून एक जण आम्हाला प्रचारात मदत करण्यासाठी आला होता. तो माझ्या घरी राहिला. माझ्याबरोबर जेवत होता. कोणी काय काय काम केले, कोण कोणत्या वेळेला कुठे होता याची छाननी आम्ही जेव्हा सुरू केली तेव्हा आमच्या लक्षात आले की, या व्यक्तीने संगणक पळविले होते. मी पोलिसांत तक्रार दिली. पोलिसांनी त्याच्या घरावर छापा घातला तेव्हा तिथे पोलिसांना नाहीसे झालेले संगणक आणि इतर साहित्य सापडले. पोलिसांनी मग त्याला अटक केली. ज्यांच्याकडून सामान आणले होते त्यांना ते परत केले गेले. चोरटी व्यक्ती तुरुंगात गेली. या सगळ्या घटनांच्या कडवट आठवणी मात्र मनात शिल्लक राहिल्या.

त्यानंतर गाझामधील जनतेला फार मोठ्या समस्यांना तोंड द्यावे लागले. शांतताप्रक्रिया कोलमडली. शांतताप्रक्रियेत आलेल्या अडथळ्यांमुळे दुसरे आंदोलन सुरू झाले. निवडणुका जाहीर होण्यापूर्वी पॅलेस्टिनी शासनाने त्यांच्या आंतरराष्ट्रीय सहकाऱ्यांना विशेषतः अमेरिकेला असे सांगितले होते की, निवडणूक घेण्यासाठी आम्ही अजून परिपक्व नाही. पण आमचे आंतरराष्ट्रीय सहकारी असण्याचा दावा करणाऱ्या देशांनी निवडणुका पुढे ढकलू न देता ठरलेल्या वेळेसच घ्यायला लावल्या. त्यात हमास पक्ष विजयी झाला. हमास पक्ष हा आतंकवादी आहे अशी या देशाची समजूत असल्यामुळे त्यांनी लगेच पॅलेस्टिनी शासनाविरुद्ध आर्थिक नाकेबंदी केली. याचे परिणाम पॅलेस्टिनी लोकांना भोगायला लागले. पुन्हा एकदा या विषयावर मला आणखी काही सांगायचे नाहीये. माझ्या डोक्यावर प्रचाराकरता काढलेले पस्तीस हजार डॉलर्सचे कर्ज होते. शिवाय माझ्या आठ मुलांना मला

पोसायचे होते. त्यामुळे मला ताबडतोब नोकरी शोधायला हवी होती. नादियाचे सगळे सोन्याचे दागिने तसेच मुलांच्या शिक्षणासाठी ठेवलेले सोनेदेखील आम्ही विकले होते. ते सगळे परत मिळवणे गरजेचे होते.

निवडणुकीचे मतदान झाले त्याच्या दुसऱ्या दिवशी जागतिक आरोग्य संघटनेकडे नोकरीसाठी अर्ज पाठवला. मला त्यांच्याकडून लगेचच उत्तर आले. त्यांनी लिहिले होते की ते मला अफगाणिस्तानच्या आरोग्यमंत्र्यांचा सल्लागार म्हणून नियुक्त करायला तयार आहेत. जागतिक आरोग्य संघटनेच्या आरोग्य पद्धती आणि आरोग्य धोरण या बाबतीत सल्ला देणे, हे माझे काम असणार होते. ही नोकरी स्वीकारणे म्हणजे परत कुटुंबापासून दूर राहणे आले. पण पैशाची नितांत गरज आम्हाला त्या वेळी होती. अर्थात ही नोकरी मिळण्यातही अनेक अडचणी होत्याच. हे मध्यपूर्व असल्यामुळे या अडचणी येणे स्वाभाविक होते. जागतिक आरोग्य संघटनेने मला त्यांच्या कैरोच्या ऑफिसमध्ये येऊन करारनाम्यावर सही करण्यास सांगितले. परंतु हमास पक्ष निवडणुकीत जिंकून आला होता आणि तो पक्ष आतंकवादी आहे असे इस्त्राईलचे मत होते. तसेच इस्त्राईलला पाठिंबा देणाऱ्या अनेक राष्ट्रांचेही मत होते त्यामुळे सीमेवर परत नाकाबंदी झाली होती. कडेकोट बंदोबस्त वाढला होता. त्यामुळे मी गाझामधून बाहेर पडू शकलो नाही. इस्त्रायली सरकारने मला सांगितले की, जर मला एखाद्या खास कारणासाठी हजर राहायचे आमंत्रण आलेले असेल तर इरेझ नाक्यावरून मला बाहेर पडण्याची परवानगी देतील. तेथून मी जॉर्डनला जावे आणि जॉर्डनहून कैरोला जाणारे विमान पकडावे. पण नोकरीच्या करारावर सही करायला जाण्यासाठी परवानगी देता येणार नाही, असे ते म्हणाले. त्यामुळे मी गाझात अडकून पडलो. जागतिक आरोग्य संघटनेने मला ॲलेक्झांड्रिया येथे होणाऱ्या परिषदेला हजर राहण्यासाठी आमंत्रण मिळाल्यावर मी तिथे जाण्याची परवानगी मिळवली. अशा तऱ्हेने कैरोला पोचून करारनाम्यावर सही केली. २००६ च्या जुलैच्या मध्यावर कैरोहून अफगाणिस्तानला जायला निघालो.

अफगाणिस्तान हा दंगलग्रस्त भाग होत, त्यामुळे तिथे सलग सहा आठवडे काम त्यानंतर दहा दिवस सलग सुट्टी, अशी कामाची पद्धत होती. त्या देशातील परिस्थिती मलादेखील धक्कादायकच वाटली. मानवता तिथे धोक्यात आलेली होती. अफगाणिस्तानचे जीवनमान पाहिल्यावर मला आमच्या खेड्यातील शंभर वर्षांपूर्वीचे जीवन कसे असावे, याची कल्पना आली. गाझामध्ये अस्थिर राजकीय परिस्थिती आहे आणि सर्वच गोष्टींची कमतरता आहे. तरीसुद्धा आमच्या येथील राज्य व्यवस्था अफगाणिस्तानमधील व्यवस्थेपेक्षा कितीतरी पुरोगामी होती. काबुलमधली विमानतळ अगदीच व्यवस्था नसलेला, जुनापुराणा होता. दंग्याधोप्यामुळे सगळा

देश होरपळून निघालेला आहे, असे जाणवत होते. इथे नागरी सोयीसुविधा कोसळलेल्या होत्या. वीज, पाणी आणि आरोग्यसेवा कोलमडलेल्या होत्या आणि कोणत्याच समाजसेवा नीट काम करत नव्हत्या. मला वाटायचे, गाझामध्ये फार वाईट परिस्थिती आहे; पण अफगाणिस्तानमधील परिस्थिती त्यापेक्षाही वाईट होती. गाझामधील लोकांना वाटायचे की, अफगाणिस्तानमध्ये आपल्यापेक्षा जास्त वाईट परिस्थिती आहे आणि अफगाण लोकांना वाटायचे की आपल्यापेक्षा गाझामधील परिस्थिती वाईट आहे. इथे हॉस्पिटल जुनीपुराणी होती. तिथे साधनसामग्री पुरेशी नव्हती. चांगली आरोग्यसेवा देणे अशक्य होते. माझे काम फक्त धोरण ठरवण्याचे होते, त्यामुळे मी ऑफिसमध्ये बसून माझे काम करत होतो. मला हॉस्पिटलमध्ये जाऊन रुग्णसेवा करायचे काम नव्हते.

मी दर सहा आठवड्यांनी दहा दिवसांकरता घरी येत होतो. घरी येताना मुलांकरता तिथले पारंपरिक कपडे आणि दुबई विमानतळावरून कपडे आणि दागिने खरेदी करत असे. हे पाहिल्यावर मुलांचा आनंद गगनात मावत नसे. शिवाय मी अफगाणिस्तानातील गालिचे आणत होतो. मला घरी पोहोचायला तीन दिवस लागायचे; पण परत जाताना दीड दिवस पुरायचा. याचे कारण पॅलेस्टिनी लोकांच्या बाबतीत असलेले प्रवासाचे कडक नियम. माझे सुट्टीच्या दिवसातील हे साडेचार दिवस वाया जायचे. जून २००७ पर्यंत हाच माझा कार्यक्रम होता. या नोकरीतून मी कुटुंबीयांचे पालनपोषण करून कर्जफेड करू शकत होतो. गाझात काय हालचाली चालू आहेत त्याच्याशी माझा या प्रवासामुळे संपर्क राहत होता. प्रत्येक वेळी मी जेव्हा जेव्हा घरी यायचो, तेव्हा मला बेचैन करणाऱ्या नवीन घटना ऐकू यायच्या.

गाझात, निवडणुकीनतंर परिस्थिती अधिकच गुंतागुंतीची झाली होती. महम्मद अब्बास हाच अजूनही पॅलेस्टिनी शासनाचा प्रमुख होता. त्याच्या फताह पक्षाचा पराभव झालेला होता तरी अजून सत्ता त्याच्याच हातात होती. त्या दोन्ही पक्षांनी मिळून सरकार स्थापन केले होते. तरी हे आघाडीचे सरकार सुरुवातीपासूनच डळमळीत होते. या अंतर्गत गटात होणाऱ्या लाथाळ्या दिवसेंदिवस वाढत होत्या. एक भाऊ दुसऱ्या भावावर डागण्या झाडत होता जणू. दंगल जास्तीत जास्त तीव्र होत होती आणि दूरवरही पसरत चालली होती. जवळजवळ सगळीच गाझापट्टी ही दंगलग्रस्त झाली होती. माझा देश आतल्या आत धुमसत होता. अंतर्गत फूट वाढत होती.

जून २००७ ला मी काबुलला रामराम करणार होतो. मी घरी फोन करून कळवले की नेहमीप्रमाणे मी वेड्यावाकड्या मार्गाने म्हणजेच इस्लामाबादमार्गे परत येणार आहे. इस्लामाबाद, दुबई-अम्मान (जॉर्डनमार्गे) जाणार होतो घरी. माझ्या

भावाने मला कळवले की हमास पक्षाने एका फताह पक्षाच्या कार्यकर्त्याच्या घराला वेढा दिलेला आहे. नंतर मला इंटरनेटवर वाचायला मिळाले की हमास पक्षाने त्या घरातील दोन भावांची हत्या केलेली होती. मी दुबईला पोहोचल्यावर परत इंटरनेटवर बघितले तेव्हा असे कळले हमास पक्षाने गाझाचा उत्तर भाग आपल्या सैन्याच्या अमलाखाली असेल, असे जाहीर केले होते. सैन्याने सबंध भागाला वेढा दिलेला होता आणि तेथील पोलिस ठाणी आणि सैन्याच्या चौक्या ताब्यात घेतल्या होत्या. त्या भागात कोणी जाऊ शकत नव्हते किंवा तिथून कोणी बाहेर येऊ शकत नव्हते. हे मला वाचायला मिळाले.

जून १३ला मी जॉर्डनला पोहोचलो. मी टॅक्सी घेऊन इरेझच्या सीमा नाक्याकडे निघालो. अर्ध्या वाटेवर पोहोचल्यावर म्हणजे जेरुसलेमजवळच्या लॅट्रन डोंगराजवळ पोहोचल्यावर मी घरी भावाला फोन केला. इरेझच्या सीमानाक्याजवळ मला घेण्यासाठी त्याला बोलावले. फोन शथाने घेतला. ती म्हणाली, 'नासर आजारी आहे, तो येऊ शकणार नाही.' माझा तिच्या सांगण्यावर विश्वास बसला नाही. काहीतरी अघटित घडले असावे असा मला संशय आला.

मी इरेझ येथे सीमा पार करून गाझात शिरल्याबरोबर मला असे जाणवले की, गाझातील परिस्थिती फार स्फोटक झालेली आहे. गाझाचा उत्तर भाग हा सैन्याची जणू छावणीच झालेली आहे. ती पूर्णपणे हमास पक्षाच्या अमलाखाली आहे. सीमारेषेवर नेहमी तपासणी करणारे पॅलेस्टिनी राष्ट्रीय सुरक्षारक्षक हे या वेळी रस्त्याच्या एका कडेला घाबरलेल्या अवस्थेत उभे होते. ते निश्चल उभे होते. रस्ते मोकळे होते, वर्दळ नव्हती. जणूकाही युद्ध पुकारले गेले आहे.

मी घरी पोहोचल्यावर हे युद्ध आपल्या घरापर्यंत कसे पोहोचले आहे ते माझा भाऊ अट्टाने मला खुलासेवार सांगितले. आमचा पुतण्या, नासरच्या मुलाच्या गुडघ्यावर आणि घोट्यावर गोळी लागली होती. नासर आजारी असल्यामुळे तो खरंच मला घेण्यासाठी सीमेपर्यंत येऊ शकत नव्हता. तो फार निराश झालेला होता या घटनेमुळे. माझा पुतण्या पॅलेस्टिनी राष्ट्रीय सुरक्षा दलात अधिकारी होता. सूड म्हणून हमासच्या बंदूकधारी सैनिकाने त्याला गोळी मारली होती. का तर त्याने फताह पक्षाची बाजू घेतली होती. बावीस ते चोवीस वर्षांचे अनेक तरुण उत्तर गाझामधील दंगलीत जखमी झाले होते. नासरला वाटले की, मी यात काहीतरी मदत करू शकेन. पण त्या लोकांपैकी बहुतांश लोकांपर्यंत मी पोहोचू शकलो नाही. पॅलेस्टिनी शासनाचे सुरक्षातळ हमास पक्षाने ताब्यात घेतले होते. १३ ते २० जून हा सबंध आठवडाभर यादवी युद्ध चालू होते. ते संपले त्या वेळेपर्यंत हमास सैन्याने फताह सैनिकांचा पराभव केला होता. संपूर्ण गाझा त्यांच्या ताब्यात आले होते.

आम्ही या काळात घरातच बसून राहिलो. कोणीही रस्त्यावर जायचे धाडस

केले नाही. जेव्हा आम्हाला अन्नधान्याची गरज लागली तेव्हा आम्ही बाजारात जायचा सुरक्षित मार्ग शोधून काढला आणि पटकन खरेदी करून घरी आलो. सगळीकडे गोळ्यांच्या फैरी झडत होत्या. प्रत्येक रस्त्यावर गोळीबार चालू होता. असे जेव्हा यादवी युद्ध सुरू झाले की आपला शत्रू कोण व मित्र कोण हे समजत नाही. गेले सबंध वर्षभर मी अफगाणिस्तानमध्ये याचाच अनुभव घेत होतो. तिथेसुद्धा निरनिराळ्या टोळ्यांमध्ये, निरनिराळ्या राजकीय पक्षांत, निरनिराळ्या विचारसरणीच्या लोकांमध्ये दंगल झडत असे. इथे माझ्या स्वतःच्या गाझामध्ये कोण कोणाशी लढते आहे, हे मला समजतच नव्हते. रस्त्यारस्त्यांवरची चकमक जेव्हा कमी झाली, तेव्हा माझ्या पुतण्यासकट गंभीर जखमी झालेल्या सर्वांना मी सोरोका हॉस्पिटलमध्ये नेले. माझ्या पुतण्याला तिथे दोन महिने राहावे लागले. त्याचे पाय त्यांनी वाचवले. पण तो अजूनही लंगडतच चालतो. गाझात हे जे घडले त्याने मी शतशः विदीर्ण झालो. ही नवीन जखम आम्ही कशी भरून काढणार? जखम भरली तरी मनावर आणि शरीरावर राहिलेल्या जखमांच्या व्रणांना आम्ही कसे तोंड देऊ शकू? इस्रायली शत्रू होता; पण आम्ही आमच्या घरातच एकमेकांचे शत्रू झालो होतो.

जी काही प्रगती आम्ही केली होती त्याच्यापासून परत आम्ही मागे गेलो होतो. इस्रायली लोकांनी या घटनेचा प्रतिसाद म्हणून लोकांच्या गाझामधून बाहेर पडण्यावर आणि सामानाची ने-आण करण्यावर आणखी कडक निर्बंध लादले. गाझापट्टीतील लोकांच्या हालअपेष्टांमध्ये आणखी भर पडली. हालअपेष्टा वाढल्यामुळे गाझापट्टीच्या सीमेजवळील इस्रायली शहरांवर होणारे रॉकेट हल्ले वाढले.

आमच्या दोन देशांत ज्या लढायांचे सारखे दळण चालू आहे, त्यांमध्ये विशेषतः गेले दशक जास्त निराशाजनक होते. आमच्या दोन्ही देशांतील पुढारी लहान मुलांसारखे भांडतात. दिलेली वचने पाळत नाहीत. एकमेकांच्या देशाच्या कुरापती काढतात आणि दोन देशांतील धुमसते वैर सतत धुमसत ठेवतात. ज्यांच्या ज्यांच्याशी मी बोलतो- उदाहरणार्थ माझ्याकडे येणारे रुग्ण, इतर डॉक्टर्स, गाझामधील माझे शेजारीपाजारी आणि इस्राईलमधले मित्रसुद्धा आमच्या पुढाऱ्यांसारखे वागत नाहीत. मी ज्याप्रमाणे त्यांच्या कुटुंबाची काळजी करतो, त्याप्रमाणे तेही माझ्या कुटुंबाची काळजी करतात. गेले दशक फुकट गेले, कोणतीच प्रगती झाली नाही याबद्दल दोन्हीकडच्या लोकांना खंत वाटते. अनिश्चित भवितव्याची चिंता वाटते. दूरवरून बघणाऱ्यांना आश्चर्य वाटेल; पण आमचा एकमेकांवर गाढा विश्वास आहे की या पवित्र भूमीवर आम्ही दोन्ही देशांतील लोक गुण्यागोविंदाने नांदू शकू. आमच्या दोन्ही देशांतील लोकांमध्ये किती साम्य आहे, हे बघून कोणालाही आश्चर्य वाटेल. मुलांना वाढवण्याची पद्धत, आपला परिवार आणि इतर नातेवाइकांचे आपल्या आयुष्यातील महत्त्व, हातवारे करत गोष्टी सांगण्याची पद्धत (सवय) या

सर्व बाबतींत दोन्हीकडच्या लोकांत कमालीचे साम्य आहे. आम्ही भावनाप्रधान, स्पष्टवक्ते आणि वाद घालणारे लोक आहोत. दोन्हीकडचे लोक एकाच पंथाचे आहोत. आमच्या भाषा एकाच मूळ भाषेपासून उत्पन्न झालेल्या भाषासमूहांपैकी आहेत. आमच्यात विषमतेपेक्षा साम्य अधिक आहे. तरीही गेली साठ वर्षे आम्ही आमच्यातील दरी बुजवू शकलो नाही.

आपण असे कसे म्हणू शकतो की, एकाचा जीव दुसऱ्या जिवापेक्षा मोलाचा आहे. प्रसूतिगृहात जन्माला आलेल्या अर्भकाकडे बघ- या निष्पाप जिवांना मोठे होण्याची संधी मिळण्याचे हक्क आहेत. पण आपण त्यांच्या मनात तिरस्काराचे, भीतीचे विष पेरून त्या भावना त्यांच्यात निर्माण करतो. तिरस्कारामुळे तुमचे मन विदीर्ण होते. तुमच्या चांगल्या संधी हिरावून घेतल्या जातात. हे विष घेण्याइतके वाईट आहे.

मी हॉर्वर्डमध्ये असल्यापासून मला अमेरिकेत येऊन इस्रायली आणि पॅलेस्टिनी लोकांच्या प्रश्नांबद्दल बोलायची आमंत्रणे येत होती. अशा दंगलग्रस्त भागात लोक कसे जगतात याबद्दल कोणतीच कल्पना नसलेल्या लोकांकडून मला टीका ऐकू येते. त्यातल्या काही लोकांना प्रश्न विचारण्यात काही स्वारस्य नसते. पण प्रश्नोत्तराच्या संधीचा फायदा घेऊन स्वतःची मते मांडण्याची त्यांना हौस असते. अनेक वेळा माझे व्याख्यान चालू असताना त्यामध्ये अशा काही लोकांनी अडथळे आणले होते. आरडाओरडा करून माझे भाषण थांबवायचा प्रयत्न व्हायचा. दुसरी बाजू तुम्ही ऐकून घेत नाही असाही आरोप व्हायचा. श्रोत्यांमधील बहुतांश लोक अशा आरडाओरडा करणाऱ्या लोकांचा आवाज थांबल्याची वाट बघत मला काय सांगायचे आहे ते ऐकण्यासाठी शांतपणे वाट पाहत बसत. मी शांत बसणाऱ्या श्रोत्यांना आणि गोंधळ घालणाऱ्या लोकांना सांगत असे की, हा इस्राईलबरोबर असलेला आमचा जो प्रश्न आहे तो सोडवण्यासाठी काय करायला हवे? उदाहरणार्थ लोक मला सांगायचे की बरीच वर्षे गाझात वास्तव्य केल्यावर आता इस्रायली सैन्य माघारी परतले आहे, त्याबद्दल आम्ही कृतज्ञ राहायला हवे. मी त्यांना सांगत असे की, ज्या पद्धतीने सैन्य माघारी गेले त्यामुळे तिढा सुटायच्या ऐवजी नवीन प्रश्न तयार झाले आहेत. असे मोठे पाऊल उचलताना दुसऱ्या बाजूशी सल्लामसलत करायला हवी होती. अशी चर्चा न झाल्यामुळे संपूर्ण गोंधळ झाला. त्यासाठी पॅलेस्टिनी लोकांना दोष देण्यात आला.

असेच एका व्याख्यानाच्या वेळी आरडाओरडा, आरोप आणि भाषणात अडथळे या गोष्टी एकाच वेळी घडल्या. पण यामुळे निर्माण झालेली कटुता संपल्यानंतर लोकांनी जे प्रश्न विचारले त्याचा त्यांनी पूर्ण अभ्यास केलेला होता. विचार करण्यामागे त्यांचा उद्देश चांगला होता. उदाहरणार्थ एका व्यक्तीने विचारले,

‘अमेरिकेत असलेले आम्ही इस्रायली इथे बसून या दोन्ही देशांत संवाद घडावा म्हणून काय करू शकतो?’ दुसरा एक जण म्हणाला, ‘तुम्ही आमच्याशी या विषयावर बोलता आहात ही फार चांगली गोष्ट आहे. पण शांततेकरता चर्चा व्हायला हवी, हे तुम्ही तुमच्या पॅलेस्टिनी लोकांना समजावून सांगता आहात का?’ माझे उत्तर होते की, ‘हो निश्चितच, हीच विनंती आमच्या समाजाला करतो आणि अशाच तऱ्हेचा संवाद दोन्ही समाजांत व्हायला हवा. एकमेकांबद्दल जो आकस, आक्षेप, अढी आहे त्याबद्दल आपण बोललोच नाही, तर त्यातून मार्ग कसा काढणार?’

तरीदेखील एका माणसाने विचारले, ‘तुम्ही म्हणता आहात की दोन्ही देशांमध्ये संवाद व्हायला हवा; पण आम्ही बोलायचे कोणाशी? हमास पक्षाशी? तुम्ही म्हणता की एकमेकांचा आदर करायला हवा; पण निवडून आलेले पॅलेस्टिनी पुढारी इस्राईल राष्ट्राचे अस्तित्वच मानायला तयार नाहीत, त्याचे काय? हा कसला आदर दाखवण्याचा प्रकार?’’ यातून मार्ग निघू शकतो एवढेच मी त्यांना सांगण्याचा प्रयत्न करीत असे. पूर्वी काय घडले हे उगाळत बसण्यापेक्षा यातून मार्ग कसा काढायचा याचा विचार आपण करायला हवा. हे बोलायला फार सोपे आहे; पण चिखलात रुतलेले आपले पाय बाहेर काढण्यासाठी केवळ हाच मार्ग आहे. गाझामधील लोकांवर इस्रायली लोकांचा असलेला ताबा आणि ते त्यांच्यावर करत असलेली जुलूम जबरदस्ती ही एखाद्या देशाला झालेली कॅन्सरसारखी व्याधी आहे. यावर उपचार करायला पाहिजे. प्रश्न सोडवण्यासाठी इच्छाशक्ती हवी. एकमेकांबद्दलचा राग, द्वेष उगाळत बसण्यापेक्षा प्रश्न सोडवण्याची इच्छाशक्ती दाखवणे आवश्यक आहे. कोणी काय कुरापत काढली आणि त्यामध्ये कोण जास्त जायबंदी झाले, कोणाला जास्त भोगावे लागले, या गोष्टींवर सतत चर्चाच करत बसलो तर आपली काहीच प्रगती होणार नाही. हा प्रश्न सुटणार नाही. भूतकाळ विसरून पुढे मार्ग काढायला हवा. एकमेकांवर विश्वास ठेवायला शिकले पाहिजे, त्याचप्रमाणे एकमेकांबद्दल आदर दाखवायला हवा. ज्या व्यक्तीबद्दल आपल्याला माहिती नाही, त्यांच्याबद्दल आपण आदर दाखवू शकत नाही. म्हणून आपण आधी एकमेकांची बाजू ऐकून घेऊन आपले डोळे उघडे ठेवून दुसरी बाजू समजून घ्यायला हवी. आदर आणि समता या मूल्यांना महत्त्व द्यायला हवे.

आपल्या आवाक्यातील ध्येयाकडे आपण लक्ष केंद्रित करायला हवे. शांततेकरता आखलेले मोठमोठे बेत फसले आहेत. ताबडतोब काय साध्य होऊ शकेल याच्यावर लक्ष केंद्रित करून त्या दिशेने प्रयत्न करायला हवेत. दोन्ही बाजूंनी समान अटी आणि समान हक्क, एकमेकांबद्दल आदर यासाठी प्रयत्न करायला हवेत.

काही जण म्हणतात की मी सोनेरी स्वप्ने बघत आहे. परिस्थिती किती

हाताबाहेर गेलेली आहे, हे मी मानायला तयार नाही. कदाचित त्यांचे म्हणणे खरेही असेल, पण तरीही मला हे अशक्य असेल असे वाटत नाही. मी कधीच आशा सोडत नाही. अडलेल्या बाईची सुटका करतानासुद्धा मी आशावाद बाळगतो. एखाद्या गरोदर स्त्रीला रक्तस्राव होत असताना, तिचा रक्तस्राव थांबवण्याचा आटोकाट प्रयत्न करत असताना मी निराशावादी होत नाही. असहाय होत नाही. मी लोकांची योग्य ती काळजी घेतो. मी इतरांपेक्षा फार वेगळा नाहीये, सगळ्यांबरोबर मिळूनमिसळून राहण्याची शिकवण देवानेच आम्हाला बहाल केली आहे. भांडण किंवा विभक्तपणा हे अस्वाभाविक आहे.

पण मी फार पुढचे बोलतो आहे.

२००७ च्या उन्हाळ्यात मी परत नोकरी शोधायला सुरुवात केली. गाझामध्ये अतिशय तंग वातावरण होते आणि अशा वेळी माझ्या कुटुंबापासून जास्त काळ दूर राहणे मला उचित वाटत नव्हते म्हणून मी संयुक्त आरोग्य संघटनेच्या बरोबर केलेला अफगाणिस्तानमध्ये काम करण्याचा माझा करार मुदत संपल्यावर पुढे वाढवला नाही. मी बेन गुरियन विद्यापीठात व्याख्याता म्हणून करारावर काम करण्याचे ठरवले. ही व्याख्यात्याची जागा मला कोलंबिया आंतरराष्ट्रीय वैद्यकीय प्रकल्पाच्या अंतर्गत मिळाली होती. त्या काळात गाझामधील रुग्णांवर उपचार करण्याचे काम मी करू शकत होतो, तसेच युरोपीय संघामध्ये सल्लागाराची कामे जशी मिळतील तशी मी स्वीकारत होतो.

त्या आधीच्या डिसेंबर महिन्यात मला जेरुसलेममध्ये आरोग्य धोरणासंबंधी होणाऱ्या तिसऱ्या राष्ट्रीय परिषदेचे आमंत्रण आले होते. तिथे जाण्यात नेहमीच्याच अडचणी होत्या. परंतु परवाने मिळवण्यासाठी पाठपुरावा करणे आणि परवाना मिळेपर्यंत शांत बसणे, हे त्या परिषदेत भाग घेण्याकरता अटळ होते. त्या परिषदेला गेलो असताना माझी मोर्डेचाई शानी यांच्याशी भेट झाली. ते गार्टनर संस्थेचे संस्थापक होते. ती संस्था १९९१ मध्ये स्थापन झालेली होती. साथीच्या रोगांचा अभ्यास आणि त्या संबंधीचे आरोग्य धोरण यावर त्या संस्थेत संशोधन होत असे. ही संस्था असाध्य आणि जुन्या आजारांवर सखोल संशोधन करून त्यानुसार राष्ट्रीय आरोग्य धोरण काय असावे, हे ठरवते. या पद्धतीच्या कामाचे मला खूप आकर्षण होते, आवड होती. पॅलेस्टिनी लोकांत जनुकीय दोषांमुळे निर्माण झालेले आजार भरपूर आहेत. हे आनुवंशिक असतात. उदाहरणार्थ थॅलेसेमिया, हार्माफोडीटिझम, फोकोमेलिया आणि अनोपथालमिया असे आजार आहेत. याच्यावर उपचार कोणते आणि कसे करता येतील याबद्दल माझ्या डोक्यात विचार थैमान घालत होते. रोग्यांना आवश्यक ती उपाययोजना मिळत नव्हती. रोग्यांच्या कुटुंबीयांनाही या

संबंधात कोणतीच मदत मिळत नव्हती. आमच्या भागात या आजारांवर कोणतेही संशोधन होत नव्हते. गर्टनर संस्थेत या प्रकारच्या आजारांवर संशोधन होऊ शकेल किंवा मी तिथे संशोधन करू शकेन, असे मला वाटले.

पण यापेक्षा अधिक महत्त्वाचे प्रश्न संशोधन करण्यासाठी होते. उदाहरणार्थ सध्या जे पॅलेस्टिनी लोक इस्राईलच्या हॉस्पिटलमध्ये उपचारासाठी येत आहेत, त्यांच्यासंबंधीचे प्रश्न. हे लोक आहेत कोण, या रुग्णांची संख्या किती आहे, त्यांचा वयोगट कोणता आहे, त्यांच्यात स्त्री व पुरुषांची संख्या किती आहे, कोणत्या आजाराकरता त्यांना हॉस्पिटलमध्ये दाखल व्हावे लागले, हा प्रश्न कितपत गहन व महत्त्वाचा आहे इत्यादी. मोर्डेचाई शानी त्यांच्या संस्थेबद्दल मला माहिती सांगत असताना या समोर असलेल्या अधिक निकडीच्या प्रश्नांच्या संशोधनाचे प्रस्ताव मला भेडसावू लागले. या संस्थेत काम करावे, असे मला प्रकर्षाने वाटत होते. या प्रश्नांबाबत विचार करण्याकरता मी त्यांची भेट मागितली. ही व्यक्ती मितभाषी कृतीवर भर देणारी व पटकन निर्णय घेणारी होती. माझ्या कामाची पार्श्वभूमी आणि मला अपेक्षित असलेले, आवड असलेले संशोधनाचे प्रश्न त्यांना सांगितल्यावर ते म्हणाले, "तू लगेच संशोधनाला सुरुवात कर." त्याप्रमाणे मी लगेच काम सुरू केले. २००७ च्या अखेरीस मी त्या संस्थेमध्ये रुजू झालो. ही संस्था तेल अवीव येथील शेबा हॉस्पिटलमध्ये आहे.

आधी मी ज्या करारावर काम सुरू करत होता, त्यात मला गाझापट्टीत प्रवास करण्याची मुभा होती आणि त्या वेळी गाझामधील सद्यःस्थिती काय आहे, हे दर्शवणारी आकडेवारी मला गोळा करता आली होती. त्या भागातील आरोग्याचे प्रश्न - त्यांचे आजार, त्याची कारणे काय आहेत यासंबंधी मला माहिती मिळालीच होती. बेरोजगारीची समस्या, नाकेबंदी केल्यामुळे होणारी कुचंबणा, खालावत जाणारे आरोग्य, सामाजिक आणि आर्थिक ढाचा, हे सगळे प्रश्न गाझापट्टीत प्रामुख्याने होते. गाझात काहीच सहजसुलभ नसते. पण गेल्या काही वर्षांत ही परिस्थिती आणखीनच बिकट झाली होती. प्रत्येक बाबतीत नुकसानच जास्त होते. उदाहरणार्थ शेती उत्पादन निम्म्यावर आले होते. उद्योगधंद्यामधील उत्पादनक्षमता ९०टक्के कमी झाली होती. बांधकामाचे साहित्य गाझापट्टीत मिळत नव्हते. काही औषधे आणण्यावरसुद्धा बंदी होती. जगण्याकरता किती कॅलरी अन्न हवे याची मोजदाद इस्राईल लोकांनी केलेली होती त्याप्रमाणे अगदी कमीत कमी अन्नधान्य गाझपट्टीत आणू दिले जायचे. जर्दाळू, प्लम, द्राक्षे, अव्हाकडो यांसारखी फळे आणि दुधाचे पदार्थसुद्धा अत्यावश्यक नसल्यामुळे त्याच्या आयातीवर बंदी होती. तिथे हे असे काय चालले आहे आणि हे धोरण ठरवणारे आहेत कोण?

कडक निर्बंध, आक्रमण, हल्ले, अटकसत्र याचा लोकांच्या मनोधैर्यावर खूप

परिणाम झालेला होता. आपल्यावर जे बेतले आहे त्याची जगाला काहीच पर्वा नाही, याचे माझ्या लोकांना फार दुःख वाटत होते. परिणामी, त्यांच्या क्रोधात भरच पडत होती. आमचे राजकारणी लोक मात्र एकमेकांच्या वक्तव्यावर टीका करण्यात, कोणी कोणावर कुरघोडी करायची, कोणी कोणाचे ऐकायचे, यातच मग्न होते. नवीन लोक निवडून आले तेव्हा पूर्वीच्या धोरणात बदल होत असे. इकडे मात्र लहान मुले उपासमारीने मरत होती. बाळंतपणात आया मरत होत्या. कॅन्सर झालेल्या एखाद्या म्हातारीला इरेझ सीमेवर अडवले जायचे. कोणीतरी कोणालातरी धडा शिकवायचा प्रयत्न करीत असल्यामुळे तिला वेळेत उपचार मिळणे शक्य होत नसे.

आंतरराष्ट्रीय रेडक्रॉस संस्थेने नाकाबंदीवर टीका केली आहे. २० नोव्हेंबर २००७ मध्ये 'इस्राईलच्या ताब्यात असलेल्या पॅलेस्टिनी प्रदेशामध्ये सन्मानाने जीवन जगणे अशक्य' या विषयावर एक अहवाल सादर केला. त्यात असे म्हटले आहे-

> पॅलेस्टिनी लोकांना रोजच्या जीवनात अनेक अडचणींना तोंड द्यावे लागते. रोजचे जीवन जगण्यासाठी जे आवश्यक आहे ते करण्यापासून त्यांना रोखले जाते. तिथे अगदी आणीबाणीची परिस्थिती आहे. इथे लाखो लोकांना सन्मानाने जगण्याची संधी नाकारली गेली आहे. अशी परिस्थिती रोजचीच आहे. अडकलेल्या गाझावासीयांचा बाहेरच्या जगाशी संबंध सहज शक्य नाही. मनुष्यहानी फार होत आहे. लोक कसे तरी जीवन कंठत आहेत. कुटुंबाला लागणारे अन्नधान्य थोडेसेसुद्धा, १४ टक्के, नीसुद्धा वाढवून मिळत नाही. पॅलेस्टिनी लोकांना रोज पायाखाली तुडवले जात आहे. गाझावर वेढा पडलेला असल्यामुळे तिथे राहणाऱ्या पॅलेस्टिनी लोकांच्या आरोग्यावर, रोजच्या जगण्यावर प्रचंड परिणाम झालेला आहे. दोन्ही देशातील या संघर्षाची किंमत त्यांना अशा प्रकारे मोजावी लागत आहे.

गेली साठ वर्षे जीवनावश्यक वस्तूंची कमतरता असताना- काही वेळा तर त्या अजिबात मिळत नसताना- जगण्याची आम्हाला सवय झालेली आहे. अशा जगण्याचा शारीरिक आणि मानसिक आरोग्यावर परिणाम होत नाही असे कुणाचे मत असेल तर त्यांनी गाझापट्टीत येऊन लोकांचे जीवन जवळून पाहावे. ही परिस्थिती अनंतकाळ राहणे अयोग्य आहे. मी एकटाच असे वर्णन करतो आहे असे नाही. आंतरराष्ट्रीय रेडक्रॉस संघानेसुद्धा पुढील शब्दांत याला दुजोरा दिला आहे. "दररोज ६९० लाख लिटर घरगुती आणि कारखान्यातील मैलायुक्त पाणी त्याच्यावर कोणत्याही प्रकारची प्रक्रिया न करता भूमध्य समुद्रात सोडले जाते. ऑलिम्पिक स्पर्धेतील २८ तरणतलाव

भरतील इतके अशुद्ध घाण पाणी दररोज समुद्रात फेकले जाते.'' मी लहान असताना आमच्या घरात नळाचे पाणी नव्हते. आता पन्नास वर्षांनी नळ आले आहेत; पण त्यालाही ठरावीक दिवसच पाणी येते. का? इतर सगळ्या यंत्रणांप्रमाणे पाणीपुरवठा करणारी व्यवस्था कोलमडलेली आहे. दुरुस्त करण्यासाठी लागणारे सामान आयात करण्यावर बंदी आहे.

जुने वापरलेले सुटे भाग मिळवण्यासाठी गाझापट्टीत लोक धडपडत असतात. त्याबरोबर तुटकेफुटके काँक्रीटचे तुकडे घेऊन आपल्या आयुष्याला ठिगळे लावायचा प्रयत्न करीत असतात. पाणीपुरवठा व्यवस्था आणि मलनिस्सारण व्यवस्था कोलमडायला आली आहे. याची कल्पना कोणीही करू शकेल. मी जेव्हा लोकांना सांगतो की, गाझापट्टीत अंतर्गत स्फोट होऊ शकता, तेव्हा ही सर्व परिस्थिती माझ्या डोळ्यांसमोर असते. अशुद्ध पाण्यामुळे होणाऱ्या आजारांची साथ फैलावली तर काय होईल, याची कल्पना न केलेली बरी. त्यामुळे किती हाहाकार होईल, अनेक लोक मरतील याचा विचार करा. यामुळे होणाऱ्या दोषारोपांचा विचार केला आहे का? लोक म्हणायला लागतील की, पाण्याचे पाइप आणि त्यासाठी दुरुस्ती करायला लागणारे सुटे भाग यांच्या आयातीवर सीमेवर बंदी नसती तर मनुष्यहानी झाली नसती.

गेल्या दहा वर्षांहून अधिक काळ मी शासनाला या बाबतीत जागे करत आहे. सार्वजनिक आरोग्य व्यवस्था कोलमडलेली असल्यामुळे काय दुष्परिणाम होऊ शकतात हे मी सतत निदर्शनाला आणून देत आहे आणि आता रेड क्रॉस संस्थासुद्धा तीच धोक्याची घंटा वाजवत आहे.

> ''गंभीर आजार असलेल्यांना योग्य ती वैद्यकीय मदत गाझात असलेल्या सार्वजनिक आरोग्य व्यवस्थेत मिळू शकत नाही. बहुतांश रुग्णांना उपचारासाठी सीमा पार करून दुसरीकडे जाण्याची परवानगी वेळेवर मिळत नाही, ही दुर्दैवाची गोष्ट आहे. आरोग्यासंबंधीच्या प्रश्नातसुद्धा राजकारण घुसले आहे. दोन्हीकडच्या सरकारी नियमांच्या कचाट्यात रुग्ण अडकतात. उपचारासाठी दुसरीकडे जाण्याची परवानगी मिळवण्याकरता लागणारी सरकारी यंत्रणेची कार्यपद्धती वेळकाढू, किचकट आहे. पॅलेस्टाईन आणि इस्रायली शासनाच्या नियमांची पूर्तता करावी लागते. गंभीर आजाराने ग्रस्त असलेल्या रुग्णांना कित्येक महिने परवानगीची वाट बघत थांबावे लागते.''

जरी रुग्णांनी योग्य ती परवानगी मिळवली तरीसुद्धा इरेझ सीमा पार करणे त्यांच्यासाठी खूप त्रासदायक असते. एका ॲम्ब्युलन्समधून काढून रोग्याला स्ट्रेचरवरून साठ ते ऐंशी मीटर अंतरावर सीमापार असलेल्या दुसऱ्या

ॲम्ब्युलन्समध्ये ठेवावे लागते. जगण्याकरता आवश्यक असलेल्या कृत्रिम साधनांवर असलेल्या रुग्णाला या दिव्यातून जावे लागते. पॅलेस्टिनी ॲम्ब्युलन्समधून दुसरीकडे इस्रायली ॲम्ब्युलन्समध्ये त्याला हलवावे लागते. जे रुग्ण स्वतःच्या पायावर चालत सीमा पार करू शकतात, त्यांना अगणित प्रश्नांच्या माऱ्याला तोंड द्यावे लागते; मगच त्यांना उपचारासाठी सीमा पार करण्याची परवानगी मिळते आणि काही वेळा तर परवानगी नाकारली जाते आणि त्यांना गाझापट्टीत परत फिरावे लागते.

आरोग्यासंबंधीच्या काही प्रश्नांवर विचारविनिमय आणि उपाय चालू आहेत. त्यांतले काही प्रश्न सुटले आहेत. पण कुठल्याही एका बाजूचे सरकार बदलले की उपचाराकरता जाण्याच्या परवानगीसाठी असलेले नियम बदलतात. ही जीवघेणी परिस्थिती ज्यांना भोगावी लागते, त्यांच्या मनात प्रचंड राग, संताप निर्माण होतो. रेडक्रॉसच्या अहवालात पुढीलप्रमाणे वस्तुस्थिती मांडलेली आहे-

"वेस्ट बँकमध्ये असलेल्या पॅलेस्टिनी शासनाच्या आरोग्य मंत्रालयाकडून वेळेवर आणि खात्रीशीर औषधाचा पुरवठा होण्यावर गाझापट्टीतील आरोग्य व्यवस्था अवलंबून आहे. परंतु या पुरवठा व्यवस्थेमध्ये बऱ्याच वेळा खंड पडतो. वेस्ट बँक आणि गाझापट्टीतील आरोग्य अधिकारी यांच्यात समन्वय आणि सहकार्य नसते. आयात करण्याबाबत इस्राईलचे नियम फार किचकट आणि वेळखाऊ आहेत. परिणामतः वेदनाशामक औषधे आणि एक्सरेकरता लागणाऱ्या फिल्मसारख्या साध्या गोष्टीसुद्धा वेळेवर पोहोचत नाहीत. काही रोग्यांना अत्यावश्यक औषधेसुद्धा वेळेवर मिळत नाहीत. यामध्ये काही वेळा कर्करोगाने ग्रासलेले आणि मूत्रपिंड निकामी झालेले रुग्णही असतात."

उदाहरण द्यायचे झाले तर, अलशिफा हॉस्पिटलमध्ये असलेले नवजात बालकांना श्वासोच्छ्वास घेण्यासाठी मदत करणारे यंत्र बिघडलेले आहे, ते दुरुस्त करण्यासाठी लागणारे सुटे भाग मिळत नाहियेत. 'हे सुटे भाग आणणारा ट्रक सीमेवर अडकलेला आहे म्हणून तुमचे बाळ जगू शकणार नाही,' हे त्या बाळाच्या आई-वडिलांना कसे सांगणार?

गाझा अनेकदा युद्धभूमीचे केंद्र ठरले आहे. त्यामुळे ज्यांनी हात-पाय गमावलेले आहेत, असे अनेक लोक गाझात आहेत. असे अनेक रोगी उपचारासाठी वाट पाहत आहेत. का? कृत्रिम अवयव आयात करणे हे सुरक्षेला धोकादायक आहे का? आयातीला वेळ लावणे ही एक प्रकारची शिक्षाच दिली जाते आहे का? युद्धात घरे

पडल्यामुळे एखाद्या पाच वर्षांच्या बालकाचा हात किंवा पाय गमवावा लागला तर त्याला तुम्ही काय उत्तर द्याल? त्याला कसे समजवाल? किंवा एखादा संतप्त तरुण- ज्याने आपले दोन्ही पाय गमावले आहेत, जो पायावर उठून उभा राहू शकत नाही, त्याला हा उशीर का होतो आहे हे कसे समजवणार?

गाझातील हॉस्पिटलसुद्धा मोडकळीस आलेली, जुनाट आहेत. त्यांची दुरुस्ती होऊ शकत नाही; कारण दुरुस्ती करायलाच बंदी आहे. हे अगदी अविचाराचे आहे. हा प्रश्न आरोग्य व्यवस्थेशी निगडित आहे. सैनिकभरती किंवा प्रक्षेपण अस्त्र तयार करणे, हा इथे प्रश्न नाही. आंतरराष्ट्रीय रेडक्रॉस संघटनेच्या अहवालात पुढीलप्रमाणे नमूद केले आहे—

> "जी वैद्यकीय यंत्रसामग्री आहे, ती बेभरवशाची आहे; त्याची दुरुस्ती आवश्यक आहे. ही यंत्रे दुरुस्त करण्यासाठी लागणारे सुटे भाग आयात करण्यासाठी आवश्यक परवानगी मिळवण्याची कार्यपद्धती वेळखाऊ आणि किचकट आहे; त्यामुळे यात भरपूर वेळ जातो. सीटी स्कॅनर्स आणि हॉस्पिटलमधल्या धुण्याची यंत्रेदेखील याला अपवाद नाहीत. रोज बंद पडणारी वीज यंत्रणा आणि विजेच्या दाबात होणारा सततचा चढउतार यामुळे वैद्यकीय उपकरणे बिघडतात. बहुतेक हॉस्पिटलना कित्येक तास जनरेटरमध्ये निर्माण होणाऱ्या विजेवर अवलंबून राहावे लागते. शिवाय या जनरेटरला लागणारे पुरेसे इंधन मिळण्याची खात्री तरी कुठे असते?

इथे बेरोजगारी ४४ टक्के आहे. गाझामधील सत्तर टक्के लोक अधिकृतपणे दारिद्र्यरेषेच्या खाली उत्पन्न असलेले आहेत. त्यांचे मासिक उत्पन्न २५० अमेरिकन डॉलर्सपेक्षा कमी आहे. या उत्पन्नात सात ते नऊ लोकांचे पोषण करावे लागते. ४० टक्के लोक अतिशय गरीब गणले जातात. त्यांचे उत्पन्न महिना १२० डॉलर्सपेक्षा कमी आहे. उद्योगधंदे बंद पडल्यामुळे सत्तर हजार नोकऱ्या कमी झाल्या आहेत. बोगद्यामार्गे येणाऱ्या मालावर आम्हाला बऱ्याच वेळा अवलंबून राहावे लागते. हा मार्ग जमिनीखालून इजिप्तमध्ये जाणारा आहे. पण भुयारी मार्गाने येणारी सामग्री पंधरा लाख लोकांच्या गरजा भागवू शकत नाही. यात भर म्हणजे इस्रायली वायुदल या मार्गावर सतत बॉम्बहल्ले करत असते.

गाझापट्टीतील लोकांची जीवनपद्धती आणि अर्थव्यवस्था शेतीवर अवलंबून आहे. शेती हा त्यांच्या जीवनाचा अविभाज्य भाग आहे. त्याच्यावरदेखील या व्यापारबंदीचा परिणाम झालेला आहे. गाझा प्रचंड प्रमाणात फळे आणि भाजीपाला इस्राईलला निर्यात करीत असे. हजारो पॅलेस्टिनी कामगार इस्राईलमध्ये कामाला

जात असत. पण आता हे सगळे थांबले आहे. शेतकऱ्यांना आपले उत्पादन विकण्याकरता तिथे संधी नाही. तुम्ही गाझात फिरलात तर याचे पुरावे तुम्हाला जागोजागी दिसून येतील. खास काळजी घेऊन फळाफुलांकरता उभारलेले बंदिस्त तंबू उद्‌ध्वस्त झाले आहेत. विहिरी पण उजाड झाल्या आहेत. सांडपाणी वाहून नेण्याची व्यवस्था कोलमडली आहे. शेतीला पाणीपुरवठा करणारी पाटबंधारे यंत्रणा सैन्याच्या कारवाईमुळे नष्ट झालेली आहे. झाडे उन्मळून पडली आहेत. आंतरराष्ट्रीय रेडक्रॉस संघटनेने या विषयाचा अभ्यास केला आणि त्यांना असे आढळून आले की, 'गाझा-इस्त्राईल सीमेवरील कुंपणाच्या गाझाच्या बाजूच्या एका पट्ट्यामध्ये पुष्कळशा शेतकऱ्यांना आपापल्या शेतात जाण्याकरता इस्त्राईल लोकांनी मज्जाव केलेला आहे.'

"जवळ जवळ ३० टक्के शेतजमीन या पट्ट्यात आहे. ती जिराईत जमीन आहे. सीमेवरील कुंपणापासून गाझाच्या बाजूच्या एक किलोमीटरपर्यंत सलग पट्ट्यात कोणीही जाऊ शकत नाही. या पट्ट्यात जाऊन काम करणे सुरक्षित आहे की नाहा, हे शेतकऱ्याला कधीच कळत नाही. त्याला याची खात्री वाटत नाही. ते आपल्या शेतात काम करायला गेले तर कुठून आणि कधी गोळा येऊन त्यांना लागेल, याचा धोका सतत असतो. सैन्याच्या कारवाईमध्ये उभ्या, तयार पिकाची नासधूस होते. आपले उत्पादन पदरात पाडून तिथून पळून येणे, हे फार जिकिरीचे आहे. त्या भागाची वाताहत झालेली आहे. हे एकमेव कारण नाहीये, तर बी-बियाणे आणि खते इस्त्राईलकडून आयात करण्याची परवानगी मिळत नाही."

मत्स्यव्यवसायावरही अनेक निर्बंध आहेत. गाझामधील मच्छीमारी बोटींना किनाऱ्यापासून तीन मैलांच्या पुढे जाता येत नाही. त्यामुळे भर समुद्रात मिळणारे मोठे मासे आणि सारडीन्स मासे गाझातील कोळ्यांना पकडता येत नाहीत. २००७ मध्ये बंदी घालण्यापूर्वी गाझातील कोळी या प्रकारचे ७० टक्के मासे पकडत असत. इस्रायली बंदूकधारी बोटींची त्या भागात सतत गस्त असते. त्यांच्या बंदुका किनाऱ्याच्या दिशेने आणि त्या पट्ट्यात येणाऱ्या मासेमारी करणाऱ्या छोट्या बोटींवर सतत रोखलेल्या असतात.

दुसऱ्या शब्दांत सांगायचे झाले तर गाझापट्टीतील लोकांची सर्व बाजूंनी कोंडी झालेली आहे. ज्या विद्यार्थ्यांना अमेरिकेतील शिक्षणासाठी शिष्यवृत्त्या मिळालेल्या आहेत, त्यांना शिक्षणासाठी तिकडे जाण्याचा परवाना नाकारण्यात आलेला आहे. अशा काही विद्यार्थ्यांना मी स्वतः ओळखतो. २००८ मध्ये एका मुलाला 'फुल्ब्राइट'

◂ डावीकडून, माझा भाऊ नूर जो १९८३ मध्ये हरवल्यानंतर इस्त्रायली जेलमध्ये होता. माझी भावंडे रेझेक, एतिमाद, अट्टा आणि शेहाब.

▴ मध्यभागी वडील, त्यांच्या डावीकडे मी स्वतः, उजव्या बाजूला सावत्र भाऊ अहमद, मागील बाजूस माझे भाऊ शेहाब आणि नासर.

▸ मी बावीस वर्षांचा असताना.

▲ माझी आई - दलाल, तिच्या मागण्या खूप असल्या तरी ती आमचे संरक्षण एखाद्या सिंहिणीसारखी करायची.

▲ आमच्या विवाहप्रसंगी मी आणि नादिया.

▲ सौदी अरेबियातील आमच्या घरात पहिले अपत्य बेस्सनसमवेत नादिया.

▲ २००४ मध्ये मी हॉर्वर्डहून परतल्यावर आनंदाच्या क्षणी कुटुंबासह आमची पाच मुले (डावीकडून) मोहम्मद, अया, दलाल, बेस्सन आणि नादिया व तिच्या हातामध्ये अब्दुल्ला.

▲ (डावीकडून) मायर, माझा भाचा एतिमाद, बेस्सन, शाथा, अब्दुल्ला, अया, राफा आणि दलाल.

▸ माझ्याबरोबर सोरोका हॉस्पिटलमध्ये आयव्हीएफ युनिटमध्ये काम करणारे इस्रायली सहकारी.

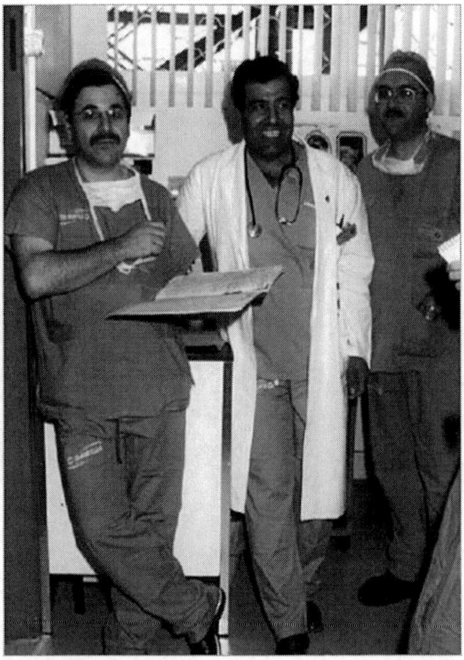

२००१ मध्ये इस्रायलचे आरोग्यमंत्री येशोवा मात्झा यांच्याशी भेट; इस्रायली हॉस्पिटलमध्ये पॅलेस्टिनी डॉक्टरशी झालेली चकमक त्यांच्यासाठी आश्चर्यजनक होती. ▾

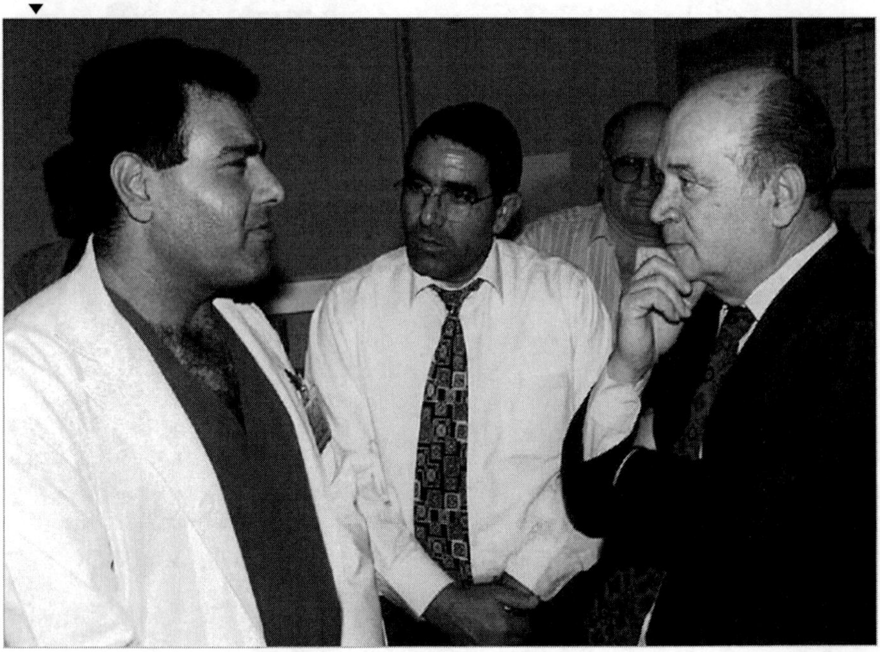

▲ २००१ मध्ये इस्त्रायलचे प्रधानमंत्री एहुद बराक (डावीकडे) व त्यांची पहिली पत्नी नावा यांच्या भेटीदरम्यान.

▲

इस्त्राईल व गाझा पट्टीतील संबंध सुधारण्यासाठी मी केलेला पहिला प्रयत्न. याकोव टर्नर (उजवीकडे), बैरशेबाचे महापौर व माजी पोलीस मुख्याधिकारी आणि पॅलेस्टिनी पोलीस मुख्याधिकारी गाझी अल्-जबाली यांची मी गाझातील पोलीस मुख्यालयात भेट घडवून आणली. २००६ मध्ये हमासने निवडणूक जिंकल्यावर हे सर्व प्रयत्न थांबवण्यात आले.

▲ जबालिया शहरात आमच्या कुटुंबांसाठी मी आणि माझ्या भावांनी मिळून बांधलेली इमारत. तोफहल्ल्यानंतर वर्षभराने काढलेले छायाचित्र.

▲ १६ जानेवारी २००९ रोजी माझी भाची नूर माझ्या तीन मुलींसह मृत्युमुखी पडली.

▼ आमच्या कुटुंबातील कवयित्री अया, मोठेपणी तिला पत्रकार व्हायचं होतं.

नववीमध्ये असणारी मायर गणितात हुशार होती; तिला माझ्यासारखं ▼ डॉक्टर व्हायचं होतं.

◂

बेस्सन एकवीस वर्षांची असताना तिची व्यावसायिक पदवी पूर्ण होत आली होती. नादिया हिच्या निधनानंतर लहान भावंडांसाठी तिने आईची भूमिका पार पाडली.

▸

तोफहल्ल्यानंतर माझ्या मुलींच्या झोपण्याच्या खोलीची अशी अवस्था झाली होती.

▾

▲ गाझा पट्टीतील कबरीजवळ मुलींना त्यांच्या स्मृतीदिनी - १६ जानेवारी २०१० रोजी - श्रद्धांजली वाहताना.

◂ पित्याला झालेले दुःख कोणत्याही शब्दांत व्यक्त होऊ शकत नाही.

शिष्यवृत्ती मिळाली होती. त्याची ही अमूल्य संधी हातची गेली कारण त्याला गाझातून बाहेर पडण्याचा परवाना मिळाला नाही.

लोकांवर आणि उत्पादनावर असलेले निर्बंध उठवावेत, अशी शिफारस आंतरराष्ट्रीय रेडक्रॉस संघटनेने केली आहे. गाझापट्टीतील लोकांचा एकाकीपणा संपवण्यासाठी हे पहिले पाऊल उचलायला हवे; म्हणजे त्या लोकांना स्वावलंबी होता येईल. नव्याने आयुष्य सुरू करता येईल. त्यांच्या अहवालात असे म्हटले आहे-

> ''या प्रश्नांवर कायमचा तोडगा निघण्यासाठी इस्रायली धोरणात मूलभूत बदल घडायला हवा. उदाहरणार्थ गाझापट्टीत मालाची आयात-निर्यात होत राहायला हवी. त्याच्यावरचे निर्बंध उठवावेत. मे २००७ मध्ये ज्या प्रमाणात माणसांची आणि मालाची ये-जा होत होती, तशी परत सुरू व्हायला हवी. सीमेजवळच्या बंदी असलेल्या पट्ट्यातील आपल्या शेतात जाण्याचा मुक्त परवाना शेतकऱ्यांकडे असला पाहिजे. तसेच भर समुद्रात जाऊन मच्छीमारी करण्याचा कोळ्यांचा हक्क त्यांना पुन्हा द्यायला हवा. हे बदल करण्याकरता राजकीय पातळीवर निर्णय घ्यायला हवेत. केवळ मानवतावादी दृष्टिकोनातून अपवादात्मक प्रकरणात निर्णय घेणे पुरेसे नाही. सर्व संबंधित राष्ट्रे, राजकीय अधिकारी आणि सर्व सैन्य दले या सगळ्यांनी प्रामाणिकपणे धाडसी निर्णय घ्यायला हवेत, तरच हे बदल घडून येऊ शकतील. त्यामुळे गाझामधील लोकांची ससेहोलपट थांबेल आणि त्यांना सन्मानाने जगता येईल. हे जर झाले नाही, तर दिवसेंदिवस गाझामधील लोकांची परिस्थिती दयनीय होत जाईल.''

गाझापट्टी आणि इस्राईलमधील लोकांसाठी हा अहवाल महत्त्वाचा व उपयुक्त आहे. निःपक्षपातीपणासाठी ख्याती असलेल्या आंतरराष्ट्रीय संघटनेकडून तो अहवाल आलेला असल्यामुळे तो फार मोलाचा आहे. मानवतावादी प्रयत्न करून या परिस्थितीत सुधारणा होऊ शकते. मात्र सुधारणा व्हायला हवी अशी धारणा असलेल्या माझ्यासारख्या माणसाचा या अहवालामुळे थोडा हिरमोड झाला आहे हे मला कबूल करायला हवे. सुधारणा व्हायला हवी आणि सुधारणा होऊ शकेल याबद्दल गाझापट्टीतील शहरातील, शिबिरातील आणि खेड्यातील लोकांशी बोलल्यानंतर माझे हे मत बनलेले होते.

आम्ही डॉक्टर्स मानवतेच्या भूमिकेतून वैद्यकीय मदत करीत आहोत, त्यामुळे दोन्ही देशांत जी दरी आहे त्यावर सेतू उभारता येईल. दोन्ही देशांतील लोकांचा एकमेकांवर असलेला अविश्वास दूर करण्यात आणि शत्रुत्वाच्या दलदलीतून बाहेर काढून एक नवीन सहकार्याचे जीवन जगण्यासाठी आम्हा डॉक्टरांच्या वैद्यकीय

कामाचा उपयोग होईल. माझ्याप्रमाणे इस्रायली डॉक्टरांचेसुद्धा हेच मत आहे याबद्दल मला तसूभरही शंका नाही. तेल अवीवमधील शेबा वैद्यकीय केंद्राचे प्रमुख डॉ. झीव्ह रोटस्टीन आहेत. त्यांच्यासमोर या भागातील लोकांसाठी एक दिव्य स्वप्न आहे. आरोग्यसेवेच्या माध्यमातून ते सत्यात उतरवता येईल अशी त्यांची धारणा आहे. वैद्यकीय सेवा पथके सीमारेषेच्या दोन्ही बाजूंना कशी कार्य करू शकतील याबद्दल त्यांच्याच शब्दांत मी इथे सांगतो—

"मी हृदयविकार तज्ज्ञ आहे. पहिल्या आंदोलनाच्या पूर्वी मी गाझापट्टीतील आणि पश्चिम किनाऱ्यावरील ज्या मुलांमध्ये जन्मतःच हृदयविकार आहे, त्यांच्या आजाराचे निदान करून त्यांच्यावर उपचार करीत असे. अशा मुलांना आवश्यक असलेले उपचार मिळत नाहीत म्हणून त्यांच्याबद्दल मला जास्त सहानुभूती आहे. पहिले आंदोलन सुरू होण्यापूर्वी तेथील लोकांचे आरोग्य आणि मिळणाऱ्या सुविधा बऱ्यापैकी होत्या. औषधोपचाराच्या सेवा त्यांना पाहिजे तिथे घेता येत होत्या. इस्राईलमध्येसुद्धा त्यांना या सेवा मोफत मिळू शकत होत्या. गाझामधील डॉक्टरांना या आजारासंबंधी प्रशिक्षण दिले जायचे. पण शेवटच्या आंदोलनानंतर मात्र मुलांना या आंदोलनाचा सर्वांत जास्त फटका बसलेला आहे. मी या विषयामध्ये राजकारण आणत नाहीये; पण वस्तुस्थिती मात्र तशीच आहे. डॉक्टरांना इस्राईलमध्ये मिळणारे प्रशिक्षण थांबले, आरोग्यसेवा आता पूर्वीप्रमाणे सहजासहजी मिळत नाहीत. या भागातील राजकीय परिस्थितीचा याच्यावर निश्चित परिणाम झाला आहे. गाझा पट्टीतील सहकाऱ्यांबरोबर बोलताना आणि काम करताना मला हे लक्षात ठेवावे लागते. आरोग्यामध्ये सुधारणा करण्याचा आणि गरिबी आणि रोगराई दूर करण्याचा प्रयत्न आम्ही करीत आहोत. ज्या मुलांच्या आजाराचे निदान पुढील दोनपैकी आहे, त्यांच्याकरता मी सुरुवातीपासूनच आरोग्यसेवेची दालने खुली ठेवलेली आहेत. कॅन्सर हा त्यांपैकी एक. आम्ही निम्म्या प्रकारच्या कर्करोग्यांना पूर्णपणे बरे करू शकतो आणि रक्ताचा कर्करोग असलेल्या ८८ टक्के मुलांना पूर्णपणे बरे करतो. मुलांचा दुसरा आजार म्हणजे ज्यांना जन्मतःच हृदयविकार आहे, तेही आम्ही बरे करू शकतो. हृदयविकारामुळे त्यांच्या रक्ताचा रंग काळा-निळा असतो; पण उपचारानंतर ही मुले रसरशीत, गुलाबी वर्णाची होतात. जर हे उपचार झाले नाहीत तर ती मृत्युमुखी पडतात. कारण या हृदयविकारामुळे अनेक आजार उद्भवतात. आम्ही निश्चितपणे या आजारांवर उपचाराने मात करू शकतो. पण याकरता राजकारण बाजूला ठेवून मानवतावादी दृष्टिकोन ठामपणे स्वीकारायला हवा.

इझेलदिन हे स्वतः यावर उत्तम उपचार करू शकतात, अशी त्यांची ख्याती आहे. या दोन देशांतील तणावाच्या वातावरणाचा परिणाम अशा आजाराने ग्रासलेल्या मुलांवर किती आणि काय होतो याचे मूल्यमापन करणे, हे इझेलदिन यांचे ध्येय आहे. ते त्यांनी आपणहून स्वीकारलेले आहे. या मुलांना आणि सर्वच पॅलेस्टिनी जनतेला चांगल्या आरोग्यसेवा सातत्याने मिळाव्यात यासाठी ते अहोरात्र झगडत आहेत. या सेवा मिळण्यात ज्या उणिवा आहेत, त्या दूर करण्याचा ते आटोकाट प्रयत्न करीत आहेत. उदाहरण द्यायचे झाले तर एखाद्या मुलाला इस्राईलमधील हॉस्पिटलमध्ये उपचार मिळतील; पण घरी गेल्यावर कोणत्याच सुविधा मिळणे शक्य नसते. अशा मुलाची जी अहोरात्र काळजी घ्यावी लागते, त्याचा अभाव आढळतो. इझेलदिन या बाबतीत या सगळ्यांना सेवा मिळवून देण्यासाठी झगडत आहे. या सेवेत सुसूत्रता आणण्यासाठी ते प्रयत्नशील आहेत. त्यांनी स्वतः यासंबंधात जे संशोधनकार्य केलेले आहे, त्यामुळे या मुलांना फायदा झालेला आहे. निरनिराळ्या ठिकाणी काम करून त्यांनी यासंबंधी माहिती गोळा केली आहे. दुर्दैवाने इस्राईलमधील माहिती त्यांना शेबा हॉस्पिटलमधून मिळाली. इथेसुद्धा सर्व लोकांना त्यांना सहकार्य करायची इच्छा नव्हती. त्यांच्याजवळील वैद्यकीय माहिती आणि साधनसामग्री मिळवण्यात अनेक अडचणी त्या लोकांनी निर्माण केल्या. इथे आमच्या हॉस्पिटलमध्ये सर्व माहिती कॉम्प्युटरमध्ये संग्रहित केलेली आहे. इझेलदिनचे जे कार्य चाललेले आहे,त्याबद्दल आम्हाला सहानुभूती आहे आणि आमच्याकडची सर्व माहिती त्यांच्याकरता आम्ही खुली केलेली आहे.

इझेलदिन म्हणतात की, आरोग्यसेवा दोन्ही देशांतील लोकांना सांधणारा सेतू बनू शकते. मी त्याच्याशी सहमत आहे. रोग्याचा जीव वाचवणे आणि हे कार्य सातत्याने करणे यामुळे इस्रायली लोकांची एक वेगळी बाजू पॅलेस्टिनी लोकांना बघायला मिळते. एरवी इस्रायली माणूस म्हणजे बंदूक मारणारा अशी प्रतिमा त्यांच्या डोळ्यांसमोर सतत असते. गाझापट्टीत जन्मलेले आणि वाढलेले लोक इथे इस्राईलमध्ये उपचारासाठी येतात. ते आम्हाला ओळखत नसतात. जीवन वाचवण्याबाबत आम्ही किती संवेदनशील आहोत याची त्यांना कल्पनाही नसते. इस्रायली लोकांची त्यांना खरी ओळख झालेली नाही. पॅलेस्टिनी लोकांना जन्मापासूनच इस्रायली लोकांबद्दल चिथावले जाते. इस्रायली लोकांमध्ये माणुसकी आहे याची आम्ही कल्पनाच करू शकत नाही, असे पॅलेस्टिनी लोक आम्हाला सांगतात. आम्ही जणू राक्षस आहोत, जेते आहोत असे त्यांना वाटते. पॅलेस्टिनी लोकांचा सर्वनाश

झालेला इस्रायली लोकांना बघायचा आहे, अशी त्यांची समजूत आहे. आम्ही असा पूर्वग्रह घेऊन आलेल्या लोकांवर उपचार केल्यावर त्यांना समजते की, आपण यांच्याबद्दल जो पूर्वग्रह केलेला आहे तसे हे लोक नाहीत. हे सर्व खोटे आहे, हे त्यांना पटते.
बहुतांश इस्रायली लोकांना पॅलेस्टिनी लोकांबरोबर सहजीवनाने आनंदात राहायचे आहे. पॅलेस्टिनी लोकांनासुद्धा तसेच वाटत असावे, याची मला खात्री आहे. पण दोन्हीकडचे पुढारी टोकाचा विचार करणारे अतिरेकी आहेत. गरिबीत, हलाखीच्या परिस्थितीत जीवन जगणाऱ्या लोकांना विरुद्ध गटाच्या लोकांबद्दल चिथावणी देणे सोपे असते.''

इस्रायली रुग्ण, ज्यांच्यावर मी उपचार करतो, त्यांना मी पॅलेस्टिनी डॉक्टर असल्यामुळे काहीही फरक पडत नाही. त्यांच्या आजारावर उपचार करणारा तज्ज्ञ त्यांना हवा असतो. गाझामधील लोकांनासुद्धा मी इस्राईलमध्ये काम करतो याबद्दल दुःख नाही, राग नाही. त्यांना त्यांच्या जीवनात सुरक्षितता हवी आहे. त्यांच्या मुलांवर योग्य उपचार व्हावेत, एवढीच त्यांची इच्छा असते. इतके असूनसुद्धा मला काही लोक असे भेटतात की, ज्यांना एक पॅलेस्टिनी डॉक्टर ज्यू रुग्णावर उपचार करतो आहे हे पाहून धक्का बसतो. इस्रायली आणि पॅलेस्टिनी लोक एकमेकांचा तिरस्कार करतात, असे लोकांनी गृहीत धरलेले आहे. दोन्ही बाजूंकडच्या लोकांना असे वाटते की, विरुद्ध बाजूच्या लोकांचा सर्वनाश व्हावा. काही लोकांमध्ये अशी भावना नक्कीच आहे; पण या लोकांची संख्या नगण्य आहे.

दोन्ही बाजूंमध्ये सेतू सांधण्यासाठी सत्य काय आहे ते जाणून घेतले पाहिजे. लोकांचे सध्याचे जीवन कसे आहे याबद्दल माहिती करून घेतली पाहिजे. उदाहरणार्थ, 'पॅलेस्टिनी लोकांचा आपल्या मायभूमीत परत जाण्याचा हक्क' हा विषय सगळ्यांना माहीत आहे; पण त्याच्यावर चर्चा करायला मात्र कोणीही तयार नाही. ज्यू लोकांचे स्वतंत्र राष्ट्र म्हणून इस्राईलची स्थापना झाल्यावर त्या भूमीतून हजारो लोकांना हाकलून देण्यात आले. सगळ्यांना ही वस्तुस्थिती माहीत आहे. बीबीसी रेडिओवर एका पॅनोरमा कार्यक्रमात एक माहितीपट दाखवला होता. पिढीजात खेड्याजवळ राहणाऱ्या माझ्या लोकांबद्दल त्यात माहिती दिली होती. त्या माहितीपटात दिसणाऱ्या व्यक्ती असे सांगत होत्या, 'ही जमीन अबुइलेश यांची आहे. इस्रायली लोकांची ही नैतिक आणि राजकीय जबाबदारी आहे की त्यांनी ही वस्तुस्थिती स्वीकारायला हवी. एकमेकांबबद्दल विश्वास निर्माण करायला हवा. दोन्ही बाजूंचे लोक सहकार्याने राहू शकतील असा सर्वमान्य तोडगा काढण्यासाठी हा एकमेव मार्ग आहे. आपण या विषयाकडे दुर्लक्ष करू शकत नाही. काहीतरी मार्ग निघायलाच हवा. एकमेकांची

माहिती करून घेऊन संबंध सुधारणे गरजेचे आहे. याकरता दोन्ही बाजूंनी एकत्रित प्रयत्न करायला हवेत. हे नक्कीच होऊ शकेल. फक्त दोन्ही बाजूंकडे इच्छाशक्ती असायला हवी. दोन्ही बाजू एकत्र येण्याइतका विश्वास वाटायला लागतो, नेमकी तेव्हाच दंगल उसळते आणि सर्व आशेचा चुराडा होतो.

या दोन देशांतील दुही सांधण्याचा प्रयत्न करणारा मी एकटाच नाहीये. शांतता शिबिरे आणि उन्हाळी वर्ग या कार्यात गुंतलेले आहेत. इंटरनेटवरदेखील शांततेसाठी आवाहन करणारे आणि शांततेचा संदेश देणारे अनेक जण आहेत. शांततेचा पुरस्कार करणारे अनेक प्रकल्प शाळाशाळांतून हाती घेतले जातात. त्याचप्रमाणे इंटरनेटवरील अनेक संकेतस्थळांनी या कार्याला वाहून घेतलेले आहे. शांततेचा संदेश देणारी दूरध्वनीची संपर्कसेवा उपलब्ध आहे. गाझापट्टी आणि पश्चिम किनारा, तसेच इस्राईलमध्येसुद्धा सहजीवनाचा पुरस्कार करणार, त्याचप्रमाणे ते आचरणात आणणारे अनेक जण आहेत. दोन्ही बाजूंच्या सुईणी शांतता सहजीवनचा पुरस्कार करीत आहेत. सर्कल ऑफ हेल्थ इंटरनॅशनल या संस्थेचे संकेतस्थळ पाहिलेत तर असे लक्षात येईल की, त्यांचा उद्देश हाच आहे की, मध्यपूर्वेत निरनिराळ्या राष्ट्रांनी शांततामय सहजीवन आचरणात आणावे. पॅलेस्टिनी बाजूची प्रकल्प समन्वयक आयेशा सैफी म्हणते, "या संस्थेकरता मी गेली तीन वर्षे स्वयंसेविका म्हणून काम करीत आहे. माझ्यात आमूलाग्र बदल झालेला आहे. एक पॅलेस्टिनी स्त्री, माता आणि सुईण असलेल्या माझ्यासारख्या स्त्रीला या संस्थेतर्फे माझ्या देशातील स्त्रिया आणि मुले यांना मदत करण्याची संधी मिळालेली आहे. शिवाय ते करता करता शांततामय सहजीवनाचा संदेश या लोकांपर्यंत पोहोचवता आलेला आहे." इस्रायली समन्वयक गोमर बेन मोशे म्हणते, "सुईणींचा गट जो या शांततेचा पुरस्कार करण्याच्या कामासाठी स्वखुशीने पुढे आलेला आहे, त्याची मी सभासद आहे याचा मला अभिमान वाटतो. तो गट पॅलेस्टिनी सुईणींबरोबर संवाद साधून ही दरी कमी करण्याचा प्रयत्न करीत आहे. त्यामुळे माझाही उत्साह द्विगुणित होतो. स्त्रियांनी शांतता प्रस्थापित करण्याच्या प्रयत्नांत सक्रिय भाग घेतला पाहिजे. सुईणीचा व्यवसाय हा जगातील सर्व स्त्रियांना उमगणारा विषय नक्कीच आहे."

इस्राईलमधल्या अरब आणि ज्यू मुलांसाठी बास्केटबॉलचे सामने भरवले जातात. सहिष्णुता आणि सहजीवन याचा प्रसार करण्यावर त्या सर्वांचा भर आहे. शिवाय इस्राईल आणि पश्चिम किनाऱ्याच्या दरम्यानची जी उत्तरेकडची सीमा आहे, तिथे एक औद्योगिक प्रकल्प हाती घेतलेला आहे. त्याचा मुख्य उद्देश हाच आहे. पॅलेस्टिनी आणि इस्रायली लोकांना एकत्र आणण्याचे मार्ग शोधण्यासाठी जगात अनेक परिषदा भरवल्या गेल्या आहेत. तरीसुद्धा या भागात शांतता आम्हाला अजूनही हुलकावणी देत आहे.

सद्यःस्थिती बदलण्यासाठी स्त्रिया आणि मुलींकडे जास्त लक्ष द्यायला हवे. युद्धाचा पुरस्कार करणारे हजार पुरुष सहज सापडतील; पण या विचाराच्या पाच स्त्रियासुद्धा मिळणे मुश्कील आहे. पॅलेस्टिनी मुली आणि स्त्रियांचे सबलीकरण करून त्यांना स्वातंत्र्य द्यायला हवे. त्यांचा मान राखायला हवा आणि शांतता कार्यात पुढाकार घेण्याची संधी त्यांना द्यायला हवी. आर्थिक आणि सांस्कृतिक कारणामुळे अनेक मुली शिक्षणापासून वंचित राहतात. तुटपुंजे उत्पन्न असलेली अनेक कुटुंबे फक्त आपल्या मुलांना शिक्षण देतात. त्यांच्या मुली शिक्षण घ्यायला उत्सुक असल्या, शिक्षण घेण्याची त्यांची जबरदस्त इच्छा असली तरीसुद्धा त्यांना शिक्षणाची संधी मिळत नाही. अशा पालकांची यामागची भूमिका मी समजू शकतो. मुलगा म्हातारपणी आई-वडिलांची काठी होऊ शकतो; पण लग्नानंतर मुलगी सासरी जाते. वडील सर्व मुलांना शिक्षण द्यायला असमर्थ असले तर साहजिकच ते आपल्या मुलांना शिक्षण देण्याला प्राधान्य देतात. त्यांना वाटते, आपल्या मुलींची काळजी सासरी गेल्यावर तिच्या सासरचे लोक घेतील. पण कुराणातील पहिल्याच कलमात शिक्षणाचे महत्त्व सांगितलेले आहे. स्त्री-पुरुषांत शिक्षणाच्या बाबतीत भेदभाव करू नये.

आमच्यात एक म्हण आहे- 'आई हीच खरी शाळा असते.' मग ही घरची शाळा जर सुशिक्षित असेल, तर पुढची पिढी जास्त हुशार निपजेलच; शिवाय जीवनात ही मुले अधिक यशस्वी होतील. त्यामुळे साहजिकच राष्ट्राची प्रगती होईल.

जागतिक बँकेने आणि उत्तर-दक्षिण संस्था यांनी केलेले संशोधन लक्षात घ्या. त्यात म्हटले आहे की, जर कोणत्याही समाजातील स्त्रियांच्या आरोग्याकडे आणि शिक्षणाकडे लक्ष दिले, तर त्या समाजाची आर्थिक उन्नती होते. जागतिक बँकेने १९८५ पासून दर पाच वर्षांनी या विषयावरचा अभ्यास केलेला आहे. स्त्रियांच्या आणि मुलींच्या आरोग्य आणि शिक्षणावर खर्च करणे, हाच समाजाला दारिद्र्यातून बाहेर काढण्याचा एकमेव योग्य मार्ग आहे, हे या अभ्यासातून निःसंशयरीत्या सिद्ध झालेले आहे.

गाझापट्टीतील स्त्रिया मुलांना कसे वाढवतात, हे पाहतच मी मोठा झालो. तेथील स्त्रियांची निर्णयशक्ती आणि एखाद्या गोष्टीचा पाठपुरावा करण्याचा त्यांचा गुण प्रकर्षाने माझ्या लक्षात आला; परंतु त्या स्त्रियांना आपले कौशल्य दाखवण्याची संधी दिली जात नाही, तेथील स्त्रियांना आणि मुलींना त्यांच्यात जे अंगभूत गुण आहेत ते दाखवण्याची संधी मिळत नाही. त्यामुळे त्यांना कशातच पूर्णपणे झोकून देता येत नाही.

निरोगी समाज निर्माण होण्यासाठी शिकलेल्या आणि हुशार स्त्रिया समाजात असणे अत्यावश्यक आहे. सुशिक्षित आणि निरोगी स्त्रिया आपला परिवारही तसाच

घडवू शकतात. शिक्षण आणि आरोग्य यांची सांगड आपण घालायला हवी. स्त्रियांना शिक्षण आणि आरोग्य सुविधा उपलब्ध करून देणे, हा समाजसुधारणेचा एकमेव मार्ग आहे. मध्य पूर्वेतील विचारधारा आणि सत्ता यांमध्ये बदल घडवून आणण्याकरता शिक्षण आणि आरोग्यावर केलेला खर्च फायदेशीरच ठरणार आहे. या बाबतीत स्त्रिया व मुलींच्या वाटेत जे अडथळे व निर्बंध आहेत, ते दूर केल्याने आपण शांततामय सहजीवनाच्या दिशेने वाटचाल करू शकू.

मी जेव्हा गर्टनर संस्थेत काम करायला सुरुवात केली, त्या वेळी हे विचार माझ्या मनात घोळत होते. २००८ चा सबंध हिवाळा आणि वसंत ऋतू संपेपर्यंत हे विचार सतत माझ्या मनात होते. मला माझे काम आवडले होते; पण रविवार ते गुरुवार घरापासून दूर असल्याचा परिणाम माझ्या मनावर आणि शरीरावर होत होता. दर सोमवारी सकाळी आता घरी जायला किती दिवस राहिले हे मी मोजत असे. मला दर आठवड्याला तीन दिवस घरी जायला मिळायचे; पण ती ऊर्जा मला पुढच्या पाच दिवसांकरता पुरायची. नादिया आमच्या दोघांचे काम एकटी करीत असे. सबंध वर्षभर तिला हे करावे लागे. आता मुले मोठी झाली होती. त्यामुळे पूर्वी वाटली नसेल इतकी काळजी मला आता वाटायला लागली होती. आता मी नादियाच्या सोबत असण्याची नितांत गरज होती. आम्हाला दोघांनाही तसेच वाटत होते.

एकदा मी घरी असताना रात्री मायर तिच्या बहिणीशी बोलत असलेले मी ऐकले, 'बाबा इथे नसतात ते सर्वांत वाईट, कठीण दिवस असतात.' हे ऐकल्यावर माझ्या मनाला वेदना झाल्या. मुलांपासून इतके दूर राहून मी काय साध्य करतो आहे. माझे आयुष्य किती आहे कोणास ठाऊक! माझे काम महत्त्वाचे होतेच; पण माझे कुटुंब मला सर्वस्व वाटत होते.

गाझामधली परिस्थिती आणखीनच बिघडत चालली होती. घरी सुट्टीत येताना आणि तिथून कामावर परत जाताना दर वेळी मला इरेझ सीमेवर किंवा रफा सीमेवर अतिशय कडक आणि वेळखाऊ सुरक्षातपासणीच्या चक्रातून जावे लागे. नशीब की एवढा त्रास सहन केल्यावर निदान मला सीमापार जाऊ देत असत. परंतु दर वेळी होणारी मानहानी आणि वैताग यामुळे मी अक्षरशः कंटाळून जायचो. कोणत्याही व्यक्तीला मानसन्मानाने जगण्यासाठी त्याचे स्वातंत्र्य आवश्यक असते. जेव्हा मायरचे बोलणे मी ऐकले, त्यामुळे मला फार बरे वाटले. कारण मला असे वाटत होते की सीमेवर होणारी मानहानी आणि होणारा त्रास याचा वैताग मी घरातील लोकांवर कधीतरी काढत होतो. मला वाटले की मुलांना माझी ही बाब सर्वांत वाईट जाणवत असेल.

गाझामधील लोकांना येणारा राग आणि त्यामुळे निर्माण होणारी दंगल हे

अतिशय स्वाभाविक आहे. आम्ही ज्या परिस्थितीत राहतो आहोत, त्या परिस्थितीत असे झाले नाही तर नवलच म्हणावे लागेल. प्रत्येकालाच केव्हा ना केव्हातरी राग येतो. मला राग येतो तो बहुतेक वेळा लगेच निवळतो. पण बऱ्याचदा मी शांत होईपर्यंत घरातल्या लोकांची मानसिक स्थिती मात्र बिघडते. आपल्या रागावर ताबा मिळवणे, किंबहुना राग येऊच न देणे, हे सर्वाधिक योग्य आहे. जेव्हा जेव्हा मी खूप रागावतो, तेव्हा आपण आपल्या रागावर ताबा मिळवू शकत नाही, याचे मला खूप वाईट वाटते. माझ्या जवळच्या लोकांना मी का दुखावले; माझी बायको आणि मुलांवर मी त्यांचा काही दोष नसताना का रागावतो, असे विचार मला छळतात.

मी एवढेच म्हणू शकतो की, मला सतत नैराश्य येत होते ते आजूबाजूच्या घटनांमुळे. ते सगळे मनात कोंडून राहिल्यामुळे घरी आल्यावर शारीरिक आणि मानसिक थकव्यामुळे असे घडत असावे. माझ्या मुलाच्या दृष्टीने मी घरी असण्याची गरज होती; पण घरी आल्यावर दमल्यामुळे मी वडील म्हणून त्यांच्या मानसिक गरजा पुऱ्या करू शकत नव्हतो. सीमा पार करत असताना सुरक्षारक्षक तिथे आलेल्या एखाद्या व्यक्तीची अवहेलना करत असताना जर मी ते पाहिले, तरी मला त्रास व्हायचा. कॅन्सरने आजारी असलेला त्रस्त रुग्ण जेव्हा सीमेवर त्रास सहन करत असतो, कोणत्याही सबळ कारणाशिवाय त्याला सीमापार करण्याची परवानगी नाकारली जाते, ज्याचे उपचार ३-४ आठवडे आधीच सुरू व्हायला हवे असतात, त्याला असे टांगणीला लावलेले पाहून माझ्या जिवाची तगमग होते. त्याची असहायता बघून, माझ्या असहायतेची मला प्रकर्षाने जाणीव होते आणि अजूनच त्रास होतो. तरीही अशा वेळेस डॉक्टर असूनदेखील मी काही करू शकत नसे. सीमेवर असलेल्या परिस्थितीवर माझा कोणताच ताबा नव्हता.

या विमनस्क परिस्थितीत मी जेव्हा घरी पोहोचतो तेव्हा माझी लाडकी पत्नी नादिया दार उघडल्याबरोबर माझ्या गैरहजेरीत घडलेल्या अडचणींचा पाढा वाचायला सुरुवात करते. तिने सांगितलेल्या सर्व तक्रारी खऱ्याच असतात. उदाहरणार्थ महम्मदने गृहपाठ केला नाही. (त्याने खरेतर गृहपाठ वेळेवर करायला नको का? त्याने अभ्यास करायलाच हवा. या सध्याच्या हलाखीच्या परिस्थितीतून बाहेर पडण्याचा शिक्षण हा एकमेव मार्ग आहे. अब्दुल्ला माझे ऐकत नाही. रस्त्यावर त्याच्या चुलत भावंडांबरोबर तो खेळत असतो, ही तिची दुसरी तक्रार असते. (अब्दुलने रस्त्यावर खेळू नये. तो का ऐकत नाही? नादिया त्याला काबूत का ठेवू शकत नाही? इथे एखादे सुंदर, सुरक्षित मैदान का नाही, जिथे मुले खेळू शकतील. नुकतेच एका मोटारीने त्याला धडक दिली होती... त्याला हॉस्पिटलमध्ये न्यावे लागले. या अपघातात तो मेला असता. रस्त्यावर मुले खेळत असताना सगळे ड्रायव्हर इतक्या निष्काळजीपणे मोटारी कशा चालवतात.... ड्रायव्हरजवळ विम्याचे

संरक्षण नाही. त्यामुळे हॉस्पिटलचा खर्च मला स्वतःला करायला लागला.) दलालने सांगितले की मी थोडा वेळ आत्याकडे जाऊन येते; पण रात्रभर ती तिथेच राहिली आणि जणू आपले काही चुकलेच नाही अशा आविर्भावात ती सकाळी परत आली. आम्हाला न सांगता, न विचारता ती रात्रभर दुसरीकडे कशी राहू शकते. (हे खरेच चालणार नाही. ती या कुटुंबाची सदस्य आहे. आम्ही एकत्र बांधलेले आहोत. ती कुठे आहे याची आम्हाला माहिती असलीच पाहिजे. तिला काही झाले असते तर?)

बायकोने सांगितलेल्या तक्रारी मी अस्वस्थपणे ऐकतो. मग मी माझ्या कामाच्या टेबलापाशी जातो आणि इ-मेल आले आहेत का ते पाहून त्यांना उत्तरे देतो. माझ्या गैरहजेरीत आलेल्या फोनची दखल घेऊन फोन करतो. तिथेच एक महत्त्वाचा निरोप लिहून ठेवलेला असतो. 'महम्मदने तुम्हाला ताबडतोब फोन करायला सांगितले आहे' मी विचारतो, 'कोण महम्मद' पण कोणालाच नीट सांगता येत नाही. (महम्मद हे अमेरिकेतील 'जॉन'सारखेच आहे. हजारो जॉन असतात. ही अशी माहिती लिहून ठेवलेली असल्यावर त्याचा मला काय उपयोग? हे सगळे निरुपयोगी असते. घरातले अर्धवट निरोप लिहितात. एखादी गोष्ट जी मला करायची असते त्याची मी नोंद करायला जातो; पाहतो तो काय, माझ्या टेबलावरचे नोटपॅड गायब झालेले असते. (हे नेहमीच घडते) कोणी हलवले ते सांगायला कोणी तयार नसते. मी फ्रिज उघडून काय काय विकत घ्यायचे आहे ते पाहायला जाता, तेव्हा फ्रिजमध्ये खराब झालेले अन्न असते. हे मला आढळते. माझ्या सहनशक्तीचा तिथे अंत होतो आणि मी आरडाओरडा करत ते खराब अन्न जमिनीवर फेकतो. मी बायकोवर ओरडतो. (मला बापजाद्याकडून पैसा मिळालेला नाही किंवा मी तो चोरून आणलेला नाही. मी घाम गाळून पैसा मिळवतो. तू दिवसातून निदान दहा वेळा फ्रिज उघडत असशील; तरी हे खराब झालेले अन्न बाहेर टाकायला तुला वेळ मिळालेला दिसत नाही. असे अनेकदा घडते. तू अन्न वाया जाऊ नये याची काळजी का घेत नाहीस?)

माझा आरडाओरडा ऐकून मुले भेदरून कोपऱ्यात उभी राहतात. नादिया तिच्या भावाकडे निघून जाते. माझ्या ओरडण्यामुळे तिला फार वाईट वाटते. तिला हे समजून चुकले आहे की माझ्या या अशा मनःस्थितीत मला एकटे सोडणे जास्त फायदेशीर असते. कारण तेव्हाच मी लवकर शांत होतो. मीदेखील शांत होण्यासाठी एकटे राहणे पसंत करतो. मी असा पटकन का संतापतो? मी स्वतःवर ताबा का ठेवू शकत नाही? माझ्या बायकोला आणि मुलांना मी दुखवायलाच हवे का?

मला उमगले आहे की, फक्त घरीच मी माझा राग व्यक्त करू शकतो. बाहेर सीमेवरील सुरक्षारक्षकांवर मी रागावू शकत नाही. जर मी तिथे असे वागलो तर भयानकच काहीतरी घडेल. माझे सर्वस्वच मी गमावून बसेन. मला आणखीनच तिथे

थांबवून ठेवतील. मी माझ्या नोकरीकरता किंवा शिक्षणाकरता किंवा वैद्यकीय कारणाकरता गाझाबाहेर जाऊ शकणार नाही. मी जर घरी परतत असेन तर मला घरी पोहोचताच येणार नाही.

२००८ च्या उन्हाळ्यात दोन्ही देशांतील असंतोषाचे नगारे वाजत होते. जणू काही पुढे येणाऱ्या संकटाची ती पूर्वसूचनाच होती. या परिस्थितीत लवकर काही सुधारणा होईल अशी आशा मला वाटत नव्हती. मी असे ठरवले की बायको आणि मुले यांच्याबरोबर राहता येईल अशा ठिकाणी नोकरी पत्करायची. मला हे महत्त्वाचे कर्तव्य वाटले. सध्या सीमारेषा पार करण्यासाठी अडचणी जिथे उद्भवणार नाहीत, जिथे सुरक्षितपणे मुले शाळेत जाऊ शकतील, मनसोक्त खेळू शकतील आणि मुलांची योग्य ती प्रगती होईल, अशा ठिकाणी मी अर्थार्जन करणे जरुरीचे आहे, याचे मला भान आले. मध्यपूर्वेमध्ये एखादा जंतुसंसर्ग पसरावा असे जे तणावाचे वातावरण आहे, त्यापासून मुले आणि पत्नीला दूर न्यायचे होते. कायमचे नाही. कारण काही झाले तरी गाझा माझी जन्मभूमी आहे. पण निदान काही दिवस इथून दूर जायलाच हवे. त्यामुळे आम्ही सगळे एकत्र राहू आणि मुलांची चांगली प्रगती होऊ शकेल. २००८ च्या ऑगस्टमध्ये मला आंतरराष्ट्रीय संघटनेकडून केनिया आणि युगांडा येथील आरोग्य धोरणासंबंधीच्या पदाची संधी मिळाली होती. त्याचप्रमाणे युरोपीय महासंघाकडूनही ब्रुसेल्स येथे काम करण्याची दुसरी संधीदेखील आली होती. तिकडे जाऊन मला जगात काम करायला कुठे कुठे संधी आहे याचा शोध घ्यायचे मी ठरवले.

हानी

जर गाझातील आयुष्य इतर ठिकाणी असते तसे सुरळीत असते तर १६ ऑगस्ट २००८ ला तिथून बाहेर जाण्याचा माझा प्रवास सुरळीत-सोपा झाला असता. सीमेपर्यंत मोटारीने जायचे. नंतर सीमा पार करून इस्राईलमध्ये प्रवेश करायचा. पुढे मोटारीनेच तेल अवीव येथील बेन गुरियन आंतरराष्ट्रीय विमानतळावर पोहोचून जगात कुठेही जाण्यासाठी विमान पकडायच, इतके सहज सोपे झाले असते. पण गाझातील परिस्थिती इतर ठिकाणासारखी नाही. बेन गुरियन विमानतळ पॅलेस्टिनी लोकांनी वापरण्यावर बंदी आहे. परदेशी जाण्यासाठी जॉर्डनमार्गे जाण्याशिवाय पर्याय नाही. इस्राईल आणि इजिप्तमधून जाण्याचे मार्ग आम्हा पॅलेस्टिनी लोकांना उपलब्ध नाहीत. खरेतर हे दोन आमच्या निकटचे देश आहेत. त्या देशांमार्गे जाण्यासाठी खास परवान्याची गरज असते आणि तो खास परवाना मिळणे जवळ जवळ अशक्य असते. असा खास परवाना मिळू शकतो याची मला त्या वेळी कल्पनाही नव्हती. त्यामुळे मी गाझातून बाहेर पडण्याचा आडवळणी मार्ग स्वीकारला. सर्वसाधारण पॅलेस्टाइन लोकांना सीमेवरून जाताना जो अनुभव येता, तोच अनुभव माझ्या वाट्याला आला. पण हा प्रवास अनेक बाबतींत अखेरची सुरुवात होती. मी ज्याबद्दल कल्पनाही करू शकलो नाही, इतका बदल नंतर घडला.

केनिया आणि युगांडामध्ये आंतरराष्ट्रीय पातळीवर जनसेवा करणाऱ्या संस्थेतर्फे प्रकल्प हाती घेतलेले होते. त्याकरता प्रजोत्पादनासंबंधी आरोग्य-स्वास्थ्य या विषयातील तज्ज्ञ संस्थेला नेमायचे होते. मला जर ते पद मिळाले असते, तर माझ्या कुटुंबासकट मी गाझापट्टीच्या बाहेर जाऊन स्वतंत्र जीवन, मोकळ्या वातावरणात जगू शकलो असतो. त्यामुळे सर्व जगाशी आम्हाला संबंध प्रस्थापित करता आला असता. गाझापट्टीतील लोकांचे आरोग्य आणि शिक्षण या कार्याकरता मला माझे तारुण्य वेचायचे होते. इस्राईलबरोबर सहजीवनाचा पुरस्कार करणाऱ्यांपैकी मी एक होतो. पण आता मात्र मला माझ्या कुटुंबाची, मुलांची चिंता लागली होती. त्यांच्या उपजत

गुणांना फुलवता येईल अशा एखाद्या सुरक्षित ठिकाणी त्यांना न्यायची संधी मला मिळाली, तर माझ्या हृदयाची साद मी का ऐकू नये, असा प्रश्न मला पडला.

म्हणून मी पहिले पाऊल उचलले. नैरोबीला जाऊन प्रजोत्पादनासंबंधीच्या आरोग्य समस्या आणि 'एड्स' या विषयावरील दोन आठवड्यांच्या अभ्यासक्रमात भाग घ्यायला मी गेलो. तेथून मी युगांडामधील कंपाला येथे जाऊन प्रकल्पावरील सल्लागारासारखे पद स्वीकारले तर ज्यांच्याबरोबर मला काम करावे लागणार होते त्या कर्मचाऱ्यांची भेट घेता येणार होती. त्यानंतर ब्रुसेल्स येथे जाऊन युरोपीय महासंघाकडून आलेल्या दुसऱ्या संधीसंबंधी त्यांची भेट घेणे शक्य होते.

या भेटीगाठींकरता कोणकोणत्या कागदपत्रांची पूर्तता करायला हवी, याचा शोध घ्यायला मी सुरुवात केली. निघायच्या तारखेच्या दोन आठवडे आधी मी माझे विमानाचे तिकीट जॉर्डन येथील अम्मान ते कैरोमार्गे नैरोबी असे काढले. मग मी गाझामधून बाहेर जाण्यासाठी लागणाऱ्या परवान्यांची व्यवस्था करण्याच्या मागे लागलो. एक परवाना गाझाहून इरेझ सीमा पार करण्यासाठी आणि दुसरा इस्त्राईलमधून ॲलेनबी पुलामार्गे बाहेर पडण्यासाठी होता. हा पूल जॉर्डन नदीच्या पूर्व आणि पश्चिम किनाऱ्यांना जोडणारा आहे. हा पूल १९१८ मध्ये ब्रिटिश जनरल एडमंड ॲलेनबी यांनी बांधला. पॅलेस्टिनी लोकांना इस्त्राईलमधून जॉर्डनला जाणाऱ्यांकरता हा पूल नेमून दिलेला होता.

पण आमचे राहणे मध्यपूर्वेत आहे. पॅलेस्टिनी प्रदेशामध्ये ठरवल्याप्रमाणे काहीच पार पडत नाही. माझ्या बाबतीतसुद्धा तेच झाले. मी माझे शेबा हॉस्पिटलमधले काम ठरल्याप्रमाणे करत होता; पण नेहमीपेक्षा एक दिवस आधी- म्हणजे तेरा ऑगस्टला मी घरी परतलो. परदेशी जाण्यापूर्वी बायको-मुलांबरोबर थोडे जास्त दिवस राहता येईल, हा माझा उद्देश होता. इरेझ सीमेवर गेल्यावर मला असे सांगण्यात आले की शनिवारी म्हणजे सोळा ऑगस्टला सीमा बंद आहे. त्यामुळे त्या दिवशी सीमा पार करून माझे विमान पकडणे मला शक्य होणार नव्हते. तिथल्या ज्या अधिकाऱ्याशी बोललो त्याने असे सुचवले की, मी शुक्रवारीच प्रवास सुरू करावा आणि पश्चिम किनाऱ्यावर एक दिवस काढावा. गाझा सीमा पार करण्यासाठी असलेल्या निर्बंधापेक्षा पश्चिम किनाऱ्यावरचे निर्बंध जरा सौम्य आहेत. पण माझ्या कुटुंबाबरोबर घालवायचा वेळ मला कमी करायचा नव्हता. म्हणून मी तिथल्या प्रमुखाला भेटायची इच्छा व्यक्त केली. त्याला भेटल्यावर तो म्हणाला, "काळजी करू नका, मी सगळी व्यवस्था करतो, शनिवारी तुम्हाला सीमापार करता येईल."

गुरुवारी दुपारी तेल अवीवच्या सुरक्षा ऑफिसमधून फोन आला. त्याने असे सांगितले की मी प्रवासच करू शकत नाही. माझ्या हातात आता अम्मानला जाऊन नैरोबीचे विमान पकडण्यासाठी अठ्ठेचाळीस तास उरले होते. आता मला सांगितले जातेय की मी गाझापट्टी सोडू शकत नाही. मी त्यांना विचारले की, 'हे काय चालले

आहे?' तो म्हणाला, "सुरक्षेच्या कारणास्तव तुम्हाला गाझापट्टी सोडण्याची परवानगी दिली जात नाहीये." मी इस्त्राईलमध्ये नोकरी करतो तरी असे होऊ शकते. निश्चितच काहीतरी गफलत असणार.

माझा फोन संपल्यावर मी माझा मित्र श्लोमी एल्डरला फोन केला. हा इस्त्रायली दूरदर्शनकरता माहितीपट, कार्यक्रम तयार करून सादर करण्यासाठी प्रसिद्ध आहे. निरनिराळ्या इस्त्रायली वृत्तपत्रांतून तो लिहीतही असतो. दोन-एक वर्षांपूर्वी इरेझ सीमेवर त्याची व माझी गाठ पडली होती. त्या वेळी तो एक कॅमेरामन बरोबर घेऊन एक वृत्त तयार करण्यासाठी गाझात येत होता. गाझावर त्याने लिहिलेले एक पुस्तक नुकतेच प्रकाशित झाले होते, जे मी वाचले होते. मी त्याच्याशी संवाद साधू लागलो. गाझातील राजकारण त्याला नीट कळले आहे का, असे मी त्याला विचारले. ही संवादाची सुरुवात असली तरी त्यानंतर आमची अनेक वेळा अनेक विषयांवर चर्चा झाली, माहितीची देवाणघेवाण झाली. माझी प्रवासासंबंधीची अडचण - जी शेवटच्या क्षणी निर्माण झाली होती त्याबद्दल त्याने फोनवर विचारले. त्याचे कारण ऐकून तोही बुचकळ्यात पडला. 'जर तुला सुरक्षेच्या कारणास्तव प्रवास करता येत नाही, तर कुठल्याच पॅलेस्टिनी माणसाला प्रवास करता येणार नाही. हे काय चाललेय? माझ्या हातातली लेखणी हेच माझे शस्त्र आहे. मी याबद्दल लिहिणार आहे." श्लोमीने इरेझ सीमेवर अधिकाऱ्याला त्याची मुलाखत घेण्यासाठी फोन केला. मी माझ्या दुसऱ्या एका मित्राला फोन केला. तो म्हणाला, "या संदर्भात अधिक चौकशी करून तुला फोन करतो." काही मिनिटांनी माझा फोन वाजला. तो माझ्या त्या मित्राचा होता. तो म्हणाला, "ते सुरक्षा अधिकारी तुला जायला परवानगी न देण्याच्या बाबतीत ठाम आहेत. तू प्रवास करू नयेस या मताचे ते आहेत. तुला आणखी आठवडाभर थांबायला हवे." हे आत्ताच का घडावे? माझ्या विमानाच्या तिकिटाचे काय होणार? माझ्या भेटीगाठी ठरलेल्या आहेत. नोकरीकरता मुलाखत द्यायची आहे. माझ्या प्रशिक्षणाचे काय होणार? या सगळ्यावर पाणी पडेल. या सगळ्या प्रश्नांबाबत मी काय करायला हवे? माझ्या नावाच्या समोर सुरक्षा कारणास्तव प्रवास करता येणार नाही, असा कायमचा शिक्का या लोकांनी का म्हणून मारायचा? मी जर देशाच्या सुरक्षिततेला धोका असेन, तर ते मला इस्त्राईलमध्ये नोकरी कसे करू देतील? या सगळयाला काहीच अर्थ नव्हता.

त्या संध्याकाळी सात वाजता माझा फोन परत वाजला. इस्त्राईल सरकारमधील सुरक्षा-समन्वयकाच्या ऑफिसमधून तो फोन आलेला होता. त्याने मला विचारले, "काय समस्या आहे?" मी माझी अडचण त्याला सांगितल्यावर तो म्हणाला, "कोणतीही समस्या सोडवता येते. तुम्ही शनिवारी प्रवास करू शकाल." मी असे समजलो की झालेला गोंधळ मिटला असावा.

त्या शनिवारी सीमेवर सुरक्षारक्षकांशिवाय कोणीही अधिकारी नव्हता. मी तिथून एकट्याने सीमा पार करत असताना मला खरेतर भीती वाटत होती. तारेचे कुंपण पार करून एक्स-रे मशिनच्या जंजाळातून मला जावे लागलेच. मी दुसऱ्या बाजूला पोहोचल्यावर इस्रायली सुरक्षा अधिकाऱ्याला माझे कागदपत्र दाखवले तेव्हा काय घडले असेल याची कल्पना करा. ती सुरक्षा अधिकारी म्हणाली की, 'तुम्ही इथून पुढे जाऊ शकत नाही.' ''का?'' मी विचारले.

''सुरक्षिततेच्या कारणासाठी'' तिने उत्तर दिले. खरे तर सरकारी भाषेत या उत्तराचा अर्थ आहे, ''काहीही कारण नाही. आम्ही जाऊ न देण्यासाठी तुमची निवड केलेली आहे.'' माझ्याजवळ तिला दाखवायला कोणताही परवाना-पत्र नव्हते. तिच्या हातात सर्व सत्ता होती. मला माझी जीभ आवळून बसावे लागले. चुकून एखादा चुकीचा शब्द माझ्या तोंडून बाहेर पडला किंवा आक्षेपार्ह हातवारे केले तर माझ्या संपूर्ण ट्रिपवर पाणी पडले असते. म्हणून मी नम्रपणे तिला विनवले की, तिने तिच्या वरिष्ठ अधिकाऱ्याला फोन करून खुलासा विचारावा. हे सगळे करायला तिला एक तास लागला. तिचा फोनबिन झाल्यावर तिने मला सांगितले की टॅक्सी पकडून ॲलेनबी पुलाकडे मला जाता येईल.

मग हातात असलेली भरपूर कागदपत्रे आणि टॅक्सी-बस ड्रायव्हरला देण्यासाठी खिसाभर सुटी नाणी घेऊन मी एकदाचा निघाला; अर्थात मनात आशा धरून. मी त्या ॲलेनबी पुलाच्या दिशेने निघालो. तुम्हाला असे वाटेल की इरेझ सीमेवर तपासणी होऊन बाहेर पडल्यावर त्या पुलावर असलेल्या अधिकाऱ्यांना कागदपत्र दाखवून मला पुढे जाता येईल. पण तुमचा अंदाज चुकेल. आमच्या दोन देशांमधील जगावेगळ्या संशयाच्या वातावरणामुळे ॲलनबी पुलावर असलेली तपासणी पद्धत एखाद्या हेरगिरीच्या सिनेमातल्याप्रमाणे होती. मी टॅक्सीतून खाली उतरलो. ड्रायव्हरने मागितले तेवढे पैसे त्याला कटकट न करता दिले. माझे सामान तेथील एका ट्रॉलीत ठेवले. ती ट्रॉली राखण करणारा अधिकारी माझ्याकडे अशा नजरेने बघत होता की त्याला गेल्या साठ वर्षांत झालेल्या बंदुकीच्या जखमांना जणू मी एकटाच जबाबदार आहे. नंतर पॅलेस्टिनी पासपोर्ट विभागाकडे जाणाऱ्या बसमध्ये मी बसलो. तिथे माझ्या कागदपत्रांची कसून तपासणी झाली. त्यांची तपासणी पूर्ण होऊन मंजुरीचा शिक्का पडल्यावर मी परत बसमध्ये येऊन बसलो. तिथून एक किलोमीटर अंतरावर जिथे आपले सामान ठेवले जाते, तिथपर्यंत पोहोचलो. तिथे तपासणी होऊन आलेल्या सामानाच्या ढिगाऱ्यातून माझ्या बॅगा उचलल्या. सामान घेऊन परत बसमध्ये बसलो. थोड्या अंतरावर असलेल्या जॉर्डनच्या बाजूला पोहोचलो.

तिथे परत मला सर्व दिव्यातून पार पडावे लागले. इथे जॉर्डनचे अधिकारी होते. त्यांना मी माझे कागदपत्र दाखवले. कित्येक आठवड्यांपूर्वी अर्ज करून मिळालेला

जॉर्डनमध्ये प्रवेश करण्याचा परवानादेखील त्या कागदपत्रांत होता. गाझा लोकांसाठी असलेल्या खास खिडकीकडे मला पाठवण्यात आले. तिथे मला बराच वेळ रांगेत उभे राहायला लागले. मला विमान पकडायचे असल्यामुळे मी अनंत काळ तिथे उभा आहे, असे मला वाटले. तुमच्या कागदपत्रात तुम्ही पॅलेस्टिनी असल्याचा उल्लेख असेल, तर तुम्हाला जगात कुठेही खूप वेळ थांबावे लागतेच. शेवटी माझे सामान परत तपासले गेले आणि मला पुढे जाऊ दिले. सकाळी साडेसात वाजता मी घरून निघालो होतो. घरापासून मोटारने केवळ एक तासाच्या अंतरावर अम्मान विमानतळ आहे; पण मी संध्याकाळी सहा वाजता असलेले विमान पकडण्यासाठी विमानतळावर कसाबसा पोहोचू शकलो. मला शेवटी एकदाचे विमान गाठता आले म्हणून दिवस सार्थकी लागला, असेच मी समजतो.

नैरोबीतील प्रशिक्षण काळ दोन आठवड्यांचा होता. माझ्या बायकोच्या भाचीचे लग्न सव्वीस ऑगस्टला झाले; पण मी त्याला हजेरी लावू शकलो नाही. या लग्नसमारंभाची खरे तर सगळे वाट पाहत होते. त्याआधी काही कामासाठी मी येमेनला गेलो असताना बायको आणि मुलींसाठी सुंदर रेशमी पोशाख आणले होते. लग्नसमारंभात काय काय घडले त्याविषयी त्यांना माझ्याशी बोलायचे असणार. खास करून त्या रेशमी, नवीन कपड्यांत त्या कशा दिसत होत्या, इतर नातेवाईक काय म्हणाले, हे सर्व त्यांना मला सांगायची उत्सुकता असणार म्हणून मी दुसऱ्या दिवशी त्यांना फोन केला. आमच्या संभाषणाच्या वेळी नादियाने मला सांगितले की ती खूप दमलेली आहे आणि तिला जरा बरे वाटत नाहीये. मी तिला चिडवले की, "त्या माहेरच्या लग्नात तू खूश असशील. रात्रभर नाचगाणी करून दमली असशील." तिने हसून मला सांगितले की, 'तुम्ही माझ्या आजाराची काळजी करू नका.'

माझे प्रशिक्षण संपले. ठरल्याप्रमाणे मी कंपालाला गेलो. तिथे थोडे दिवस राहिलो. माझी पत्नी आणि मुलींसाठी रंगीबेरंगी दुपट्टे विकत घेतले. एक सप्टेंबरला मी इजिप्तला निघालो. तो रमझानचा पहिला दिवस असल्यामुळे मी घरी फोन करून शुभेच्छा दिल्या. मायरने फोन घेतला. तिचा आवाज ऐकल्यावर काहीतरी बिनसले आहे, असे मला जाणवले. मी बेस्सनशीही बोललो. त्यानंतर माझी खात्री पटली की त्या माझ्यापासून काहीतरी लपवताहेत. साधारणपणे नेहमीच मी जेव्हा जेव्हा परदेशातून फोन करत असे, तेव्हा घरातले सर्व जण फोनवर माझ्याशी बोलण्यासाठी धडपडत असत. पण या वेळी मात्र फक्त मायर आणि बेस्सन या दोघीच माझ्याशी बोलल्या. पण या वेळीसुद्धा मी परत मध्यरात्री फोन केला होता. त्यामुळे त्या दमलेल्या असतील किंवा पहिल्या प्रार्थनेसाठी (रमजानच्या) त्या नुकत्याच जाग्या झाल्या असतील, असे मला वाटले. मी मायरला सांगितले की, 'सगळ्यांना माझे

आशीर्वाद सांग.' पण फोन ठेवल्यावर मात्र मला सतत वाटत राहिले की आता आम्ही सगळे जण एकत्र राहू शकू अशा ठिकाणी लवकरच नोकरी घ्यायला हवी.

माझी बायको थकवा आल्याबद्दल तक्रार करत होती. तो थकवा जास्त वाढत होता. त्यामुळे तिला गाझामधील अलशिबा हॉस्पिटलमध्ये दाखल करावे लागले होते. ही गोष्ट माझ्यापासून लपवून ठेवायचा प्रयत्न मायर आणि बेस्सन करत होत्या. नादियाने तिच्या आजारपणाविषयी मला न सांगण्याचे मुलींना बजावले होते. माझ्या कामात मला विनाकारण काळजी लागू नये, अशी तिची इच्छा होती. नादियाच्या स्वभावाचे हे वैशिष्ट्य होते. ती सर्व गोष्टींची काळजी घेत असे आणि इतरांना काळजी न करण्यास सांगत असे. मी दोन सप्टेंबरला कैरोहून ब्रुसेल्सला गेलो. मला हे ठाऊक नव्हते की माझी बायको अतिशय आजारी आहे. मला हे सर्व नंतर समजले.

दुसऱ्या दिवशी तीन सप्टेंबरला मला शथाचा इ-मेल आला. 'तातडीने आम्हाला फोन करा. आई आजारी आहे. शिफा हॉस्पिटलमधील डॉक्टर तिला इस्राईलच्या हॉस्पिटलमध्ये हलवू इच्छितात.' मी लगेच घरी फोन लावला. तो आजार साधासुधा नव्हता. माझ्या नादियाला 'ॲक्यूट ल्युकेमिया' (रक्ताचा कर्करोग) झाला होता.

मी डॉक्टर असल्यामुळे माझ्या लक्षात आले की, हा आजार भविष्याची अमंगळ सूचना देणारा आहे. या आजाराने ग्रासलेली बहुतेक मुले उपचारानंतर बरी होतात; परंतु मोठ्या माणसांच्या बाबतीत हे प्रमाण ५० टक्के आहे. नादियाचा पती म्हणून मला या आजाराशी लढण्याचे मानसिक बळ देणेच केवळ शक्य होते. त्याच्या जोडीला योग्य ते उपचार लगेच होतील ते मला बघायला हवे होते. सर्वप्रथम तिला इस्राईलमधील हॉस्पिटलमध्ये लगेच हलवणे अत्यावश्यक होते. पण अशा अत्यवस्थ अवस्थेत असणाऱ्या रुग्णांनासुद्धा सीमा पार करून इस्राईलमध्ये नेणे सोपे नाही. तिला प्रवास करण्याचा परवाना मिळणे आवश्यक होते. पॅलेस्टिनी शासनाकडून तिच्या वैद्यकीय उपचारांच्या खर्चाची जबाबदारी घेणारे संमती पत्र आवश्यक होते आणि हे सगळे ताबडतोब व्हायला हवे होते. अशा गंभीर आजारात जर लगेच केमोथेरपी सुरू केली तर रुग्ण जगण्याची शक्यता जास्त असते. म्हणून मी रामलल्लाला लगेच फोन लावून पॅलेस्टिनी शासनात असलेल्या माझ्या मित्रांना फोन केला. मी त्यांना असेही सांगितले की अल्-शिफामधील डॉक्टर्सना सांगून तिला इस्राईलमधील शेबा हॉस्पिटलमध्ये हलवण्याची व्यवस्था करावी. कारण शेबामध्ये मी नोकरी करत होतो.

नशीब असे की, सर्वांनी तातडीने हालचाली केल्या. नादियाची वहिनी अलिया इरेझ सीमेपर्यंत नादियाच्या बरोबर गेली. हॉस्पिटलमधून तिकडे जाताना माझ्या बायकोने वाटेत घरी जाऊन मुलांना धीर देऊन सांगितले की, मी बरी होऊन लवकर

परत येईन. इस्राईलला काही त्रास न होता ती पोहचली. मदतीशिवाय ती चालू शकली. आपल्यावर लवकरच चांगले उपचार होतील आणि आपण लवकर बरे होऊ, असा तिला विश्वास वाटला. मीही तिला धीर दिला. ती नेहमीच निरोगी होती. इस्राईलच्या डॉक्टरांना नेमके कोणते उपचार करायचे हे ठाऊक होते. ती इतकी गंभीर आजारी आहे यावर माझा विश्वासच बसत नव्हता. त्यामुळे इतर दुष्परिणामांचा विचार मी माझ्या मनात येऊ दिला नाही. मला वाटते की डॉक्टरांनी आपल्या जवळच्या नातेवाइकांवर उपचार करू नयेत असे म्हणतात त्याच्यामागचे हे महत्त्वाचे कारण असणार. डॉक्टर डॉक्टरांच्या दृष्टिकोनातून नातेवाइकांकडे बघू शकत नाहीत. त्यांच्या भावना त्यांच्या निर्णयशक्तीच्या आड येतात.

२५ सप्टेंबरच्या विमानाने मी परत येणार होतो. माझे प्रवासाचे परवाने ठरावीक तारखेला प्रवास करणार, या आधारे दिलेले होते. त्यामुळे परतीचा प्रवास ठरलेल्या तारखेपेक्षा आधी करण्यात खूप अडचणी आल्या असत्या. शिवाय युरोपीय महासंघाबरोबर माझी भेट ब्रुसेल्स येथे ठरलेली होती. ती भेट सार्वजनिक आरोग्य क्षेत्रातील संभाव्य नोकरीसाठी ठरलेली होती. त्यानंतर मी इरास्मे हॉस्पिटलमधील माझ्या सहकाऱ्यांना भेटणार होतो. त्याकरता मी एक आठवडा आणखी राहणार होतो. त्याच हॉस्पिटलमध्ये मी शिकलो होतो. पण माझी मनःस्थिती आता द्विधा झाली होती- मी लगेच घरी परतायला हवे की ठरल्याप्रमाणे सगळा कार्यक्रम पूर्ण करूनच जावे? योग्य उपचार चालू होते म्हणून नादियाने मला सुचवले की, मी ठरलेल्या बेताप्रमाणेच करावे. ती मला सतत सांगत राहिली की तुम्ही माझी काळजी करू नका. सगळे कार्यक्रम ठरल्याप्रमाणे पार पाडून मगच या. तरीसुद्धा मी लगेच घरी परतायला हवे होते. आता तर मला स्वतःला तसे न केल्याबद्दल अपराधी वाटत राहते. पुन्हा कागदपत्र करण्यासाठी करावी लागणारी धावपळ टळावी, हा स्वार्थी विचार माझ्या मनात आला होता. यापेक्षा वाईट म्हणजे माझ्या वैयक्तिक प्रगतीची मी जास्त काळजी करत होतो म्हणून मी माझा कार्यक्रम ठरल्याप्रमाणे पार पाडला. मी मात्र नादियाला याकरता दोष देत बसलो. कारण ती सतत सांगत होती की 'काळजी करू नका. इथे सगळे व्यवस्थित चालू आहे. थोड्या दिवसांतच मी घरी परतेन.' पण डॉक्टर म्हणून मला तिच्या तब्येतीबद्दल जास्त कळायला हवे होते. मी घरी ताबडतोब परतणे, हाच योग्य मार्ग होता.

ते पुढचे दिवस भयंकर होते. रमजान चालू होता. माझे रोजे चालू होते. काय करावे या विचाराने माझी झोप उडाली होती. मी रोज फोन करून घरच्यांशी बोलत होतो. युरोपीय संघाबरोबरची भेट संपल्याबरोबर नऊ सप्टेंबरला ब्रुसेल्सवरून परत फिरायचे असे मी ठरवले. त्याप्रमाणे माझ्या परतीच्या प्रवासाची तिकिटे आणि परवाने बदलण्याची कंटाळवाणी आणि त्रासदायक कारवाई सुरू केली.

मला अम्मानमार्गेच प्रवास करणे भाग होते त्यामुळे माझ्यासमोर थोडेच पर्याय उपलब्ध होते. पण ब्रुसेल्सहून म्युनिक आणि इस्तंबूलमार्गे अम्मानला जाणारे एक विमान शोधाअंती मला सापडले. मी जर पॅलेस्टिनी नसतो तर ब्रुसेल्सहून तेल अवीवला जाणारे थेट विमान पकडून काही तासांतच मी घरी पोहोचू शकलो असतो. नादिया केमोला योग्य तो प्रतिसाद देत होती आणि त्यामुळे टोकाचे वाईट घडेल असे आता वाटत नव्हते. या भयानक रोगावर योग्य वैद्यकीय उपचार चालू झाले होते, त्यामुळे ती बरी होण्याच्या मार्गावर होती. मी नऊ सप्टेंबरला जेव्हा ब्रुसेल्स येथे विमानात बसलो, त्या वेळेला तिची स्थिती याप्रमाणे होती. म्युनिकला विमान पोहोचले ते त्याच दिवशी दुपारी. त्या वेळेपर्यंत नादियाची प्रकृती अचानक खालावली होती. तिला अतिदक्षता विभागात हलवण्यात आले होते. मी विमानतळावर भराभर चालत राहिलो. काहीही करून शेबा हॉस्पिटलमध्ये तिच्या उश्याजवळ जाऊन बसावे, असे सारखे वाटत होते. जेव्हा जेव्हा मी फोन करत होतो, त्या वेळी तिची तब्येत आणखीनच खालावत आहे, असे मला समजत होते. मी अल्लाची प्रार्थना केली आणि ती बरी होईल अशी आशा करत राहिलो.

मी अम्मान विमानतळावर पोहचलो तेव्हा मध्यरात्र उलटून गेली होती. मी ॲलेनबी पुलाकडे जायला टॅक्सी पकडली आणि पहाटे दोन वाजता तिथे पोहोचलो. मी पहाटेपासून प्रवासच करत होतो. विमानात बसणे, मग विमानतळावर चालणे चालूच होते. जणू काही माझ्या पायातले बळ गेले आहे आणि माझे पाय जणू जमिनीला जखडून राहिल्यासारखे जड झाले होते. मनाने मात्र मी माझ्या पत्नीच्या जवळ पोहोचलो होतो. पण नियम हे नियमच असतात. नादियाची प्रकृती खालावत चालली आहे. ती असलेले हॉस्पिटल मोटारीने एक तासाच्या अंतरावर आहे; पण तो पूल सकाळी साडेसातपर्यंत बंद राहणार आहे. मी फोन करून पुलाच्या दुसऱ्या बाजूला टॅक्सी तयार ठेवण्याची व्यवस्था केली. मी पूल ओलांडण्याच्या रांगेत पहिल्या क्रमांकावर होतो. माझ्या भोवती डास घोंगावत होते. माशा सतावत होत्या. मी पाच तास वाट बघत होतो. खाली बसणे मला शक्यच नव्हते. शेवटी एकदाची तपासणी नाक्याची दारे उघडली. माझी कागदपत्रे दाखवून काही मिनिटांतच मी बाहेर पडलो. जॉर्डन बाजूकडून पूल पार करून इस्त्राईलच्या बाजूला एकदाचा पोहोचलो. आता एक पावलाने मी नादियाच्या जवळ सरकलो होतो.

त्या वेळेला माझ्या प्रवासातल्या अडचणी वाढल्या. अजूनही स्वप्नात तो त्या वेळचा त्रास छळत असतो. इस्त्रायली सुरक्षा तपासणी नाक्यावर रांगेत मी पहिला होतो. माझे पारपत्र आणि ओळखपत्र मी सादर केले. मला थांबायला सांगणात आले. नऊ वाजले तरी मी अजून वाटच बघत होतो. दुपारचा एक वाजला तरी मी थांबलोच होतो. माझ्या मागून लोक आले, त्यांच्या कागदपत्रांची तपासणी होऊन ते पुढे

गेलेदेखील. मी तेथील कर्मचाऱ्यांना विनवणी करत विचारले की, 'मला का जाऊ देत नाही?' मी त्यांना सांगितले की मी एक डॉक्टर आहे आणि इस्राईलच्या हॉस्पिटलमध्ये नोकरीला होतो. माझी बायको अत्यवस्थ आहे हेही सांगितले. कोणत्याही क्षणी तिला मृत्यू येईल, हेही सांगितले. 'मी गेले चोवीस तास प्रवास करीत आहे. शेबा हॉस्पिटलमध्ये मला काहीही करून लवकर पोहोचायचे आहे.' एवढे सांगितल्यावरसुद्धा उत्तर एकच मिळाले, "तुम्हाला थांबायला लागेल."

दर तासाला मी माझ्या पत्नीच्या वहिनीला फोन करत होतो. ती सारखी विचारत होती की 'तुम्ही कुठे आहात? इथे लवकर का पोहोचत नाही. लवकर या, लवकर या.' दुपारी दोन वाजता शेवटी मी माझ्या मित्रांना फोन करून ते मला या बाबतीत काही मदत करू शकतात का, असे विचारले. एकदाचे शेवटी मला तपासणी टेबलाजवळ बोलवण्यात आले. तिथे मला सांगण्यात आले की मला इस्रायली राष्ट्राच्या सुरक्षा यंत्रणेच्या अधिकाऱ्याशी बोलायला हवे. त्या सुरक्षा संस्थेचे हिब्रूमधले नाव आहे शाबाक. त्या अधिकाऱ्याने अनेक प्रश्नांची माझ्यावर सरबत्ती केली. माझ्या बायकोबाबत पण चौकशी केली. त्यानेही मला थांबायलाच सांगितले.

त्या टेबलाजवळ अर्धा तास थांबल्यानंतर सहा वाजून दहा मिनिटांनी त्याने माझे पारपत्र माझ्या हातात दिले आणि मी जाऊ शकतो असे सांगितले. अरब इस्रायली टॅक्सी ड्रायव्हर हे सगळे सोपस्कार होईपर्यंत माझ्यासाठी थांबून राहिला होता. मी त्याला सांगितले की लवकरात लवकर मला शेबा वैद्यकीय केंद्रात घेऊन चल. त्याने कमीत कमी तपासणी नाकी असणारा मार्ग निवडला. जेरुसलेम शहराच्या बाहेरच्या परिसरातील पहिल्या तपासणी नाक्यावर आम्ही पोहोचलो.

तेथील सुरक्षारक्षक म्हणाला, "तुम्ही इथे कशाला आलात, हा मार्ग फक्त इस्रायली लोकांकरता आहे." मी त्याला सांगितले की, "मी डॉक्टर आहे, माझ्याजवळ परवाना आहे. मी शेबा वैद्यकीय केंद्रात काम करतो. माझी पत्नी तिथे गंभीररीत्या आजारी आहे म्हणून मी घाईने तिथे जात आहे." मी जणू एक आत्मघातकी बॉम्ब आहे आणि शहरात बॉम्बहल्ला करायला शिरायचा प्रयत्न करतो आहे, अशा तऱ्हेने तो माझ्याशी वागला. माझा मोबाइल फोन बंद करायला त्याने सांगितले. त्याने मग पोलिसांना बोलावले. पोलिसांना सांगितले की, मी गाझामधील एका पॅलेस्टिनीला पकडले आहे. तो शहरात घुसायचा प्रयत्न करत होता. त्याला तुम्ही अटक करा. मला का अटक करण्यात येत आहे हे मला समजले आहे, अशा अर्थाच्या एका कागदपत्रावर मला त्याने सही करायला सांगितले. शेवटी इस्रायली सुरक्षा यंत्रणेकडून त्याला फोन आला आणि मला जाऊ देण्याची सूचना त्याला दिली. त्यांनी त्याला हेही सुनावले की माझ्या कागदपत्रांची नीट काळजीपूर्वक तपासणी करायला हवी होती.

तुम्हाला असे वाटेल की ही समज त्याला मिळाली म्हणून माझे काम लवकर व सुरळीत पार पडेल आणि माझी लवकर सुटका होईल; पण याचा उलटाच परिणाम झाला अन् मला आणखीनच उशीर झाला. त्याने मला अटक केल्यासंबंधीचे जे कागदपत्र तयार केले होते ते फाडून टाकले आणि मला आणखी एका कागदावर सही करायला सांगितले. या तपासणी नाक्यावर मला कोणीही शारीरिक इजा केली नाही अशा तऱ्हेचा मजकूर त्या दुसऱ्या कागदावर होता. शेवटी त्याच्या हातातच हुकमाचा एक्का आहे हे दाखवण्याकरता त्याने सांगितले की, मी परत पन्नास किलोमीटरपर्यंत मागे असलेल्या जेरीको ठाण्यापर्यंत जावे आणि तिथून माझा शहरात जाण्याचा प्रवास सुरू करावा. जेरिको ठाण्यावर पोहोचून तिथे असलेल्या इस्त्राईलच्या कार्यालयातून प्रवासाचा नवीन परवाना घ्यावा; कारण माझ्याजवळ जो परवाना होता, तो आता बाद झाला होता.

म्हणून घाईघाईने आम्ही जेरिकोच्या दिशेने निघालो. तिथे मला नवीन परवाना मिळाला आणि मला त्याने बेथलेहेम येथील तपासणी नाक्यावरून आत जा, असे सांगितले. आणखी एक हा मोठा अडथळा माझ्या परतीच्या मार्गात आडवा आला. या सगळ्या घटनांवर माझा विश्वासच बसत नव्हता. पण माझ्यापुढे दुसरा कोणता पर्याय होता? बेथलेहेमला पोहोचल्यावर तिथे असलेल्या स्त्री-सैनिकाने माझे नाव तिच्या कॉम्प्यूटरवर दाखल केले आणि अंदाज करा की कॉम्प्यूटरच्या पडद्यावर काय आले असेल. सोळा ऑगस्ट रोजी मी जेव्हा गाझातून निघून इरेझ सीमेवर आलो होतो त्या वेळी जो संदेश संगणकावर दिसला होता तोच संदेश अजूनही तेथे दिसत होता. ज्या संदेशामुळे माझ्या संपूर्ण प्रवासाच्या बेतावर पाणी पडणार होते तोच संदेश. सुरक्षेच्या कारणास्तव मी प्रवास करू शकत नाही असा तो संदेश होता. कोणाच्या तरी नजरचुकीने हा संदेश माझ्या नावापुढे जोडला गेला होता. मला पुढे प्रवास करायची परवानगी मिळाली त्या वेळी मी असे समजलो की, हा संदेश आता माझ्या नावासमोरून हटवला गेला असेल. पण ही माझी समजूत चुकीची ठरली; कारण मी गाझामधला रहिवासी होतो.

मला एका अगदी लहान खोलीत पाठवण्यात आले. त्या खोलीची लांबी दीड मीटर आणि रुंदी दीड मीटर होती. तिथे फक्त उभे राहता येत होते किंवा बसता येईल एवढीच ती जागा होती. तिथे मला थांबायला सांगितले. बाहेरून कुलूप लावल्याचा आवाज मी ऐकला तेव्हा माझा संताप अनावर झाला. संध्याकाळचे साडेसात वाजले होते. त्यांनी माझा मोबाइल काढून घेतला होता. माझ्या बायकोच्या तब्येतीची मी चौकशी करू शकत नव्हतो. असहाय अवस्थेत मी बसून राहिलो. तिचे आयुष्य क्षणाक्षणाने कमी होत होते. प्रत्येक क्षण मला एकेका दिवसासारखा वाटत होता. ते मला कस्पटासमान वागवत होते, जणू मी एक टाकाऊ माणूस होतो. साधे

सौजन्य दाखवावे या लायकीचादेखील मी त्यांना वाटत नव्हतो. त्यांना कायद्याबद्दलदेखील आदर नव्हता. मला एखाद्या रद्दी कागदासारखे ते समजत होते. माझा चांगला भूतकाळ पुसून टाकून ते नवीन घाणेरडा भूतकाळ मला देऊ करत होते. म्हणून हवाबंद असलेल्या या कोठडीत त्यांनी मला डांबून ठेवले होते.

नंतर तिथे असलेल्या एका अधिकाऱ्याने त्याच्या खुर्चीजवळ असलेल्या काचेच्या तावदानातून माझ्याकडे बघितले, हात हलवला आणि मला बोलावले. कोणीतरी बाहेरून कोठडीचे कुलूप काढले. मी त्या अधिकाऱ्याच्या दिशेने गेलो. तो अधिकारी टेबलावर पाय टाकून खुर्चीत रेलून बसला होता. कुत्र्याला खाली बसायची खूण करतात तसे त्याने मला खुणावले. त्याने माझ्याकडे बघितलेही नाही. माझ्या हातात परवानापत्र कोंबले आणि सांगितले ''जा.''

मी थकून गेलो होतो. मला भूक लागली होती. तहान लागली होती. मी बेचैन झालो होतो. वेडापिसा झालो होतो. कधी एकदा तिथे पोहोचतो आहे असे झाले होते. हॉस्पिटलमध्ये पोहोचायला मला एक तास लागला. मी तिथे पोहोचल्यावर थेट अति दक्षता विभागात पळालो. नादिया बेशुद्धावस्थेत होती. मी तिला हाक मारून सांगितले की 'मी इथे तुझ्याजवळ आहे.' तिने ऐकले की नाही मला माहीत नाही. त्या रात्री अतिशय थकून मी टेबलावर डोके टेकून झोपलो. आता तिच्यापासून दूर जायला नको म्हणून तिथेच रात्र काढली.

हॉस्पिटलने माझ्या ऑफिसच्या जागेत एका खाटेची सोय केली. मी तिथे बसून काम करू शकेन आणि विश्रांती घेऊ शकेन, या उद्देशाने ही सोय केली. पुढचे काही दिवस तिची प्रकृती सुधारत होती. नादिया सतत म्हणत होती की, मी माझ्या पायांनी चालत घरी येईन. इथे मिळणाऱ्या उपचारामुळे आपल्याला नक्की बरे वाटेल अशी तिला खात्री वाटत होती. तिच्या आणि मुलांच्या दृष्टीने ते सगळे एकत्र नाहीयेत हे कितीही कठीण जात होते तरी तिला किंवा मुलांना असे कधीही वाटले नाही की ती घरी परत येऊ शकणार नाही. मुलांना हॉस्पिटलमध्ये घेऊन येणे शक्यच नव्हते. रुग्ण आणि त्याच्याबरोबर फक्त एकच व्यक्ती सीमा पार करून येऊ शकत होती. नादियाबरोबर तिची वहिनी आलेली होती. तिच्या डॉक्टरांना असेही वाटत होते की ती लवकरच अतिदक्षता विभागातून सर्वसाधारण विभागात येऊ शकेल.

पण अचानक तेरा सप्टेंबरला शनिवारी तिचे महत्त्वाच्या अवयवांचे कार्य क्षीण व्हायला लागले आहे, असे चिन्ह दिसायला लागले. मला कळून चुकले की, तिचे आयुष्य आता संपत आले आहे. आमची मुले अजूनही तिला भेटू शकत नव्हती. तासातासाला तिची अवस्था आणखीनच बिघडत होती. मंगळवारी १६ सप्टेंबरला दुपारी तीन वाजेपर्यंत तिने कसाबसा तग धरला. त्या वेळेपासून तिच्या सर्व महत्त्वाच्या अवयवांचे कार्य हळूहळू थांबू लागले. अखेर सगळेच संपले. मी तिच्या

जवळ होतो. तिला कुराण वाचून दाखवत होतो. दुपारी पावणेपाच वाजता तिने अखेरचा श्वास घेतला. माझी पत्नी- जी माझ्या आठ मुलांची माता होती- ती अल्लाला प्यारी झाली होती.

मी काय करावे, हे मला उमगत नव्हते. मला वाटले, या आघातातून आम्ही कसे बाहेर पडणार? रमझान चालू होता. सगळ्यांचे रोजे चालू होते. सव्वापाचला रोजे सुटेपर्यंत मी मुलांना ही बातमी कळवली नाही. त्यांनी दिवसभर काही खाल्लेले नव्हते. आईच्या मृत्यूची बातमी कळली तर ते काहीच खाणार नाहीत, याची मला खात्री होती. म्हणून त्यांचे उपास सुटेपर्यंत मी त्यांना काही कळवले नाही. इरेझ सीमेवर फोन करून नादियाचा देह गाझात घरी नेता यावा यासाठी परवान्याची तरतूद केली. पॅलेस्टिनी व्यक्ती परवान्याशिवाय सीमा पार करू शकत नाही- मग ती व्यक्ती जिवंत असो वा मृत. मग मी मुलांना कळवले. अयाने फोन उचलला. तिने माझा आवाज ऐकल्यावर किंचाळीच मारली. मी तिला सांगितले की, अल्ला दयाळू आहे. पण ती म्हणत राहिली, 'नाही! नाही! हे खरं नाही!'

आता नादियाचे शव गाझात नेण्यासाठी कागदपत्रांची पूर्तता करणे भाग होते. त्याप्रमाणे शववाहिनीची व्यवस्था करायला हवी होती. सीमेपर्यंत जाण्यासाठी मोटारीची व्यवस्था करायला हवी होती. हे सगळे लवकर करणे भाग होते. सीमेवर अजूनही माझ्या नावापुढे सुरक्षेला धोका हा शेरा मारलेला होता. त्यामुळे नादियाच्या शवाबरोबर शववाहिनीतून मला जाता आले नाही. पॅलेस्टिनी शववाहिकेत नादियाचे शव ठेवण्याची क्रिया, वाहनांची अदलाबदल जेथे होते त्या ठिकाणापर्यंत शववाहिनी जाऊ द्यावी व मी कागदपत्रांची पूर्तता करून चालत तिथे जावे असे सुरक्षा अधिकाऱ्याने मला सुचवले. कितीतरी वेळा मी अशा प्रकारे गेलेलो आहे. पण आता घरी तिचा मृतदेह घेऊन जाताना मला सतत तिच्या सोबत राहायचे होते. तिने एकटीने प्रवास करावा असे मला वाटत नव्हते. कागदपत्रांची पूर्तता जितक्या लवकर करता येईल तितक्या झटपट मी उरकली. माझ्यावर सुरक्षेच्या कारणास्तव जी बंदी होती ती चूक होती, हे मी रक्षकाला पटवून दिले. मी जवळ जवळ पळतच सीमा पार केली. ज्या भागात पळत जाणे शक्य होते, तेवढ्या भागात मी पळत होतो. गाझापट्टीच्या सीमेपाशी शववाहिका पोहोचायच्या आत मी तिथे पोहोचलो. मग तिथून आम्ही एकत्र घरापर्यंत गेलो.

माझे भाऊ तिथे वाट पाहत होते. गाझातील सर्व ठिकाणचे लोक आमच्या गल्लीत जमा झाले होते. त्यांना नादियाबद्दल वाटणारे प्रेम आणि सहानुभूती यांचे ते द्योतक होते. मी तडक बेस्सन, दलाल, शथा, मायर, अया, महम्मद, रफा आणि अब्दुल्ला या माझ्या मुलांजवळ गेलो.

त्या रात्री आम्ही सर्व जण एका खोलीत झोपलो. आम्ही एकमेकांची समजूत

काढत होतो. हा धक्का सहन करण्याची शक्ती एकमेकांना देत होतो. दुसऱ्या दिवशी आम्ही नादियाला दफनभूमीत घेऊन गेलो. तिथे तिचे दफन केले. तो सबंध दिवस आणि पुढे तीन दिवस आम्ही प्रार्थना करत होतो. आमची मित्रमंडळी आणि नातेवाईक आमच्या सांत्वनासाठी येत होते. आम्ही आमचे दुःख कसेबसे आवरत होतो.

नादिया ही आदर्श पत्नी आणि माता होती. आमच्या सर्व नातेवाइकांत आणि मित्रमंडळींत ती फार लोकप्रिय होती. माझ्या जाणत्या वयापासून मी तिला ओळखत होतो. ती माझी प्रेरणा होती. माझ्या कार्याला सतत प्रोत्साहन देणारी होती ती. आता ती गेल्यावर माझ्या लक्षात येते की, इतकी वर्षे मी तिला गृहीत धरले होते. नादिया माझा आधारस्तंभ होती. म्हणूनच सतत येणारे नैराश्य आणि भय यांच्यावर मी मात करू शकलो. तिचे प्रेम आणि सततचा आधार यामुळे मी आयुष्यातील संकटांना तोंड देऊ शकलो.

नादियाच्या अकाली निधनामुळे माझ्यावर आणि मुलांवर कुऱ्हाडच कोसळली होती. तिने आयुष्यात आम्हाला खंबीरपणा शिकवला. या आठवणीनेच आम्ही सावरू शकलो.

हल्ला

नादियाच्या मृत्यूनंतर आमच्या जीवनात अनेक घटनांची मालिका सुरू झाली. त्यामुळे माझ्या मुलांच्या जीवनात आमूलाग्र बदल झाला. माझ्या व्यवसायात पण स्थित्यंतरे आली. माझ्या विश्वासाला तडा गेला, हादरे बसले.

२००८ च्या हिवाळ्यात माझी कसरत चालू होती. माझ्या मुलांकरता मी आई आणि बाबा या भूमिका वठवायचा प्रयत्न करीत होतो. सुरुवातीला मला वाटले की, मी आता परत नोकरीवर जाऊ शकणार नाही. कारण सोमवार ते गुरुवार मला गाझापासून दूर असलेल्या हॉस्पिटलमध्ये नोकरीवर जावे लागायचे. मग माझ्या गैरहजेरीत मुलांची काळजी कोण घेणार? याउलट जर मी नोकरी न करता मुलांचा सांभाळ करण्यासाठी घरी बसलो तर, आमचा सगळ्यांचा उदरनिर्वाह चालणार कसा?

आमच्या संस्कृतीमध्ये विवाह ही स्त्री आणि पुरुषांकरता सर्वांत उत्तम घटना समजली जाते. नादियाच्या मृत्यूनंतर जवळ जवळ चार महिन्यांनी ईदसाठी जेव्हा माझी मेव्हणी मरियम इजिप्तहून भुयारी मार्गाने आम्हाला भेटायला आला, त्या वेळी तिने माझा मुलगा महम्मद याला ज्या तऱ्हेने कवटाळले आणि त्याचा पापा घेतला, ते मी बघितले. महम्मद आणि त्याच्या बहिणींनादेखील आईच्या प्रेमाची, मायेची गरज होती ना? मी यापूर्वी मरियमला कधीही भेटलो नव्हतो. ती घटस्फोटित होती आणि माझ्यापेक्षा वयाने मोठी होती. ती अल्जीरियात अनेक दशके राहत होती. ती पूर्वी जेव्हा नादियाला भेटायला येत असे, तेव्हा तेव्हा मी नोकरीनिमित्त दूरदेशी असायचो. पण माझ्या मुलांना ती नवखी नव्हती. लग्नाबाबत तिला विचारण्याचा विचार क्षणभर माझ्या मनात आला. याबद्दल मी तिच्या भावाशी बोललो. तिच्याशीही बोललो. ती म्हणाली की, मी विवाहाच्या दृष्टीने योग्य वयाची मुळीच नाही. तिला तिची मुले आणि नातवंडे आहेत, हेही तिने सांगितले.

मुलांनाही मी लग्न करावे हा विचार फारसा पटला नाही. बेस्सन म्हणाली,

"तुम्ही तुमच्या नोकरीवर जा, मी घराची काळजी घेईन. दलाल आणि शथा मला मदत करतील." माझ्या तीन मोठ्या मुलींवर ही फार मोठी जबाबदारी येऊन पडली होती. आठ भावंडांना खायला-प्यायला घालायचे, त्यांची सर्वतोपरी काळजी घ्यायची आणि एवढ्या मोठ्या घराची देखभाल करायची. बेस्सन आणि दलाल या दोघी इस्लामिक विद्यापीठात शिकत होत्या. शथा शाळेत शेवटच्या वर्षाला होती. मी माझ्या भावांशी बोललो. ते म्हणाले की त्यांच्या बायकाही मदत करतील. म्हणून मी परत नोकरीवर जायचे ठरवले.

नोकरीवर रुजू होणे, हा काही आदर्श मार्ग नव्हता. पण माझ्या दुःखातून बाहेर पडायला या नोकरीची मदत झाली. माझ्या मुली एकत्रितपणे घर चालवत होत्या. सोमवार ते गुरुवार मी तेल अवीवमध्ये नोकरीवर असताना लहान भावंडांकडे लक्ष देत होत्या आणि मी रुग्णांची सेवा करण्यात मग्न होतो. नादियाशिवाय जीवन खरे नव्हत; पण आमच्या आयुष्याची गाडी थोडीफार पूर्वपदावर आली होती.

ऑक्टोबर २००८ च्या अखेरीस मला पीएसआयकडून एक फोन आला. त्यांनी मला पाकिस्तानमध्ये एक नोकरी देऊ केली होती. गाझातून माझ्या मुलांना बाहेर काढायची ही एक संधी चालून आली होती. या नोकरीच्या संदर्भात मला दोन दिवसांत वरिष्ठ अधिकाऱ्यांना भेटण्यासाठी दुबई किंवा पाकिस्तानला जाणे गरजेचे होते. हा मोठाच अडथळा होता. गाझामधून मला बाहेर पडण्याचा परवाना मिळायला कमीत कमी दहा ते पंधरा दिवस लागले असते. इरेझ सीमा पार करून जॉर्डनला जाऊन तेथून मला विमान पकडायला लागणार होते. हे सगळे सोपस्कार करून जाणे मला अशक्य कोटीतले वाटले. त्याच वेळी पॅलेस्टिनी शासनाने असे जाहीर केले की इजिप्तमध्ये जाण्यासाठी रफा सीमा दोन-तीन दिवसांकरता खुली केली जाणार आहे. म्हणून मी रफा सीमा पार करून जॉर्डनमध्ये जाऊन विमान पकडायचे ठरवले.

पण त्याआधी मला अनेक अडथळे पार करावे लागले. प्रथम मला जाण्याची काय निकड आहे त्याचा खुलासा पुराव्यासह पॅलेस्टिनी शासनाच्या (हमास सरकार) अंतर्गत मंत्रालयात सादर करावा लागला (उदाहरणार्थ प्रकृतीच्या उपचारासाठी जर कोणाला परदेशी जायचे असेल तर त्याने त्याचे सर्व वैद्यकीय दाखले आणि डॉक्टरचे शिफारसपत्र जोडणे जरुरीचे असते. रोग्याची माहिती गुप्त राखायची असते ही संकल्पना गाझामध्ये अस्तित्वातच नव्हती. गाझापट्टीतले लोक जर गाझाबाहेर नोकरी करत असतील, तर त्यांना त्या देशात जायचा परवाना आणि तिथे काम करण्याचाही परवाना सादर करावा लागतो. विद्यार्थ्यांना जर शिक्षणाकरता परदेशी जायचे असेल, तर त्या परदेशी विद्यापीठात त्यांना प्रवेश मिळाला आहे याचे

कागदपत्र सादर करावे लागतात.) या वेळी माझे एक पाऊल पुढे होते; कारण सीमा खुली असणार आहे, हे मला कळले होते. केव्हा प्रवास करायचा हे त्या व्यक्तीच्या हातात कधीच नसते. तुम्ही तुमचे कागदपत्र तयार करून सर्व परवाने हातात मिळवून तयार राहायचे आणि मग जेव्हा सीमा खुली होईल, त्या वेळेला प्रत्यक्ष प्रवास करायचा. सीमा केव्हा सुरू होईल हे कायमच अनिश्चित असते. कधी आज तर कधी उद्या किंवा पुढच्या आठवड्यात किंवा आजपासून तीन-चार महिन्यांनी. तोपर्यंत वाट बघत बसावे लागते.

जेव्हा पॅलेस्टिनी अंतर्गत सुरक्षा मंत्रालय वर्तमानपत्रातून किंवा प्रसिद्धी माध्यमातून अगर इंटरनेटवरून जाहीर करते की सीमा आता खुली केली आहे, त्या वेळेला सगळा सावळा गोंधळ सुरू होतो. अंतर्गत मंत्रालयातून प्रसिद्ध केलेल्या यादीत तुमचे नाव आहे का, हे तुम्हाला आधी शोधावे लागते. त्या यादीत तुमच्या नावापुढे तुम्ही कोणत्या दिवशी आणि किती वाजता बसमध्ये बसण्याकरता हजर राहायचे ते नमूद केलेले असते. हे सर्व घडताना पॅलेस्टिनी व्यक्तीला अनेक पायऱ्यांवरून जावे लागते आणि कोणत्याही टप्प्यावर पदाधिकाऱ्यांच्या मनमानी निर्णयामुळे परदेशी जाण्याच्या बेतावर पाणी पडू शकते. चोवीस तास छळ सहन केल्यावर मी एकदाचा विमानात बसण्याइतका नशीबवान ठरलो.

दुबईला माझी मुलाखत झाली. त्यानंतर मला लवकरात लवकर घरी मुलांकडे परतायचे होते. पण कसे? आणि केव्हा? कोणत्या मार्गाने सीमा पार करायची? मी कैरोला गेलो. तिथे दोन दिवस राहिलो. सीमा पार करून परतीचा परवाना आणि केव्हा सीमा पार करू शकतो याबद्दलची माहिती मिळवण्यासाठी मी तिथे दोन दिवस खर्च केले. मग तिथून चारशे किलोमीटर अंतरावर असलेल्या इलारीश या ठिकाणी गेलो. हे ठिकाण सीमेच्या जवळ होते. त्यामुळे सीमा खुली झाली की ती लगेच पार करणे शक्य होणार होते. म्हणून मी तिथे गेलो. माझी मुले एकटीच होती. त्यांचे काका-काकू लक्ष देत होते. माझे घर इलारीशपासून नव्वद किलोमीटर अंतरावर होते. तिथून दीड तासात मोटारीने मी घरी पोहोचलो असतो.

पण मला इलारीशमध्ये दोन आठवडे वाट बघत थांबावे लागले. या मुदतीत मी माझ्या ओळखीच्या प्रत्येकाला फोन करून लवकर घरी परतण्यासाठी त्यांनी मदत करावी, अशी विनंती करत होतो. मग एकदाचे इजिप्त सरकारने सीमा खुली करायचे ठरवले. कारण इजिप्तमध्ये उपचाराकरता आलेल्या पॅलेस्टिनी रुग्णांना गाझात परत जायचे होते. मला असे कळवण्यात आले की मीही त्या वेळी सीमा पार करू शकतो. म्हणून मी सीमेवर गेलो आणि तेथील अधिकाऱ्यांची मनधरणी केली की, 'मला सीमापार करू द्यावे. माझी मुले घरी एकटीच आहेत. त्यांची आई नुकतीच कॅन्सरने वारली आहे. त्यांना वडिलांची नितांत गरज आहे.' पण कोणालाही

ते जणू समजत नव्हते, असा आव आणला गेला. कोणाच्याही हृदयाला पाझर फुटला नाही. मी दिवसभर तिथेच थांबून राहिलो. मला आशा वाटत होती की कोणाला तरी दया येईल आणि मला सीमा पार करू दिले जाईल. पण असे घडले नाही. मला परत इलारीशला परतावे लागले.

माझ्यासारखीच अनेक माणसे सीमेवर ताटकळत अडकून पडतात. अनेक दिवस, अनेक आठवडे किंवा अनेक महिने त्यांना सीमा पार करता येत नाही. आर्थिकदृष्ट्या जे सुखवस्तू आहेत त्यांना इजिप्त शहरात चांगल्या हॉटेलात राहता येते. इतर जण सीमेजवळ जमिनीवर झोपतात. अशा परिस्थितीत सफाई यंत्रणा नसल्यामुळे किती दुर्गंधी पसरत असेल त्याचा विचार न केलेलाच बरा. शेकडो पॅलेस्टिनी प्रवासी सीमा पार करण्यासाठी वाट बघत आहेत हे दृश्य सीमेवर नेहमीच असते. त्यांत स्त्रिया, म्हातारी माणसे, तरुण माणसे, मुले हे सर्व असतात. सगळ्यांना चेहऱ्यावर कमालीची निराशा, उतावळेपणा, थकवा या भावनांचे मिश्रण दिसून येते. प्रवास करणे इतके जिकिरीचे झाले आहे की, सहसा कोणीही पॅलेस्टिनी प्रवास करायला धजावत नाहीत. अगदीच आवश्यक असेल तरच प्रवासाला लोक बाहेर पडतात. परदेशी शिक्षणासाठी जाणारे विद्यार्थी, गाझात ज्यांच्यावर उपचार होऊ शकत नाहीत असे रुग्ण, कधीतरी सर्व सुरळीत होईल अशी आशा करणारे व्यापारी एवढेच लोक प्रवासाला निघतात.

ईद संपून कुर्बानीची वेळ जवळ आल्यावर इजिप्शियन अधिकाऱ्यांनी मला आणि इतर थांबलेल्या लोकांना सीमा पार करण्याची परवानगी दिली. माझ्या मुलांकरता मेणबत्त्या, कपडे आणि रजया, स्टोव्ह पेटवण्यासाठी रॉकेल आणि काही खाऊ घेऊन मी घरी परतलो. या सर्व वस्तू गाझापट्टीत मिळत नव्हत्या.

मी घरापासून बरेच दिवस दूर होतो म्हणून मी परत आल्यावर बारा डिसेंबरला कुटुंबातील सर्वांना घेऊन ऑलिव्ह बागेत आणि समुद्रकिनाऱ्यावर जायचे ठरवले. या खडतर आयुष्यातून, दुःखातून थोडा बदल व्हावा, म्हणून मी हा बेत ठरवला.

त्या हिवाळ्यात मी आमच्या भावी आयुष्याबद्दल बराच विचार केला. गाझात आणि तेथील वातावरणात आम्ही जे आयुष्य कंठत होतो त्यातून कशी सुटका करता येईल, याचा मी विचार करत होतो. आमच्या पुढच्या अडचणी वैयक्तिक होत्या हे खरे आहे; परंतु इस्रायली आणि पॅलेस्टिनी लोकांतील संघर्ष तीव्र झाला होता, हेही खरे आहे. वातावरणात असलेले ताणतणाव कोणालाच दुर्लक्ष करता येण्याजोगे नव्हते. गाझामधील लोकांना तणावाच्या वातावरणात जगायची सवय झाली होती, तरीसुद्धा हे जड जात होते.

या तणावाची बीजे हमास पक्ष निवडून आल्यानंतर पेरली गेली होती. जुलै

२००७ मध्ये इजिप्त आणि इस्राईलने गाझाकडे जाण्या-येण्याचे रस्ते बंद केले होते. तेव्हापासून हा तणाव जास्त वाढला होता. जगण्यासाठी आवश्यक असलेल्या सर्व गोष्टींवर इस्राईलचा ताबा होता. गॅस, पाणी, वीज यांच्यावर त्यांचे नियंत्रण होते. त्याची प्रतिक्रिया म्हणून नाकेबंदीनंतर सतरा महिने कासम क्षेपणास्त्र इस्राईलवर टाकली गेली, असे संयुक्त राष्ट्र संघाच्या अहवालात नमूद केले आहे. ही क्षेपणास्त्रे गाझापट्टीतील भूमिगत प्रयोगशाळेत बनवण्यात आलेली होती. या हल्ल्यात ४ इस्रायली नागरिक मेले आणि ७५ जखमी झाले. त्याच काळात इस्रायली सुरक्षा दलाने गाझापट्टीवर १४,६०० गोळे तोफखान्यातून फेकले. त्यामध्ये ५९ पॅलेस्टिनी मारले गेले आणि २७० जखमी झाले.

जून २००८ मध्ये वातावरणातील तणाव थोडा निवळला होता. हमास आणि इस्रायली सैन्यात युद्धबंदी घडवून आणण्याचे कार्य इजिप्तच्या मध्यस्थीने झाले होते. पण परत नोव्हेंबरमध्ये वातावरण बिघडले, तणाव वाढला. पॅलेस्टिनी आणि इस्रायली दोन्ही देश एकमेकांवर आरोप आणि प्रत्यारोप करत राहिले. युद्धबंदी झाली होती त्या काळातसुद्धा नाकाबंदी शिथिल न करता चालूच राहिली. सीमा कधीच खुली झाली नाही. इस्रायली सैन्यांचे हल्ले चालूच राहिले. इस्राईलवर कासम क्षेपणास्त्रांचा मारासुद्धा परत सुरू झाला. इस्रायली सुरक्षा दलाने सीमेवर आढळणाऱ्या पॅलेस्टिनी लोकांना आतंकवादी समजून ठार मारले.

पश्चिम किनाऱ्यावर आणि जेरुसलेमच्या पूर्व भागात ज्यू लोकांची वस्ती जास्त प्रमाणात वाढत होती. गाझामधील पॅलेस्टिनी लोकांची घरे उद्ध्वस्त करण्यात येत होती. जमीन जप्त करण्यात येत होती. राजकीय कारणाकरता हत्या वाढत राहिल्या. दोन्ही बाजू एकमेकांना दोष देत होत्या. आपली काय चूक झाली हे कोणीच तपासून बघत नव्हते. अशा वेळी आंतरराष्ट्रीय समुदाय कोठे होता? काय करत होता? पॅलेस्टिनी लोकांवर काय अत्याचार होत आहेत याकडे कोणाचे लक्ष होते? मी स्वतः क्षेपणास्त्रमारा आणि आत्मघातकी बॉम्बहल्ल्याच्या विरुद्ध आहे. पण आधीच अत्यंत हलाखीचे जीवन कंठत असलेल्या लोकांची नाकेबंदी करण्यालाही माझा विरोध आहे. सामान्य इस्रायली जनता जी जीवनशैली किंवा सोयीसुविधा गृहीत धरते, त्यासुद्धा पॅलेस्टिनी लोकांना मिळत नाहीत. या दोन्ही देशांत भिंत उभी करण्यापेक्षा दोन्ही देशांना सांधणारा पूल बांधणे आवश्यक आहे.

गुरुवारी २५ डिसेंबरला नेहमीप्रमाणे मी तेल अवीवच्या शेबा हॉस्पिटलमधील काम संपवून गाझाला परत येत होतो. हिवाळा असल्यामुळे दिवस लवकर मावळला होता. घरी पोहोचेपर्यंत हवेतील गारठ्याने मी पार थिजून गेलो होतो. इरेझ सीमेवरील सर्व सोपस्कार पार करत असताना इस्रायली पंतप्रधान एहूड ऑलमर्ट शेवटचा इशारा देत होते. अल्-अरेबिया दूरदर्शनवरून ते बोलत होते. ‘मी त्यांना आता

शेवटचा इशारा देतो आहे की त्यांनी हे सगळे थांबवावे. आम्ही जास्त शक्तिशाली आहोत. परराष्ट्रमंत्री लिव्हनी यांनी इजिप्तला भेट दिली होती. तो एक प्रकारे पॅलेस्टिनी देशाला इशाराच होता.

त्या संध्याकाळी मी व मुलांनी घरात लागणाऱ्या पुढील आठवड्याच्या वस्तूंची यादी केली. शुक्रवारी मी आठवड्याचा बाजार करण्यासाठी बाजारात गेलो. बहुतेक लोक येणाऱ्या कठीण काळासाठी बेगमी करत होते. त्या दिवशी अचानक इस्रायली सीमा दोन ठिकाणी खुली करण्यात आली. शंभर ट्रक भरून मानवतावादी मदतीचा ओघ सुरू झाला. वीज उत्पादक केंद्राकरता लागणारे इंधनसुद्धा त्या ट्रकमधून पाठवले गेले होते. ही त्यांची युक्ती होती का? पॅलेस्टिनी लोकांनी बेसावध व्हावे यासाठी इस्राईलने हा डाव आखला होता का?

घडणाऱ्या घटनांना जसे जमेल तसे आम्ही तोंड देत होतो. आमचे घरातले कपडे धुण्याचे यंत्र बिघडले होते. शनिवारी सकाळी साडेसहा वाजता माझी लहान मुले शाळेच्या बसमधून शाळेत गेली. त्यानंतर मी जबालिया छावणीत मशिन दुरुस्त करणाऱ्या तंत्रज्ञाला आणण्यासाठी गेलो. त्यामुळे मी माझ्या घरी नव्हतो. त्याच वेळी गाझात हाहाकार माजला. मी माझी गाडी बाजूला लावली आणि गाडीतून उतरलो. त्याच वेळी हल्ला सुरू झाला आहे हे मला दिसले, ऐकू आले आणि मला त्याची जाणीव झाली. जणू पृथ्वीच गदगदा हलत होती आणि तिच्यात अनेक बदल होत होते. इस्रायली क्षेपणास्त्र, बॉम्ब आणि तोफगोळे चहू दिशांनी गाझावर येत होते. आकाशातून बॉम्बवर्षाव होत होता. (मला नंतर असे कळले की, त्यांनी दोन हजार पौंड वजनाचे मार्क ८४ आणि लेझर बॉम्ब त्या वेळी वापरले होते) एफ १६ जातीची विमाने आणि अपाचे हेलिकॉप्टर्स आकाशात घोंगावत होती. किनाऱ्यानजीक असलेल्या बोटीतून तोफगोळ्यांचा मारा चालूच होता. सीमेवरून रणगाड्यातून स्फोटकांचा वर्षाव होत होता. हवेत आगीचे लोळ, धुराळा आणि धुळीचे लोट पसरले होते. धातूचे मोठाले तुकडे इतस्ततः पडत होते. विशेषतः घरांच्या पडलेल्या अवशेषांवर ते दिसत होते. रस्त्यावरील दिव्यांचे खांब खाली कोसळले होते, काचांचा खच पडला होता.

पहिला मारा जवळजवळ पाच मिनिटे सतत चालू होता. नंतर अचानक शांतता पसरली. रस्त्यावर उद्ध्वस्त झालेल्या घरांची दगड-माती पडली होती. मी माझ्या गाडीकडे पळत सुटलो. सुदैवाने गाडी सुरक्षित होती. रस्त्यावर लोक सैरावैरा पळत होते, रडत होते, किंचाळत होते. त्या गर्दीतून मी कशीतरी वाट काढत गाडीने घरी पोहोचलो. घरी बेस्सन होती; पण बाकीच्या मुलांचा पत्ता नव्हता. माझ्या छातीत धडधड होत होती. भीतीने मी जखडलो होतो. मुले शाळेत गेली होती. ती पोहोचली का सुरक्षित? आता मुले कुठे आहेत... त्यांना मी कुठे शोधू... कसे शोधू... हा

विचार मी करत असतानाच मुले सुखरूप घरात आली. दोघे-दोघे, तिघे-तिघे अशा जोडीने, आधी धाकटे मग मोठे असे सगळे आले. मग अया आणि मायर माध्यमिक शाळेतून आल्या. शथा हायस्कूलमधून परत आली. दलाल तिच्या मावस बहिणीला भेटायला गेली होती. ती तिच्याच वर्गात वास्तुकला महाविद्यालयात शिकत होती. ती गाझापट्टीतच दुसऱ्या भागात राहत होती. मी माझ्या मोबाइलवरून बोललो. बॉम्बवर्षाव झाला त्या वेळी ती तिथे होती आणि सुरक्षित होती. रस्ते बंद झाल्यामुळे ती घरी येऊ शकत नव्हती.

मुलांनी मला सांगितले की बॉम्बहल्ले सुरू झाल्यावर शाळेची बस मध्येच थांबली. त्यामुळे मुलांनी आपले आपण घरी यायचे ठरवले. बाँबहल्ले चालू असताना लपायचे आणि मग घरी पोहोचण्यासाठी पळायचे असे त्यांनी ठरवले. त्याप्रमाणे ते सगळे घरी पोहोचले. कल्पना करा- जिवावर उदार होऊन, स्वतःचा बचाव करत आपला जीव वाचवण्यासाठी पळत सुटायची वेळ त्यांच्यावर आली होती.

गाझापट्टीवर सतत तेवीस दिवस जो हल्ला होत राहिला त्याची ही सुरुवात होती. आम्ही आमच्या घरातच राहायचे ठरवले; कारण ती सर्वांत सुखरूप जागा होती. इस्रायली लोकांना माहीत होते की ही वास्तू माझी स्वतःची आहे. इस्रायली सैन्य आतंकवाद्यांना शोधून त्यांच्यावर हल्ला करीत होते. हे घर माझे असल्याचे त्यांना माहीत होते म्हणूनच मला घरातच थांबणे सुरक्षित वाटत होते. आतंकवाद्यांचा शोध घेण्याच्या निमित्ताने ते माझ्या घरावर हल्ला करणार नाहीत, असे मला वाटले. माझा भाऊ रझाक तेव्हा इजिप्तला होता. त्याचे कुटुंब त्यामुळे आमच्या इमारतीतून वहिनीच्या वडिलांकडे जबालिया छावणीत राहायला गेले होते. माझा भाऊ शेहाब याने त्याची पत्नी आणि परिवार यांना जबालिया छावणीतील समाज मंदिरात पाठवायचे ठरवले. त्यांना असे वाटले की, ती जागा जास्त सुरक्षित आहे. शेहाब आमच्या घरी राहायला आला. तिथून तो त्याच्या घरावर लक्ष ठेवू शकत होता. एकट्यादुकट्याला पाहून इस्रायली त्यांना ठार मारतात, असे आम्ही ऐकले होते. त्यामुळे आमच्या इमारतीत माझा भाऊ अट्टा आणि त्याचे कुटुंब, नासर आणि त्याचे कुटुंब, तर माझ्या घरात मुले, शेहाब आणि मी स्वतः एवढे राहत होतो.

हमास पक्षाने शरण यावे म्हणून गाझा पट्टीतील स्त्री-पुरुष आणि मुले यांच्यावर भ्रमिष्टासारखे हे हल्ले होत होते. पण इस्रायली अधिकृत कारण सांगत होते की, गाझापट्टीत तयार होणाऱ्या क्षेपणास्त्रांचा स्डेरॉटवर होणारा हल्ला थांबवण्यासाठी त्यांनी प्रतिहल्ला केला आहे. इस्राईलच्या हद्दीत गाझापट्टीच्या सर्वांत जवळ असलेले हे शहर आहे. इजिप्तमधून भुयारीमार्गे येणारी शस्त्रास्त्रांची चोरटी आयात थांबवणे, हेही एक कारण या हल्ल्यामागे आहे, असे सांगितले जात होते.

हे असे केव्हातरी होणार याचा अंदाज यापूर्वीच मी बांधला होता. म्हणून मेणबत्त्यांसारख्या काही वस्तूंचा साठा मी घरात करून ठेवलेला होता. पण हा इस्त्रायली हल्ला २३ दिवस सतत चालू राहील, असा अंदाज अतिशय निराशावादी माणसानेसुद्धा केला नसता. वीज नव्हती, फोन बंद पडले होते. गॅस, पेट्रोल मिळत नव्हते. दूरदर्शन प्रक्षेपण बंद पडले होते. होणारा आवाज आणि भीतीमुळे आमची झोप उडाली होती. मी दिवसा बाहेर पडून जगण्यासाठी आवश्यक गोष्टी आणत होतो. पण वस्तूंची टंचाईच होती. काही दिवसांनी तर बाजारातून पीठ आणि पिटा ब्रेड गायब झाले. हे तर आमचे मुख्य अन्न आहे. काही दुकानदारांनी असलेल्या सामानाच्या वाटण्या करून टोपल्या भरल्या. प्रत्येक कुटुंबाला एक टोपली मिळू लागली. पण काही दिवसांत हे तुटपुंजे धान्यसुद्धा मिळेनासे झाले. नादियाची बहीण सोमाया हिला समजले की कुठेतरी एका ठिकाणी पिटा पाव मिळत आहे. मी तिच्याबरोबर माझा मुलगा महम्मद याला घेऊन गेलो. आम्ही तीनशे लहान पिटा ब्रेड मिळवले. आमचे सर्व भावंडांचे मोठे कुटुंब असल्यामुळे हे पाव खूप दिवस पुरणार नव्हते.

३ जानेवारीला जमिनीवरून कारवाई सुरू झाली. त्याआधी जरी हल्ले होत होते, तरी आम्ही सावधानतेने शिधा विकत घ्यायला दुकानापर्यंत जाऊ शकत होतो. पण आता आम्ही घराबाहेर पडू शकत नव्हतो. शेकडो रणगाडे सीमा पार करून गाझापट्टीत शिरले होते. रस्त्यावर दिसेल त्याच्यावर गोळी झाडत होते. एकामागोमाग इमारतींवर निर्दयी हल्ले करत होते. तोपर्यंत या कारवाईला दोन आठवडे होऊन गेले होते. ट्रांझिस्टरमुळे जगातील बातमी आमच्यापर्यंत पोहोचत होती. शिवाय मोबाइल फोन होते. पण आता तेदेखील निकामी झाले होते. आम्ही मोबाईलचा वापर अगदी जरुरीच्या वेळी करत होतो, तरी ते बंद पडलेच.

माझी मुलगी शथा आणि तिची चुलत बहीण गहिदा, जी माझा भाऊ अट्टाची मुलगी आहे, त्यांनी घरगुती चार्जर कसा करायचा याची माहिती असल्याचे सांगितले. गहिदा आमच्याच इमारतीत वरच्या मजल्यावर राहत होती. या दोन लहान मुलींनी रेडिओच्या चार बॅटरी जोडून त्याच्यावर मोबाइल चार्ज करायची सोय केली. हे बघून मी फार चकित झालो. त्यांनी मोबाइलच्या चार्जरची केबल कापली. त्यातील तारेची दोन टोके दोन्ही बाजूंनी बॅटऱ्यांना जोडली. त्या चारही बॅटऱ्या त्यांनी चिकटपट्टीने एकत्र बांधल्या होत्या. केबलचे दुसरे टोक त्यांनी मोबाइलला जोडले. अशा तऱ्हेने या उपकरणाने एक मोबाइल चालू व्हायला दहा तास लागल; परंतु हा घरगुती चार्जर आमचा आधारस्तंभ ठरला. जीवनवाहिनी ठरली.

चहूबाजूंनी बॉम्बहल्ले होत होते. कोणावर निशाणा रोखला आहे, हे काहीच कळत नव्हते. रेडिओवर फक्त किती लोक मेले, हा आकडा येत होता. जणू आम्ही

पॅलेस्टिनी लोक म्हणजे एक आकडाच उरलो होतो. जणू कुणीच कुणाचे आई, वडील, भाऊ, बहीण नव्हते.

घरांच्या मध्यभागी असलेल्या जेवणाच्या खोलीत आम्ही जास्तीत जास्त वेळ काढत असू. भरपूर खिडक्या असलेल्या स्वयंपाकघरात, झोपायच्या खोल्यांत आणि बैठकीच्या खोलीत बसायचे आम्ही टाळत होतो. कारण या खोल्या सुरक्षित नव्हत्या. मी मुलांना त्यांच्या गाद्या जेवणाच्या खोलीत आणायला सांगितले. तिथेच आम्ही सर्व जण एकत्र सुरक्षित राहू शकणार होतो. अशा प्रकारे अनेक दिवस अनेक रात्री घालवल्या. आम्ही एकमेकांशी गप्पा मारत होतो. शथा मेणबत्तीच्या प्रकाशात अभ्यास करत होती. तिची जूनमध्ये परीक्षा होती. ती तिच्या शाळेत पहिल्या दहांत येण्याची आशा बाळगून होती. माझ्या भावाची बायको आईदा नेहमी म्हणायची की, शथा जर पहिल्या दहांत आली, तर आपल्या सर्वांना तिचा खूप अभिमान वाटेल. मला माझ्या परिवाराचा अभिमान होता. बाहेर चाललेल्या तांडवाला आम्ही सगळे एकत्रितपणे तोंड देत होतो. एकमेकांना मानसिक आणि शारीरिक आधार, जगण्याचे बळ देत होतो.

गाझापट्टीवर हल्ला सुरू झाल्यावर मी पत्रकाराची भूमिका बजावायला लागलो. आंतरराष्ट्रीय पातळीवरून इतर पत्रकार माझ्या संपर्कात होते. बीबीसी, सीएनएन, सीबीसी, फॉक्स न्यूज, स्काय न्यूज यांचे वार्ताहर माझ्या संपर्कात होते. ते सर्व ॲश्केलॉन शहराच्या बाहेर एका दलदलीच्या टेकडीवर असायचे. ॲश्केलॉन हे इरेझ सीमेच्या अगदी जवळ होते. इस्रायली सैन्याने त्यांना गाझात जाण्याची परवानगी नाकारली होती. इस्रायली वार्ताहरांनादेखील गाझात प्रवेश नाकारला होता. बॉम्बहल्ल्यांमुळे जे धुराचे लोट उठत होते ते कॅमेऱ्यात बंदिस्त करू शकत होते; पण गाझामध्ये प्रत्यक्ष जमिनीवर काय चालले आहे, त्याचा प्रत्यक्षदर्शी अहवाल कोणालाच मिळू शकत नव्हता. म्हणून इस्रायली प्रसिद्धिमाध्यमांनी माझ्याशी माझ्या मोबाइलवर संपर्क साधला. मी हिब्रू अस्खलित बोलू शकतो. आणि हल्ला चालू असलेल्या शहराच्या मध्यवर्ती भागात मी राहत होतो, त्यामुळे माझ्याशी त्यांनी संपर्क साधला.

इस्रायली दूरदर्शनवरच्या चॅनेल दहाचा वार्ताहर श्लोमी एल्डर माझा मित्र आहे. तो रोज संध्याकाळी मला फोन करायचा. दिवसभरात काय घडले आहे हे त्याला जाणून घ्यायचे असायचे. माझ्या बैठकीच्या खोलीच्या खिडकीतून आजूबाजूला बॉम्बहल्ल्यांमुळे, क्षेपणास्त्रामुळे कसा विध्वंस होत आहे हे मी पाहू शकत होतो. केवळ एक-दोन हल्ले झाले नव्हते, तर सतत, लागोपाठ शक्तिशाली हल्ले होत होते, त्यामुळे त्या भागात दगड-मातीचा खच पडलेला होता. या भागात लोक राहत होते, याचा मागमूसही उरलेला नव्हता. म्हातारी माणसे, लहान मुले, तरुण मुले

त्यांचे आई-वडील या इथल्या घरात राहत होते. या रस्त्यावर त्यांची गजबज असायची. याच घरात ही माणसे एकत्र जेवायची, झोपायची. चटईवर गुडघे टेकून प्रार्थना करायची; पण आता त्यांचा काहीच मागमूस नव्हता.

सुरुवातीला वार्ताहरांना मुलाखत देणे मला प्रशस्त वाटत नव्हते. कारण त्याचे माझ्या कुटुंबाला वाईट परिणाम भोगायला लागतील असे वाटले; पण शेवटी मी तयार झालो. कोणीतरी बाहेरच्या जगाला इथे काय घडते आहे, हे सांगायची गरज होती. तो मला का फोन करत होता याचा श्लोमीने नंतर खुलासा केला तो असा-

"जेव्हा गाझावर हल्ला सुरू झाला आणि प्रसिद्धिमाध्यमांना प्रवेश नाकारण्यात आला, त्या वेळेला त्याच्याकडून मला तिथे काय चालले आहे याची थोडीशी तरी झलक ऐकायला मिळेल असे मला वाटले. त्याने तेथील माहिती मला सांगितली तर मी बाहेरच्या जगाला ती माहिती पुरवीन. लढाईच्या पहिल्या दिवसापासून आम्ही मोबाइलवर रोज चार ते पाच मिनिटे बोलत असू. हे आमचे संभाषण मी माझ्या निवेदनाच्या वेळी प्रसृत करीत असे. त्याचा परिवार या संकटात कसा जगत आहे याचे प्रातिनिधिक उदाहरण यावरून उमगत होते. प्रेक्षकांकडून या वार्तांना सहानुभूती मिळत नव्हती. बहुतेक इस्रायली प्रेक्षकांचे असे मत होते की, काहीही करून हमास शासनाकडून होणारे कासम क्षेपणास्त्रांचे स्डेरॉटवर होणारे हल्ले थांबले पाहिजेत." त्या प्रेक्षकांचे मत काहीही असू दे; पण माझा आवाज त्यांच्या कानापर्यंत आदळत होता. त्यामुळे इस्रायली सैन्याचा पॅलेस्टिनी लोकांवर जो हल्ला होत आहे, त्याची किती किंमत पॅलेस्टिनी लोकांना मोजावी लागत आहे, याकडे ते पूर्णपणे दुर्लक्ष करू शकत नव्हते.

या वातावरणात राहिल्यामुळे मला भूतकाळात जे घडले त्याबद्दल विचार, मनन, चिंतन करायला वेळ मिळाला. त्याचप्रमाणे भविष्याबद्दलचे चित्र मी डोळ्यांसमोर आणू शकत होतो. ही लढाई केव्हा ना केव्हा तरी थांबणार याबद्दल माझी खात्री होती. पण पुढे काय? लहानपणापासून हा विध्वंस मी पाहत आलो आहे. शॅरॉनने जेव्हा आमचे घर उद्ध्वस्त केले ते मी अगदी लहान असताना पाहिले. मोठे झाल्यावर पॅलेस्टिनी सरकारचे मुख्यालय बॉम्बहल्ल्यात उद्ध्वस्त होत असताना मी पाहिले आहे. पण पॅलेस्टिनी स्त्री-पुरुष, मुले यांच्यावर जे जीवघेणे हल्ले होत आहेत ते थांबणार केव्हा? मानसशास्त्रज्ञ, डॉक्टर्स, समाजसुधारक, अर्थशास्त्रज्ञ हे सर्व जण उद्ध्वस्त झालेल्या पॅलेस्टिनींचे पुनर्वसन कसे करणार आहेत?

पॅलेस्टिनी लोकांचे पुर्नवसन व्हावे यासाठी आम्ही प्रार्थना करीत होतो, वाट बघत होतो. त्याच वेळी माझे जे रुग्ण माझ्याकडे दर महिन्याला उपचारासाठी येत असत, त्यांना माझ्या मनातले विचार सांगत असे. तेही चांगल्या बातमीची वाट पाहत असत, त्याकरिता तेही प्रार्थना करत होत, हे पाहून मला जरा बरे वाटत होते.

माझे दुःख कमी होत होते. सध्या लोकांना जे प्रश्न प्रचंड भेडसावत आहेत, ते थोडे बाजूला सारून माझ्या रुग्णांवर मी लक्ष केंद्रित करायला लागलो. खरेतर हा अलिप्तपणा आणायला वेळच लागतो. जी जोडपी माझ्याकडे त्यांना मूल व्हावे, त्यांच्या वंध्यत्वावर उपचार व्हावेत म्हणून माझ्याकडे येतात, त्यांनादेखील अपेक्षित फळ मिळायला वाट पाहावी लागतेच. चांगले फळ मिळेल याची ते आशा करत वाट पाहतात. खरं तर हे उपचार वेळकाढू आहेत. महिनाभर रोज सकाळी इंजेक्शन घ्यावे लागते. सोनोग्राफी आणि रक्ततपासणी करावी लागते. कृत्रिम गर्भधारणा हाही वंध्यत्वावर एक उपचार आहे; पण त्या जोडप्यांना सुरुवातीला तर या उपायाची चर्चा करायलादेखील नको वाटते. काही प्रश्न अनुत्तरित राहतात.

मी जेव्हा आमच्या घरी जेवणाच्या खोलीत बसून या अशा जोडप्यांबद्दल विचार करत असतो, तेव्हा माझ्या मनात येते की अशा जोडप्यांतील स्त्रियांची किती अवहेलना होत असते. कित्येक वेळा मला सांगावे लागे, 'गर्भधारणा झालेली नाही; परत प्रयत्न करावे लागतील.' पण हे सांगताना माझी जीभ जड होते. हे बोलायला सोपे आहे; पण त्या बाईला हे दुःख पचवणे फार जड जाते. काही लोकांच्या बाबतीत मात्र गर्भधारणा झाली आहे हे सांगितल्यावर त्यांना प्रचंड आनंद होतो; पण नंतर खूप काळजी घ्यावी लागते. बाळंतपण होईपर्यंत त्यांना काळजीच असते. नंतर सगळे सुखरूप पार पडल्यावर त्यांच्या घरात खेळायला बाळ येते. त्या बाळाचे संगोपन करणे, शिक्षण देणे, त्या बाळावर प्रेमाचा वर्षाव करायला मिळतो. इतके सगळे आई-वडिलांनी केल्यावर त्या बाळाला एकत्र कुटुंबात दाटीवाटीत वाढावे लागते आणि क्षेपणास्त्राच्या हल्ल्यापासून त्याचा बचाव करण्याची वेळ येते. इतके कष्ट करून जन्माला आलेल्या बाळाला काही भविष्य आहे का या गाझापट्टीत? की मी जसा या परिस्थितीला तोंड देतो आहे, तशीच त्याची अवस्था होणार?

१३ जानेवारी हा जमिनीवरून होणाऱ्या हल्ल्याचा भीषण दिवस होता. आम्ही बाहेरचे काही बघू शकत नव्हतो; कारण प्रचंड धुरळा उडालेला होता. क्षेपणास्त्रांच्या स्फोटामुळे सगळीकडे घरांच्या माती-विटांचा खच पडला होता. दिवस आहे की रात्र, हे समजत नव्हते. त्या दिवशी दुपारी आमच्या घराच्या मुख्य दरवाजावर सतत जोरजोरात धक्के मारलेले ऐकू येत होते. बाहेर इस्रायली सैनिक उभे असतील, ते आम्हाला घराबाहेर खेचतील, या भीतीने मी दार उघडले नाही. पण दारावरच्या धडका चालूच राहिल्या. शेवटी तीन मजले खाली उतरून मी आमच्या इमारतीचा मुख्य दरवाजा उघडला. माझ्या भावाची- म्हणजे शेहाबची सतरा वर्षांची मुलगी दाराबाहेर उभी होती. तिने आपल्या डोक्यावर पांढरे निशाण धरलेले होते. तिच्या डोळ्यांतून आसवे ओघळत होती. तिच्या डोळ्यांत प्रचंड भीती दाटलेली होती. मी

पटकन तिचा हात धरून तिला घरात घेतले. भावाचा परिवार अजूनही समाज-मंदिरात होता. नूर म्हणाली की त्या ठिकाणी राहणे तिला अशक्य झाले. 'एका खोलीत पन्नास माणसे कोंबलेली होती. जनावरांप्रमाणे आम्हाला आत कोंडले होते. जणू आम्हाला ओलीस ठेवले होते. हे सगळे अतिशय मानहानीकारक होते. अतिशय संकोच वाटावे असे होते. तिथे खासगीपण अजिबात नव्हते. मला वाटले की इथे राहण्यापेक्षा मला घरी जाऊन मरण आले तरी चालेल.' म्हणून तिने एका काठीला पांढरा टॉवेल गुंडाळला आणि 'मी शरण आलेली आहे, मी हल्लेखोर नाही' असे ते पांढरे निशाण डोक्यावर धरून ती घरापर्यंत पळत आली.

माझ्या या पुतणीच्या धाडसाचे कौतुक करण्यासाठी माझ्या घरात त्या दिवशी काहीही नव्हते. तिचे तोंड गोड करण्यासाठीदेखील काहीच नव्हते. खरेतर माझ्या फ्रिजमध्ये भरपूर खाद्य पदार्थ भरलेले असतात. दाराशी कितीही लोक आले तरी त्यांना जेवू घालण्याइतके सामान माझ्या घरात असते. ही आमच्या कुटुंबाची प्रथाच आहे. दारी आलेल्या अतिथीला खाऊ घालणे, हा आमच्या घराण्याचा धर्म होता. पण वीज नसल्यामुळे फ्रिजमधले सगळे खाद्य पदार्थ खराब झाले होते. पण खायला नाही मिळाले याचे तिला विशेष वाटले नाही. ती म्हणाली, ''इथे जणू स्वर्ग वाटतो आहे; कारण आपण सगळे जण एकत्र आपल्या घरात आहोत.''

१४ जानेवारीला सकाळी एक रणगाडा आमच्या घराकडे येत असलेला मी पाहिला. सुरुवातीला मला वाटले की त्याने चुकीचे वळण घेतले असावे किंवा परत वळायला तो पुरेशी जागा शोधत असेल. पण तो रणगाडा जवळ जवळ येत राहिला. घराच्या जवळ जवळ चाळीस फूट अंतरावर तो येऊन पोहोचला. त्याच्या तोफा माझ्या भावांच्या घराच्या दिशेने रोखलेल्या होत्या. रस्त्यांवर फक्त जनावरेच जिवंत फिरत होती. मेंढवाड्यातून सुटून पळालेली मेंढरे दिसत होती. त्या जनावरांच्या पायांना गोळी लागून एखादे मेंढरू लंगडत होते, एखाद्याचा पाय तुटलेला होता. काही मेंढरांच्या अंगात गोळ्या घुसलेल्या होत्या. गाढवांच्या पाठीवर झालेल्या जखमांतून रक्त वाहत असल्यामुळे ती करुण किंकाळ्या मारत होती. माझ्या घराच्या दिशेने रणगाड्यांच्या तोफा डागलेल्या होत्या. रणगाड्यांच्या भोवती अर्धमेली जनावरे होती. तो रणगाडा मला यमदूतच वाटत होता. मी श्लोमी एल्डरला फोन केला. त्याने त्या फोनवरच्या आमच्या बोलण्याचे वर्णन पुढील शब्दांत केले. ''इझेलदिन ओरडत होता. तो प्रचंड घाबरलेला होता. तो सांगत होता- माझ्या घरासमोर एक रणगाडा उभा आहे. ते आम्हाला मारून टाकतील. तू काही तरी कर असे तो विनवत होता.'' काय करावे ते मला समजत नव्हते. मी इस्रायली संरक्षण दलाला फोन केला. पण तिकडून प्रतिसाद आला नाही. मग मी रेडिओ वार्ताहराला

फोन केला. त्याचे नाव गॅबी गॅझेटी आहे. त्याला सविस्तर सगळे सांगितले. ही बातमी लगेच रेडिओवर प्रसृत करावी, असे मी त्याला सांगितले. 'इझेलदिनने आम्हाला सगळे सांगितले. फोनवर बोलताना त्याचा स्वर रडवेला झाला होता. तो खूप घाबरलेला होता. मधल्या काळात मी इस्रायली संरक्षण दलाला फोन लावत राहिलो. हमास पक्षाच्या कार्यालयावर बंदुका रोखणे वेगळे; पण एका डॉक्टरच्या घरावर असा हल्ला करणे योग्य नाही. ते कोणावर हल्ला करत आहेत हे त्यांच्या निदर्शनास मला आणून द्यायचे होते.''

मी गॅबी गॅझेटीला माझ्या मोबाइलवरून मुलाखत दिली. माझ्या घरासमोर तोफा डागून रणगाडा उभा होता आणि माझ्या मुलांनी घाबरून मला घट्ट मिठी मारली होती. माझ्या मुलांकरता माझा जीव खालीवर होत होता. पोटात भीतीने गोळा आला होता. अशी भीती यापूर्वी मी कधी अनुभवली नव्हती. जर माझी मुले या हल्ल्यात मारली गेली तर माझे काय होईल? जर मी मारलो गेलो तर त्यांचे कसे होईल? सगळीकडून मी गच्च आवळला गेलो होतो; त्यामुळे मी तर्कशुद्ध विचार करू शकत नव्हतो. नंतर श्लोमीने मला सांगितले की गॅबी मला शांत राहायला सुचवत होता. आजूबाजूला काय घडते आहे त्याचे मी निरीक्षण करून नंतर तपशीलवार वर्णन करायला हवे होते. ही बातमी खात्रीशीर होण्यासाठी भरभक्कम तपशीलवार माहिती पुरवण्याकडे लक्ष द्यावे, असे तो सुचवत होता. खरेतर आमचे दोघांचे यासंबंधी काय बोलणे झाले हे मला बिलकूल आठवत नाहीये.

मी जी माहिती पुरवली ती इस्रायली आकाशवाणीवरून ऐकल्यावर एका सैन्याधिकाऱ्याने मला माझ्या मोबाइलवर फोन करून विचारले की इथे काय घडते आहे. मी त्याला सांगितले की 'तुला इथल्या घडामोडींची पूर्ण कल्पना आहे. इस्रायली रणगाडा माझ्या घरावर तोफ डागून उभा आहे. आमच्या घरात फक्त माझे कुटुंबीय आहेत, दुसरे कोणीही नाहीत.' माझे त्याच्याशी फोनवर बोलणे चालू असतांनाच त्याने इथल्या त्यांच्या अधिकाऱ्यांशी संपर्क साधला आणि त्या अधिकाऱ्याला आज्ञा दिली की माझ्या घराजवळचा रणगाडा हलवला जावा. हे सगळे मी फोनवर ऐकत होतो. दहा मिनिटांनी तो रणगाडा घरापासून दूर गेला. बिकट परिस्थितीतून एकदाची आमची सुटका झाली. आता आम्ही सुरक्षित आहोत, याची मला खात्री पटली.

त्यानंतर आम्ही घरातल्या सर्वांनी सुटकेचा प्रसंग वेगळ्या पद्धतीने साजरा केला. गॅस नव्हता, वीज नव्हती, स्वयंपाकाकरता आणि थंडीपासून बचाव करण्यासाठीदेखील इंधन नव्हते; पण तरीही एक चांगली गोष्ट मात्र आमच्या विस्मरणात गेली होती. आम्ही समुद्रावर फिरायला गेलो होतो त्याच्या आदल्याच दिवशी मी महम्मदला एक कोळशाचे पोते विकत आणायला सांगितले होते. आम्ही

ऑलिव्ह बागेत गेल्यावर तिथे स्वयंपाक करण्यासाठी त्या कोळशाची जरुरी होती. त्या वेळी मी महम्मदला रागावलो होतो की गरजेपेक्षा उगीचच त्याने जास्त पैसे खर्च करून जास्त कोळसा आणला होता. पण आता तोच जास्तीचा कोळसा वापरून आम्ही आमच्या घराच्या दरवाजाबाहेर एक शेगडी पेटवली. मुलांनी कोळशावरच केक तयार केला. आम्ही चहाकरता पाणी उकळले. आम्ही त्या वेळी सुरक्षित आणि आनंदात होतो. आमचा त्या क्षणाला विजय झाला होत, तो आम्ही अशा तऱ्हेने साजरा केला.

या आनंदाला आणखीही एक कारण होते. त्या दिवशी मला डॉ. पीटर सिंगर आणि डॉक्टर अब्दुल्ला दार यांच्याकडून फोन आले होते. ते दोघेही टोरोंटो विद्यापीठात वैद्यकीय महाविद्यालयात प्राध्यापक होते. त्यांनी मला त्या विद्यापीठात संशोधन करण्यासाठी शिष्यवृत्ती स्वीकारावी म्हणून गळ घातली होती. सार्वजनिक आरोग्य धोरण ठरवण्याच्या कामात माझे योगदान त्यांना माहीत होते. त्यांना वाटले की माझ्या या कामामुळे त्या विद्यापीठातील संशोधन कार्यात मदत होईल. (शिष्यवृत्ती म्हणून काम सुरू केल्याचे पर्यवसान शेवटी सार्वजनिक आरोग्यविषयक डल्ला लाना कॉलेजमध्ये सहप्राध्यापक म्हणून पाच वर्षांकरता माझी नेमणूक होण्यात झाले) आपल्याला कॅनडात जाण्याची संधी मिळण्याची शक्यता आहे याबद्दल मी यापूर्वी मुलांशी बोललो होतो; पण आता मात्र निश्चितपणे ती संधी समोर आलेली होती. त्या वेळी माझ्या मुलांनी कॅनडाला स्थलांतर करून नवीन आयुष्य सुरू करण्याच्या कल्पनेला मनापासून प्रतिसाद दिलेला होता. आत्ता मी हे सांगितल्यावर त्यांच्या निष्पाप चेहऱ्यावर जे भाव होते, ते मला आत्ताही आठवतात. अठ्ठेचाळीस तासांत आमच्या जीवनात केवढा मोठा बदल होणार आहे, याची मी कल्पनाच करू शकलो नाही.

जानेवारी १५ हा दिवस नेहमीप्रमाणेच उगवला. बाहेर नक्की काय घडते आहे ते आम्ही नीट पाहू शकत नव्हतो. कारण बाहेर हवेत प्रचंड प्रमाणात धुरळा उडालेला होता. आमच्या घरात आता सगळ्यांची दाटीवाटी वाटत होती. आम्ही आमच्या घरात दहा लोक होतो. दलाल तिच्या मावशीकडे होती; पण माझी सात मुले, माझा भाऊ आणि त्याची मुलगी नूर इतके लोक आम्ही राहत होतो. त्या दिवशी संध्याकाळी माझा पारा चढला. मी मुलांवर ओरडलो की, 'तुमच्या खोल्यांतील पसारा आवरा, घर स्वच्छ करा.' बाहेरच्या त्या तंग वातावरणाचा माझ्यावर ताण आला होता. मला कळत होते की मी त्याचा राग मुलांवर काढतो आहे. हे समजत असूनही मी असहाय होतो. मुलांनी माझ्या सूचनेप्रमाणे घर आवरले. मग मुले झोपायला गेली. त्या वेळी फक्त सहाच वाजले होते पण हिवाळा असल्यामुळे बाहेर

काळोख पसरलेला होता. माझी मनःस्थिती बिघडलेली आहे हे जाणून त्यापासून दूर पळण्यासाठी मुले झोपायला गेली, हे मला समजत होते.

रुसलेल्या मनःस्थितीत त्यांनी झोपायला जावे, हे मला कसेतरीच वाटले. म्हणून मी स्वयंपाकघरात गेलो आणि भरपूर स्वयंपाक तयार केला. अंडी आणि टोमॅटो घालून 'शाकशुका' बनवला. घरात फक्त हे दोनच पदार्थ उरले होते. हवाई-हल्ले सुरू होण्यापूर्वी मी पंधरा किलो टोमॅटो आणून ठेवलेले होते. स्वयंपाक तयार झाल्यावर मी मुलांना बोलावले. मुले जेवणघरातच जमिनीवर झोपलेली होती. मुलांनी मला विचारले की, 'तुम्ही आमच्यावर एवढे का रागावलात?' मी चक्क दिलगिरी व्यक्त केली. कारण निष्कारण बाहेरच्या परिस्थितीचा राग मी त्यांच्यावर काढला होता. त्या रात्री आम्हाला कोणालाच नीट झोप आली नाही. बॉम्बहल्ले आणि क्षेपणास्त्र यांचा आवाज कानठळ्या बसवत होता. आम्ही हादरून गेलो होतो. रात्री एक वाजता फोन खणखणला. इस्रायली आकाशवाणीवरून तो फोन आला होता. त्यांना माझी मुलाखत घ्यायची होती. अडीच वाजता पहाटे फोन परत वाजला. या वेळी पिट्सबर्ग येथील ज्यू समाजकेंद्रातून तो फोन आलेला होता. गाझात काय चालले आहे याबद्दल ते विचारणा करत होते. मी त्यांना जी उत्तरे देत होतो ती मुलांनी ऐकली. ते वर्णन ऐकल्यावर कोणत्या भयंकर परिस्थितीत आम्ही राहत होतो, याची त्यांना परत कल्पना आली. ही भयंकर परिस्थिती आणि आमच्या हालअपेष्टा जगाला कळाव्यात म्हणून मी तपशीलवार सांगत होतो. पण त्याचा परिणाम म्हणून माझी मुले रात्रभर एक मिनिटसुद्धा झोपू शकली नाहीत.

दुसऱ्या दिवशी म्हणजे १६ जानेवारीला सकाळी अंथरुण-पांघरुणे गुंडाळून बाजूला ठेवली आणि नाश्ता तयार केला. उरलेला दिवस काय खायचे याबद्दल चर्चा केली. खरंतर घरात फारसे काही उरलेले नव्हतेच. जबालिया छावणीत जाऊन अन्नधान्य आणणे शक्यच नव्हते; कारण प्रत्येक रस्त्यावर रणगाड्यांतून हल्ला चालूच होता. बाहेर जाणे तर सोडाच; पण खिडकीदेखील उघडणे शक्य नव्हते. खिडकीतून एखादा बॉम्ब किंवा बंदुकीची गोळी येण्याची शक्यता होती. गच्चीवर आम्ही पावसाचे पाणी साठवण्यासाठी पिंपे ठेवलेली होती; पण वर जाऊन ती पिंपे आणणे धोकादायक होते. हल्ला सुरू झाल्यापासून म्हणजे २७ डिसेंबरपासून आम्ही पाण्याचा वापर जपून करत होतो. संडासातसुद्धा दोन-तीन दिवसांनी पाणी टाकत होतो. दोन आठवडे कोणी अंघोळ केली नव्हती. काय खावे याची चिंता करत असताना माझ्या भावाने सांगितले की खाली अंगणात त्याने पाळलेली काही बदके आहेत. दुपारच्या जेवणाकरता खाली जाण्याचा धोका पत्करून दोन बदके तो वर घेऊन येईल. बेस्सनला वाटले की बदके स्वच्छ करण्यासाठी, त्यांची पिसे काढण्यासाठी गरम पाणी हवे; पण ते आपल्याकडे नाही त्यामुळे बदके शिजवणार कशी?

मोबाइल फोन चार्ज करण्यासाठी जशी युक्ती सापडली होती, तसे आता पण आम्ही मार्ग शोधला. गरज ही शोधाची जननी आहे हे आम्हाला पटले. बदके स्वच्छ करून ती शिजवली. भाताबरोबर ती दुपारी एक वाजता जेवलो.

जेवण झाल्यावर आम्ही घराबाहेर चाललेल्या हल्ल्याबद्दल बोलत बसलो. यासंबंधी मुलांच्या मनात अनेक प्रश्न होते. आपल्याला कोणी असा त्रास का देत आहे? हे केव्हा थांबेल? याबद्दल पुढारी काय म्हणताहेत? मला जी माहिती होती, जे मी ऐकले हो, ते मी त्यांना सांगितले. मी त्यांना म्हणालो की आता युद्धबंदी होणार आहे असे म्हणतात. मेजर जनरल आमोस गिलाद हे इजिप्त आणि इस्राईल अशा ठिकाणी सारखे जात आहेत आणि शस्त्रसंधीसंबंधी बोलणी करत आहेत. इस्राईल संरक्षण खात्यात हे संरक्षण समन्वयक विभागाचे प्रमुख म्हणून काम पाहतात. मी मुलांना सांगत होतो की, आता कोणत्याही क्षणी शस्त्रसंधी होईल. पण माझ्या मनात मात्र याबद्दल अजिबात आशेचा किरण नव्हता. हे लोक म्हणजे सरकारी अधिकारी- सुरक्षित ऑफिसमध्ये बसून चर्चा करत आहेत. त्यांच्या भेटीगाठी होत आहेत; पण सामान्य माणसांच्या जीवितहानीबद्दल ते अजिबात गंभीर नाहीत. गाझात काय चालले आहे याची त्यांना काहीच कल्पना नाही. प्रत्येक मिनिटाला लोक मरत आहेत. जीव वाचवण्याच्या दृष्टीने त्यांचा प्रत्येक क्षण मोलाचा आहे. स्त्रिया, मुले, निष्पाप नागरिक यांचा पुढाऱ्यांच्या महत्त्वाकांक्षेसाठी बळी दिला जात आहे. आता ते म्हणत आहेत की रविवारपर्यंत शस्त्रसंधी होणार नाही. दोन्ही बाजूंच्या पुढाऱ्यांच्या दृष्टिकोनातून सामान्य जनतेला काडीची किंमत नाही. त्यांना मुलेबाळे आहेत की नाही, अशी मनात शंका येते. जर समजा असतील तर हे लोक इतरांच्या मुलांवर अशी परिस्थिती कशी निर्माण करतात.

माझा मुलगा महम्मद याने मला विचारले की, शस्त्रसंधी आज, आत्ता, या क्षणी का होऊ शकत नाही? त्याला बराक या व्यक्तीविषयी अधिक माहिती हवी होती. लोकांच्या म्हणण्याप्रमाणे त्याच्या हातात हे हल्ले थांबवणे नक्कीच आहे. माझी सगळी मुले जेवणघरात जमिनीवर गोल करून बसलेली होती. बाकीच्या मुलांनी मला ओलमर्टबद्दल विचारले. तो माणूस कसा आहे याची त्यांना माहिती हवी होती. मी एहूद बराकला त्याच्या जेरुसलेमच्या घरी अनेक वर्षांपूर्वी भेटलो होतो. बराक हा इस्राईलचा संरक्षणमंत्री होता. त्या दिवशी ज्यू लोकांचा सुक्कोत नावाचा सण होता. सुक्कोतच्या दिवसात प्रत्येक हॉस्पिटलमधून दोन लोकांना पंतप्रधानांचा शुभसंदेश आणण्याकरता पाठवण्याची प्रथा आहे. मी जेव्हा बराककडे गेलो तेव्हा मी गाझापट्टीतील पॅलेस्टिनी डॉक्टर आहे अशी माझी ओळख करून दिली तेव्हा त्याने मला त्याच्या शेजारी बसवून घेतले होते. मी डॉक्टर कसा झालो हे त्याला जाणून घ्यायचे होते. गाझापट्टीत राहून मी इस्राईलला कामासाठी कसा काय येतो, याचीही त्याला उत्सुकता होती. आम्ही तासभर बोलत बसलो होतो.

एक राक्षस म्हणून नाही, तर एक व्यक्ती म्हणून मुलांनी त्याच्याकडे पाहावे असे मला वाटत होते. म्हणून मी माझ्या टेबलाजवळ गेलो आणि त्या वेळी त्याच्या सोबत काढलेला माझा फोटो शोधायला लागलो. दुसरा एक फोटो एहूद ओलमर्ट यांच्याबरोबर काढलेला होता. ते सध्या पंतप्रधान आहेत. ते जेरुसलेमचे मेयर असताना प्रसूतीविषयक पहिली जागतिक परिषद होती त्या वेळी त्यांनी भेट दिली होती. मी त्या परिषदेत भाग घेतला होता. मुलांना मी ते फोटो दाखवले आणि त्यांना सांगितले की हे दोघेही इस्रायली आणि पॅलेस्टिनी लोकांच्या शांततामय सहजीवनाबद्दल पोटतिडकीने बोलत होते. माझ्याबरोबर फोटोत असलेली ही दोन हसतमुख माणसे बाहेर चाललेला विध्वंस आणि हत्या याला जबाबदार आहेत, हे मी मुलांना कोणत्या शब्दांत समजावून सांगू? लोक, माणुसकी आणि त्यांचे महान ध्येय याचा त्यांना कसा विसर पडतो? ते आपली आश्वासने का मोडतात? माझ्या मनाला आणखी एक काळजी सतावत होती. शस्त्रसंधीची बोलणी जेव्हा सुरू होतात त्या वेळी शस्त्रसंधीपूर्वी एक जोरदार बॉम्बहल्ला होत असतो. तो आता केव्हाही होऊ शकेल. शस्त्रसंधीपूर्वीचे काही तास अतिशय पाशवी असतात. माघारी फिरणारे सैन्य जाताजाता मोठा रक्तपात घडवून आणतात.

आम्ही सगळा परिवार एकत्र असताना माझ्या मनात मात्र या विचारांचे थैमान चालू होते. उज्ज्वल भवितव्याची स्वप्ने रंगवत असताना मी माझा चेहरा शक्य तेवढा शांत ठेवण्याचा प्रयत्न करीत होतो. बेस्सनने विद्यापीठात तिचा अभ्यास कसा चालला आहे ते सांगितले. पदवीधर झाल्यावर ती काय करणार आहे याबद्दलही ती भरभरून बोलत होती. मायरला काहीतरी महत्त्वाची बातमी द्यायची होती. 'अयाची पाळी आजच सकाळी सुरू झाली, सर्वांनी तिचे अभिनंदन करावे, ती आता पूर्णत्वाने स्त्री झाली आहे.' हे मायरने सर्वांना सांगितले. तरुण मुलीच्या जीवनातील हा महत्त्वाचा टप्पा आहे. अयाला आत्ता तिच्या आईची उणीव नक्कीच फार जाणवत असणार. पण आम्ही सर्वांनी तिला सांगितले की आयुष्यातील एक महत्त्वाचा टप्पा तिने गाठलेला आहे.

मुले आत्तापर्यंत ज्या संस्कारात आणि संस्कृतीत वाढलेली आहेत तिथून त्यांना उचलून एका वेगळ्याच जगात मी घेऊन जाणार आहे. त्यांच्याकडे पाहून माझ्या मनात अनेक शंका येत होत्या. मी करतो हे चुकीचे तर ठरणार नाही ना अशी शंका मला भेडसावत होती. हायफा विद्यापीठातील नोकरीच्या निमित्ताने आणखी एक संधी चालून आली होती. मी ही संधी नाकारणार होतो; पण मी आत्ता मुलांना विचारले की आपल्या देशाच्या सीमेपलीकडे जाऊन हायफाला राहायचे की जगाच्या दुसऱ्या टोकावर असलेल्या टोरोंटोला राहायचे. माझ्या भावांनी सुचवले की आम्ही हायफाची नोकरी घ्यावी, कारण त्यामुळे आम्ही आमच्या पूर्ण परिवाराच्या जवळच असू. पण

अयाने परत सांगितले की तिला विमानाने जायचे आहे. शेवटी कॅनडाला जायचे नक्की ठरले. माझी पुतणी नूर मला म्हणाली की, 'मी तुमच्याबरोबर येऊ का? मला तुमच्या एका बॅगेत घालून न्याल का?'

आम्ही सगळ्यांनी ठरवले की आपला कॅनडाला स्थलांतर करण्याचा निर्णय दलालला सांगायला हवा. हा हल्ला सुरू झाल्यापासून आमची ताटातूट झालेली होती. या मध्यंतरीच्या काळात तिच्याशी नीट बोलता पण आले नव्हते. ही बातमी ऐकून तिलाही खूप आनंद झाला. तिने हेही सांगितले की तिला आमची खूप काळजी वाटते आहे. आमची अशी ताटातूट झाली नसती तर बरे झाले असते. त्या वेळी आम्ही सगळे एकत्र असायला हवे होतो. आम्ही तिला सांगितले की, आम्ही इकडे सुखरूप आहोत. आता लवकरच हल्ला थांबेल. आपण सगळे परत एकत्र येणार हाही दिलासा तिला दिला. प्रत्येक भावंडांशी ती बोलली. मी मुलांना सांगितले की आता बोलणे आवरते घ्या; कारण फक्त या मोबाइल फोनमुळेच आपला बाहेरच्या जगाशी संपर्क आहे. आपल्याला त्याची बॅटरी जपून वापरायला हवी. दलालशी चाललेले बोलणे कोणालाच थांबवायची इच्छा नव्हती. बोलणे संपल्यावर आम्ही सगळे बराच वेळ, न बोलता शांतपणे बसून होतो. बोलणे संपले तेव्हा दुपारचे साडेतीन वाजलेले होते, हे मला चांगले आठवते.

शेवटी आम्ही जेवणाच्या खोलीतून बाहेर पडलो. वाहिनी क्रमांक दहाचा ओशरत कूटलर माझी मुलाखत घेणार होता. त्याची तयारी मला करायची होती. बाहेर जो हल्ला चालू आहे त्याचा स्त्रियांच्या आरोग्यावर काय परिणाम होत आहे याबद्दल मला बोलायचे होते. शथा, मायर, अया आणि नूर वाचायला त्यांच्या झोपायच्या खोलीत गेल्या. त्यांना वाचनाशिवाय त्यांचा गृहपाठ पूर्ण करायचा होता. झोपायची वेळ होईपर्यंत त्यांना वेळही घालवायचा होता. माझ्या मोठ्या मुलींची झोपायची खोली मोठी होती. त्याची लांबी रुंदी पाच मीटर बाय चार मीटर अशी होती. त्या खोलीला एक सज्जा होता. तो बंद केलेला होता. एका भिंतीला ओळीने खिडक्या काढलेल्या होत्या. माझ्या प्रत्येक परदेशवारीच्या वेळेस मी आणलेल्या विविध वस्तूंनी ही खोली सजवलेली होती. लाल, गडद निळी आणि बेज रंगाच्या चादरी ज्या मी इजिप्त व पाकिस्तानमधून आणलेल्या होत्या, त्या कॉटवर टाकलेल्या होत्या. छतावर चांदण्या काढलेल्या होत्या. त्या दिवसा प्रकाश शोषून घेतात आणि रात्री चमकतात. भिंतीवर आरसे लावलेले होते. ड्रेसिंग टेबलावर त्यांची आभूषणे इतस्ततः पसरलेली होती. मायरसाठी नुकताच आणलेला लिपग्लॉस होता. दलालचे खास टेबल कोपऱ्यात होते. एका टेबलावर कॉम्प्यूटर होता. अफगाणिस्तानी लाल पर्शियन गालिचा खोलीत पसरवलेला होता. जेवणाच्या खोलीतून त्यांच्याकडे बघत असताना घरात आईची उणीव जाणवली. बाहेर बॉम्बहल्ले चालू आहेत तरी घरात

मात्र एक प्रकारचे आनंदी-समाधानी वातावरण आहे. सर्व जण एकत्र राहतो आहोत, ही भावना मला फार सुखावून गेली.

रफा स्वयंपाकघरात सॅण्डविच बनवण्यासाठी पाव शोधत होती. बेस्सन तिला मदत करत होती. महम्मद जिन्याजवळच्या दरवाजापाशी उभा राहून शेगडीतले निखारे हलवून आमच्या दमट आणि थंड घराला थोडीशीतरी ऊब मिळेल असा प्रयत्न करत होता. मी माझ्या मुलाखतीची तयारी पूर्ण करून अब्दुल्लाशी खेळत होतो. त्याला माझ्या खांद्यावर बसवून घरभर फिरवत होतो. आधी मी स्वयंपाकघरात जाऊन रफा आणि बेस्सनशी बोललो. दरवाजापाशी जाऊन तिथे उभ्या असलेल्या महम्मदशी बोललो. शेवटी मुलींच्या शयनगृहात गेलो. मी अब्दुल्लाचे लक्ष दुसरीकडे वळवण्याचा प्रयत्न करीत होतो. तो फक्त सहा वर्षांचा होता. त्यामुळे आजूबाजूचे तंग वातावरण त्याच्या आकलनशक्तीच्या बाहेरचे होते.

आम्ही मुलींच्या खोलीतून बाहेर पडलो आणि जेवणघराच्या मध्यभागी पोहोचलो त्याच वेळेला ती घटना घडली. एक मोठा स्फोट झाला. आम्ही त्या धुरात आणि धुरळ्यात वेढले गेलो. कानठळ्या बसवणारा जोराचा आवाज झाला. त्या आवाजाने माझ्या शरीराचा थरकाप उडाला. जणू तो आवाज माझ्या शरीराच्या आरपार गेला. जणू शरीरातून तो आवाज येतो आहे असे वाटले. अजून तो भयानक आवाज माझ्या कानात घुमतो आहे. डोळ्यांपुढे अंधारी येण्याइतका तो तीव्र प्रकाश, ज्वाळा अजूनही डोळ्यांपुढे येतात. अचानक सगळीकडे काळोख पसरला. धुळीचे साम्राज्य निर्माण झाले. माझा श्वास जणू कोंडल्यासारखा झाला. मला श्वास घेता येईना. माझ्या खांद्यावर अजूनही अब्दुल्ला बसलेला होता. रफा स्वयंपाकघरातून ओरडत, पळत आली. महम्मद मुख्य दरवाजात गोठल्यासारखा उभा होता. धुराळा जरा खाली बसल्यावर माझ्या लक्षात आले की तो स्फोट मुलींच्या शयनगृहाच्या बाजूला झाला होता. अब्दुल्लाला खाली उतरवून मी मुलींच्या खोलीकडे धावलो; पण त्या आधीच स्वयंपाकघरातून आलेली बेस्सन वरच्या खोलीत पळत गेली होती. आम्ही दोघे एकाच वेळी त्या खोलीच्या दरवाज्यापाशी पोहोचलो. माझ्यासमोर जे दृश्य होते ते बघणे दुसऱ्या कोणाच्याही वाट्याला येऊ नये, असे मला वाटले.

खोलीतील फर्निचर, शाळेची पुस्तके, बाहुल्या, पळण्यासाठी घालायचे बूट आणि लाकडाचे तुकडे इतस्ततः पसरले होते. त्यातच माझ्या मुली आणि पुतणी यांच्या शरीराचे अवयव इकडे तिकडे पडलेले होते. शथा एकटीच उभ्या अवस्थेत होती. तिचा डोळा गालावर ओघळला होता. तिच्या शरीरभर झालेल्या जखमांतून रक्त वाहत होते. तिच्या हाताचे बोट तुटण्याच्या अवस्थेत लोंबकळत होते. मायरचे शरीर जमिनीवर पडलेले दिसले. तिचे डोके शरीरापासून अलग होऊन पडले होते. तिचा मेंदू छतावर उडालेला होता. या छोट्या मुलींचे हात-पाय जमिनीवर पडले

होते. जणू कोणीतरी घाईत जाताना फेकले आहेत असे दृश्य होते. सबंध खोलीत रक्ताचा सडा पडलेला होता. अंगात स्वेटर घातलेले हात, पँट घातलेले पाय पडलेले होते. त्यांच्या धडापासून पाय वेगळे झालेले होते. ते विचित्र वेडेवाकडे पडलेले होते. माझ्या मुली आणि पुतणी यांचे अवयव इतस्ततः पडलेले होते. मी मदतीसाठी मुख्य दरवाजाकडे पळत गेलो. पण असे लक्षात आले की बाहेर सैनिक असल्यामुळे मदत मागण्यासाठी घराच्या बाहेर पडू शकत नाही. मी दरवाजापाशी असतानाच वरच्या त्या खोलीत दुसरे क्षेपणास्त्र येऊन आदळले.

आजपर्यंत त्या तिघींपैकी आधी कोण गेले आणि नंतर कोण गेले हे मी सांगू शकणार नाही. स्फोट झाल्यावर माझा भाऊ नासर पळतच जिन्यावरून खाली गेला होता. माझा भाऊ अट्टा आणि त्याची मुलगी घईदा त्याच वेळी पोहोचल्या होत्या. दुसऱ्या क्षेपणास्त्राच्या हल्ल्यात ते सापडले होते. त्यांना बेस्सन दिसली नाही. ते तिला हाका मारत राहिले. 'बेस्सन, तू कुठे आहेस? तू कुठे आहेस ते सांग म्हणजे मी तुला मदत करू शकेन.' पण ती आणि मायर दोघी दगावल्या होत्या. अया आणि नूरदेखील त्या हल्ल्यात बळी पडल्या होत्या.

आमची सदनिका आता जखमी आणि मृत व्यक्तींनी भरलेली होती. शथा माझ्यासमोर उभी होती. तिलाही जखमा झालेल्या होत्या. त्यातून रक्त ठिबकत होते. घईदाच्या अंगभर जखमा झालेल्या होत्या; त्यामुळे मला वाटले की तीही बहुतेक मृत झालेली असावी. ती जमिनीवर निपचित पडलेली होती. त्यामुळे तिचे पण जीवन संपले आहे असे मला वाटले. नासरच्या पाठीत क्षेपणास्त्राचे तुकडे घुसले होते. तोही जमिनीवर पडलेला होता. मला वाटले, या परिस्थितीत आम्हाला कोण मदत करील? या भीषण परिस्थितीतून आम्हाला कोण सावरणार? मग माझ्या लक्षात आले की बाहेरच्या जगाशी अजूनही आपण संपर्क साधू शकतो. मी श्लोमी एल्डरला फोन केला. पण माझा फोन त्याच्या व्हॉइस मेलवर गेला. मी निरोप ठेवला. 'या रब्बा, या रब्बा माय गॉड, माय गॉड. त्यांनी माझ्या घरावर क्षेपणास्त्र टाकली. त्यांनी माझ्या मुलींना मारले. आम्ही त्यांचे काय घोडे मारले होते?' मला एवढेच सुचत होते की, हा आता शेवट आहे. अंत आहे.

या गोष्टी घडल्यावर लगेच माझा भाऊ अट्टा याच्या बायकोने- सनाने एका बांबूला पांढरे निशाण बांधले आणि ते हातात घेऊन ती मदत मिळवण्यासाठी घराबाहेर पडली. तिच्याबरोबर नासरची पत्नी अकबर ही पण गेली. घरापासून दोन किलोमीटर अंतरावर असलेल्या निर्वासित छावणीपर्यंत त्या दोघी चालत गेल्या. त्यांनी तिथल्या लोकांना इथे काय घडले ते सांगितले. रस्त्यामध्ये अत्यंत धोका असताना जबालिया छावणीतील जवळ जवळ सगळे लोक आमच्या घराकडे धावले. आमचे मित्र, जुने शेजारी, ज्या पॅलेस्टिनी लोकांबरोबर आम्ही वाढलो,

जगण्याची धडपड केली, ते सगळे मदतीला धावले. रुग्णांना न्यायच्या झोळ्या आणि पांघरुणे घेऊन ते आले. वाटेत रणगाडे होते, सैनिक होते; पण त्यांची पर्वा न करता ते मदतीला धावले. त्यांना माझ्या घरी यायला फक्त पंधरा मिनिटे लागली.

दरम्यान घरात आणखी कोणाला इजा झाली आहे का, याचा अंदाज घ्यायला मी सुरुवात केली. शेहाबच्या डोक्यामध्ये आणि पाठीमध्ये तीक्ष्ण तुकडे घुसले होते. एकीकडे शथाला माझ्या हातावर घेऊन मी त्याच्या जखमांची चाचपणी करू लागलो. तितक्यात माझी नजर महम्मदवर पडली. माझा जीव कळवळला. नुकतीच तर त्याची आई गेली होती. त्यापाठोपाठ आता त्याच्या बहिणीसुद्धा... तेही इतक्या भयानक रीतीने! माझ्या डोळ्यांतून वाहणाऱ्या अश्रूंचही भान मला नव्हतं. मात्र मला हे जाणवले की, माझी ही अवस्था माझ्या तेरा वर्षांच्या मुलाच्या लक्षात आली होती. त्या विमनस्क क्षणी त्याच्या मनामधल्या निरागस विचारांनी मला सावरले. तो म्हणाला की त्याच्या बहिणी आता आईकडे गेल्या आहेत आणि त्यामुळे त्या नक्की आनंदात आहेत. त्याच्या मनामधली श्रद्धाच त्याच्या सांगण्यातून प्रकट होत होती.

तेवढ्यात महम्मद म्हणाला, "घईदाने आत्ता श्वास घेतला." आत्तापर्यंत मला असे वाटत होते की ती पण मेली आहे. पण महम्मद म्हणाला ते खरेच होते. शथा, घईदा, नासर आणि शेहाब या सगळ्यांना माझ्या जुन्या शेजाऱ्यांनी त्या झोळ्यांमध्ये ठेवले. ज्या मुली गेल्या त्यांचे शव ब्लँकेटमध्ये गुंडाळले. त्या सर्वांना घेऊन आम्ही हॉस्पिटलमध्ये निघालो.

आम्ही जरी चालत होतो तरी माझे मन मात्र धावत होते. घईदाचा जीव आणि शथाची दृष्टी वाचवायची असेल तर इस्रायली हॉस्पिटलमध्ये जाणे गरजेचे होते. पण आम्ही मात्र उत्तर गाझामधील कमल एडवन या हॉस्पिटलमध्ये निघालो होतो. हजारो जखमींवर उपचार होत असल्यामुळे उपकरणे आणि साधनसामग्रीचा तिथे प्रचंड तुटवडा होता. या वैद्यकीय उपकरणांची आत्ता या क्षणी शथा, घईदा आणि माझ्या भावाला नितांत गरज होती. हॉस्पिटलमध्ये पोहोचल्यावर मी श्लोमीला परत फोन केला.

घडलेली सर्व घटना श्लोमीच्या शब्दांत- 'शुक्रवार संध्याकाळचे पाच वाजले होते. मी बातम्या तयार करत होता, त्याच वेळी माझ्या फोनच्या स्क्रीनवर मला इझेलदिनचे नाव दिसले. त्या क्षणी दूरदर्शनवर माझे थेट प्रक्षेपण चालू असल्यामुळे मला तो फोन घेता येणारच नव्हता. त्यामुळे काय झाले आहे हे समजायला मार्ग नव्हता. परराष्ट्रमंत्री झिपी लिवनी यांची मुलाखत आम्ही थेट प्रक्षेपित करणार होतो. त्या कार्यक्रमाची सुरुवात आधी झालेली होती. मी परत जेव्हा त्याचे नाव मोबाइलवर पाहिले तेव्हा आमच्या कार्यक्रमाचे थेट प्रक्षेपण चालू असताना त्याचा फोन घ्यायचे मी ठरवले. दूरदर्शनवर कार्यक्रम पाहणाऱ्या प्रेक्षकांना मी सांगितले की, एक

महत्त्वाची बातमी मला तुम्हाला सांगायची आहे. मग मी मोबाइल स्पीकरवर टाकला आणि तो प्रेक्षकांना दिसेल असा धरला. माझ्या थेट मुलाखतीचे प्रक्षेपण चालू असताना मी मध्येच फोन का घेत आहे, हा विचार माझ्या दिग्दर्शकाच्या मनात नक्कीच आला असणार.

''इझेलदिन संपूर्ण कोसळलेल्या मनःस्थितीत होता. फोनवर व्हॉइसमेलवर त्याने सांगितले होते, तेच परत आत्ता सांगितले- 'त्यांनी माझ्या घरावर क्षेपणास्त्र हल्ला केला. त्यांनी माझ्या मुलींची हत्या केली. आम्ही त्यांचे काय घोडे मारले आहे?' मी जी दूरदर्शनवर कृती केली तसे जगात तरी कोणी करेल का? जगातला कोणताही निवेदक थेट प्रक्षेपण चालू असताना मध्येच फोन घेत नाही, घेणारही नाही. इझेलदिन ज्या घटनेचे वर्णन करत होता ते ऐकताना माझी मनःस्थिती भयानक विचित्र झाली होती. तेवढ्यात मला इअरफोनमधून दिग्दर्शकाची सूचना ऐकू आली- 'मोबाइल माईकच्या निकट धर, म्हणजे इझेलदिन काय सांगतो आहे हे प्रेक्षकांना प्रत्यक्ष ऐकता येईल.'

''जे इझेलदिनकडून मी ऐकले ते महाभयानक, हृदयद्रावक होते. तो रडत होता. म्हणत होता, 'देवा, माझ्या मुलींना त्यांनी मारले. श्लोमी, मला त्यांना वाचवायचे होते; पण त्या मरण पावल्या आहेत. क्षेपणास्त्राचे तुकडे त्यांच्या डोक्यामध्ये घुसले. जागच्या जागी त्या मरण पावल्या. अल्ला! आम्ही त्यांचे काय वाईट केले होते? या घटनेतून वाचलेल्या त्याच्या मुलांच्या वेदनादायक किंकाळ्या पार्श्वभूमीवर ऐकू येत होत्या. मी इझेलदिनला विचारले की तो कुठे राहतो? तो हुंदके देत होता. म्हणाला, ''आमच्यापर्यंत कोणी पोहोचू शकणार नाही. अरे श्लोमी, देवा, हाय अल्ला माझ्या मुली मेल्या.'' त्याने सांगितले की रस्ते बंद करण्यात आलेले आहेत त्यामुळे सीमेपर्यंतसुद्धा ते पोहोचू शकत नाहीत. मी त्याला विचारले की त्याचे घर कोणत्या चौकाच्या जवळ आहे. त्याने जे मला सांगितले तेच मी प्रक्षेपित केले. 'इस्रायली संरक्षक दलातील कोणी जर माझे बोलणे ऐकत असेल तर त्यांनी झिम्मो चौकापाशी मदतीला जावे, म्हणजे निदान जखमींना अजूनही वाचवता येईल.''

''युद्ध थांबवण्याची, सीझ फायरची मागणी करता येईल का, म्हणजे मग ॲम्ब्युलन्सचा रस्ता तरी मोकळा होईल, असा विचार माझ्या मनात येऊन गेला. अजूनही थेट प्रेक्षपण चालूच होतं. खरेतर, त्या वेळेस थेट प्रक्षेपण चालू असूनही त्याचा फोन घेण्यासाठी मी का प्रवृत्त झालो, हे मला सांगता येणार नाही. बातमी मिळवण्यासाठी माझ्या अंतःप्रेरणेने मला सूचना दिली असेल का? तेही माझ्या बुद्धीवर मात करून...? नाहीच सांगू शकत.

''इझेलदिनने मदतीसाठी याचना केली होती की आम्ही ॲम्ब्युलन्स (रुग्णवाहिका)

घेऊन सीमेपर्यंत यावे. त्यानंतर तो जे काही सांगत होता ते अर्धवट सोडून देणे मला शक्य नव्हते. दूरदर्शन पाहणाऱ्या प्रेक्षकांना उद्देशून मी म्हणालो, 'हा फोन मी बंद कसा करणार? त्यामुळे मी स्टुडिओ सोडतो आहे, कारण त्याचा फोन मला घ्यायलाच हवा. मी स्टुडिओतून बाहेर पडलो. माझ्या खोलीत येऊन सीमा नाक्यावरील अधिकाऱ्याला फोन केला. मी त्याच्यावर ओरडलो. त्याने सीमा लगेच खुली करावी असे सांगितले. त्या जखमींना गाझातून बाहेर पडून हॉस्पिटलमध्ये पोहोचवा, असे सांगितले. माझ्या निर्मात्याने माझ्या पाठोपाठ कॅमेरामनला माझ्या खोलीकडे पाठवले. आमच्या दूरदर्शन वाहिनीवरील सैनिकी वार्ताहर होता त्याने त्याला माहीत असलेल्या प्रत्येक सैनिकाला फोन करून मदत करण्यास सांगितले.

"हे इझेलदिनच्या बोलण्याचे थेट प्रक्षेपण पाच ते सात मिनिटे चालू होते. तो भाग यू ट्यूबवरून सबंध जगाला पाहायला मिळाला. मला इझेलदिनबरोबर चाललेले बोलणे थांबवायचे नव्हते. रुग्णवाहिका सीमेपर्यंत पोहोचेपर्यंत मी फोन चालूच ठेवला होता. माझ्या निर्मात्याने माझ्या कॅमेरामनला सीमेपर्यंत पाठवले. तेथून त्याने त्या घटनेचे प्रत्यक्ष चित्रण केले."

मी जेव्हा श्लोमीला फोन केला तेव्हा तो म्हणाला, "रुग्णवाहिका आमच्या बाजूने येत आहेत. पॅलेस्टिनी रुग्णांना घेऊन इरेझ सीमेपर्यंत येऊन रुग्णांना इस्त्रायली रुग्णवाहिकेतून हॉस्पिटलमध्ये नेण्याची परवानगी मिळवण्याची व्यवस्था केली जात आहे."

मी फोन बंद केला आणि कमल एडवन हॉस्पिटलमधून रुग्णवाहिकेतून माझ्या या चिमुरड्यांना घेऊन निघालो. त्याच वेळी शेबा वैद्यकीय केंद्राचे प्रमुख डॉ. झिव रोटस्टीन यांचा फोन आला आणि त्यांनी सांगितले की त्यांनी ही भयंकर बातमी नुकतीच ऐकली. माझ्या दोन जखमी मुलींना आणि माझा भाऊ नासरला घेऊन ताबडतोब शेबा वैद्यकीय केंद्रात मी यावे, असे त्यांनी सांगितले. पुढची सर्व व्यवस्था ते करत आहेत, असेही सांगितले. या सगळ्या भयंकर घटनेने घाबरलेल्या मला डॉक्टरांच्या शब्दांनी धीर आला. (शेहाबला कमला एडवन हॉस्पिटलमध्ये उपचारासाठी मागे ठेवले)

रुग्णवाहिका इरेझ सीमेकडे जात असतानासुद्धा बॉम्बहल्ले चालूच होते. क्षेपणास्त्रांचा मारा रस्त्यांवर होत होता. लोक आरडाओरडा करत होते. पण का कोण जाणे; मला आत्ता भीतीचा स्पर्शदेखील जाणवत नव्हता. जणू मनाने मी एखाद्या सुरक्षित अशा ठिकाणी पोहोचलो होतो. जे काही वाईट घडायचे होते ते आधीच घडलेले होते. आता मला कशाचीच भीती राहिली नव्हती. महम्मदने रफा आणि अब्दुल्लाला त्यांच्या मावशीच्या घरी नेले. दलाल तिथेच होती. आपल्या तीन बहिणी बेस्सन, मायर आणि अया आणि नूर या मारल्या गेल्या आणि शथा आणि

घईदा या गंभीररीत्या जखमी झाल्या होत्या, हे दलालदेखील समजले. माझा भाऊ अट्टा मुलींबरोबर सोबतीला थांबला.

श्लोमीने सांगितल्याप्रमाणे रुग्णवाहिका दुसऱ्या बाजूला तयार होत्या. पण घईदाची तब्येत अतिशय गंभीर होती. शेबा हॉस्पिटलपर्यंत ती जिवंत राहील याची मला खात्री वाटत नव्हती. खरे तर तिला हेलिकॉप्टरमधून हॉस्पिटमलमध्ये न्यायला हवे होते. पण हेलिकॉप्टर तिथे उतरू शकत नव्हते; कारण तो भाग सैन्याच्या ताब्यात होता. म्हणून मी तिला बार्झिलाई हॉस्पिटलमध्ये पाठवले; कारण ते जवळच्या अॅश्केलॉन गावात होते. त्या हॉस्पिटलमध्ये तिच्या डोक्यावर झालेल्या जखमेवर उपचार होऊ शकत नव्हते; पण तिला रक्त देऊन तिची तब्येत थोडी सुधारेपर्यंत देखभाल तरी झाली असती. तिथे हेलिकॉप्टर रुग्णवाहिका उतरू शकत होती. मी माझ्या मुलीला आणि भावाला घेऊन शेबा हॉस्पिटलमध्ये गेलो. घईदाला दुसऱ्या रुग्णवाहिकेतून बार्झिलाई हॉस्पिटलमध्ये पाठवले. लवकरच आम्ही शेबामध्ये पोहोचलो. घईदाला अॅश्केलॉनहून हेलिकॉप्टरमधून हलवण्यात आले. शेबामधील माझ्या सहकाऱ्यांनी उपचाराची जय्यत तयारी केलेली होती. इस्त्रायली, अरब आणि बदाउनी मित्र माझ्या मदतीला धावले. त्यांचे आशीर्वाद माझ्या पाठीशी होते. त्यांना दूरदर्शनवरून सर्व माहिती कळली होती. त्यामुळे सगळे शेबामध्ये धावत आले होते.

मध्यरात्रीनंतर श्लोमी मला भेटायला हॉस्पिटलमध्ये आला. माझ्या कपड्यांवरचे मुलींचे रक्त अजूनही तसेच होते, ते पाहून त्याला धक्काच बसला. त्याने विचारले, 'तुमच्याकरता मी आणखी काय मदत करू शकतो?' त्याने आधीच खूप काही केले होते. त्यांनी ही सर्व आखणी केल्यामुळेच माझ्या पुतणीचे- घईदाचे प्राण आणि शथाचे नेत्र वाचले.

गाझामध्ये असलेल्या दलालला या दुर्घटनेची बातमी कळल्यावरही तिने शांत राहून आपल्या धाकट्या भावंडांची काळजी घेतली. ती म्हणाली की, 'या बॉम्बहल्ल्याच्या आधी आम्ही सगळ्या फोनवर बोललो, हे किती छान झाले. त्या फोनवरील संभाषणात आम्ही सगळ्याच एकमेकींशी बोलत होतो. मला आठवते की मी बेस्सन आणि अयाला म्हटले 'सगळयांशी एकदम बोलण्याची संधी मला पहिल्यांदाच मिळते आहे.' त्यांचे माझ्या जीवनात फार अमूल्य स्थान होते. मी, शथा आणि बेस्सन या अगदी घनिष्ठ मैत्रिणी होतो. बेस्सन आणि मी विद्यापीठात एकत्रच जात असू. सतत बरोबरच होतो, म्हणून जेव्हा मी दलालला विचारले की 'तू ठीक आहेस ना?' ती म्हणाली खरी की ती ठीक आहे; पण प्रत्यक्षात मात्र तसे नव्हते. ती म्हणाली, 'मी पूर्ण उद्ध्वस्त झाले आहे. मी गाझात आता राहू शकणार नाही, त्या आपल्या घरात तर मुळीच नाही. मी विद्यापीठात यापुढे जाणार नाही.'

तेल अवीवहून डॉ. रोटस्टिनचाही फोन आला. त्या दिवशी जे घडले त्याची सविस्तर आठवण त्यांना अजूनही आहे म्हणून त्यांच्याच शब्दांत मी सांगतो.

"मला त्यांच्या घरातील उरलेल्या कुटुंबीयांना इथे इस्राईलमध्ये आणायचे होते. बाकी तिथे काहीही असले तरी माणुसकीच्या दृष्टिकोनातून ही गोष्ट करायला हवी होती. या नरकात यांच्याकरता मला छोटासा स्वर्ग निर्माण करायचा होता. या भयंकर घटनेनंतर डॉ. इझेलदिन यांची काही मुले गाझात आहेत, हे मला सहन होत नव्हते. वाचलेली मुले एकमेकांपासून दूर होती. त्यांना सगळ्यांना एकत्र आणायचे होते. दुसऱ्या दिवशी सकाळी जेव्हा मी इझेलदिनला हॉस्पिटलमध्ये भेटलो, तेव्हा काय बोलावे हे मला उमगेना. कोणत्या शब्दांत त्याचे सांत्वन करावे, हेच समजत नव्हते. मी त्याला धीर देण्याऐवजी त्यानेच मला धीर दिला. इझेलदिनचे शब्द असे होते- "माझे वैयक्तिक नुकसान झाले; पण आता हा शांततेच्या प्रयत्नांतला मैलाचा दगड ठरावा आणि असे पुन्हा घडू नये म्हणून शांतता प्रस्थापित करण्यासाठी आणखी जोमाने प्रयत्न करायला हवेत."

"त्याच वेळी इझेलदिनचे असेही म्हणणे होते की, इस्रायली सैन्याची चूक झालेली आहे. मला त्याचे म्हणणे पटले. क्षेपणास्त्र त्याच्या घरावर जर चुकून सोडली असतील, तर सैन्याने ते प्रांजळपणे कबूल करावे. मी त्याला सांगितले की या प्रकरणाबाबत सारवासारव केली जाणार नाही, याची खात्री मी देतो. डॉक्टर परत परत म्हणत होते, "मला सत्य कळले पाहिजे, माझ्या मुली तर आता परत येऊ शकत नाहीत; पण सत्य मात्र मला कळलेच पाहिजे." मी त्याला आश्वासन दिले की मी याचा पाठपुरावा करीन. मी सैन्यातील एका उच्चाधिकाऱ्याला फोन केला- इझेलदिन हा हॉस्पिटमलधील माझा एक सहकारी आहे. सैन्य या घटनेबाबत अगदी खोलात जाऊन चौकशी करेल, असे आश्वासन मला सैन्याधिकाऱ्यांकडून मिळाले. नंतर सैन्याने कबूल केले की, डॉक्टरच्या घरावरील हल्ला ही एक भयंकर चूक होती.

"त्याच दिवशी सकाळी मी लगेचच एक पत्रकार परिषद घेतली आणि इझेलदिनला बोलायला सांगितले. माझा हा प्रयत्न लोकांच्या पचनी पडला नाही, त्यांना फारसा रुचला नाही. काहींना वाटले की मी सरकारी नोकर असल्यामुळे इझेलदिनला पत्रकार परिषदेत बोलवायचा मला हक्क नाही. आम्ही राजकारण दूर ठेवतो. आम्ही माणुसकीच्या दृष्टिकोनातून काम करतो. पण म्हणून काही संवाद सुलभ करण्यापासून कोणी आम्हाला रोखू शकत नाही. जिथे ज्या वेळी जे बोलायला हवे ते बोललेच पाहिजे. पत्रकार परिषदेनंतर माझ्यावर खूप टीका झाली. विशेषतः इस्रायली सैनिकांच्या कुटुंबीयांकडून जास्त टीका झाली. कारण इथे इस्राईल आणि पॅलेस्टाईन या बाबतीत कोणतीही गोष्ट अतिशय संवेदनशील असते. पण माझ्या

मते मी केवळ व्यवस्थापकच किंवा प्रशासकच नसून, एक नेतादेखील आहे. भविष्यकाळातील स्वप्न कोणते असावे, इस्राईल आणि पॅलेस्टाइनमध्ये संबंध कसे असावेत, यासंबंधी माझी मते, माझे विचार मांडणे, हे मी माझे कर्तव्य समजतो. फक्त वरून आलेल्या सूचनांचे पालन करणे, एवढेच माझे काम नाही. वरच्या लोकांनी दिलेल्या आज्ञेचे अंधानुकरण करण्यापेक्षा मी स्वतःच्या वागण्याने लोकांना योग्य ते मार्गदर्शन करायला हवे.''

पत्रकार परिषद चालू असताना एका इस्रायली स्त्रीने मध्येच बोलून अडथळा आणला. तिचे म्हणणे होते की, माझ्या घरात मी आतंकवाद्यांना थारा दिल्यामुळे माझ्या घरावर हल्ला झाला. त्या स्त्रीचे नाव होते लेवना स्टर्न. तिच्या तीन मुलांपैकी एक इस्रायली सैनिक होता. तो गाझात पाठवलेल्या तुकडीत होता. ती माझ्या अंगावर ओरडली आणि माझ्या घरावर झालेल्या हल्ल्याला मीच कसा जबाबदार आहे, हे तिने सांगितले. ती म्हणाली की, 'मी माझ्या घरात शस्त्र लपवली असणार किंवा माझे घर हे हमास पक्षाच्या सैनिकांना सुरक्षित जागा वाटली असणार. इस्रायली सैनिकांवर तेथून हल्ला करणे त्यांना सोपे जात असेल. हे तिचे आरोप खोडून काढण्याकरता मी उभा राहिलो. त्या वेळेला घईदा वरच्या मजल्यावर अतिदक्षता विभागात होती. तिच्या अंगात घुसलेल्या क्षेपणास्त्राच्या तुकड्यांमुळे ती अत्यवस्थ अवस्थेत तडफडत होती. शथाच्या डोळ्यांवरील शस्त्रक्रिया नुकतीच झाली होती. तिचे तुटलेले बोट परत जोडले होते आणि ती खोलीत पहुडली होती.

त्या बाईने माझ्या घरावर झालेल्या हल्ल्याचे जे खोटेनाटे वर्णन केले ते ऐकून मला वाटले की, माझ्या कुटुंबावर परत हल्ला होतो आहे, माझ्या मुलींचे परत मरण ओढवले आहे. सत्याचा विपर्यास होत असलेला पाहणे फार वेदनादायी वाटले. एक व्यक्ती हॉस्पिटलच्या व्हरांड्यातून पत्रकार परिषद ऐकत होती. तो तिथून असे म्हणाला की, माझ्या मुली हमास पक्षाने सोडलेल्या कासम क्षेपणास्त्राने मेल्या असतील.

आम्ही हॉस्पिटलमध्ये पोहोचल्यापासून या हल्ल्यामागचे सत्य शोधण्याच्या मागे लागलो होतो. मला असे वाटले की, या घटनेवर पांघरूण घालण्याच्या प्रयत्नांची दाट शक्यता होती. इस्रायली सैन्याने मला सांगावे की माझ्या घरावर त्यांनी हल्ला का केला. माझ्या घरात कोणतेही आतंकवादी लपलेले नव्हते. फक्त माझी मुले तिथे राहत होती. प्रेम, आशा-आकांक्षा आणि स्वप्ने हीच त्यांची शस्त्रे होती. इस्रायली सैन्याने माझी माफी मागावी, एवढीच माझी अपेक्षा होती. चुकून एक बॉम्ब रणगाड्यातून माझ्या घरावर टाकला गेला असे ते म्हणतील, असे मला वाटले. पण हल्ला झाल्यानंतर पुढच्या काही दिवसांतदेखील सैन्याधिकारी असे काहीच म्हणाले नाहीत. प्रथमच त्यांनी अशी सबब सांगितली की, तुमच्या इमारतीच्या गच्चीवर आमच्यावर हल्ला करणारे

उभे होते म्हणून आम्ही तुमच्या इमारतीवर हल्ला केला. मग जर असे हल्लेखोर छतावर होते, तर पाच मजली इमारतीच्या दुसऱ्या मजल्यावर असलेल्या माझ्या सदनिकेवर त्यांनी दोनदा का हल्ले केले? दुसरे कारण नंतर पुढे केले ते म्हणजे घईदाच्या जखमेतून काढलेले धातूचे तुकडे हे कासम रॉकेटचे होते. हे खोटे होते. तिसरी सबब होती ती लेवना स्टर्नने केलेले आरोप. माझ्या घरात लपलेल्या आतंकवाद्यांवर ते हल्ला करत होते. पण घरात तर फक्त माझी मुले होती. ती निःशस्त्र होती. सैन्याच्या प्रवक्त्याने असे सांगितले की, प्राथमिक चौकशी अंती असे आढळून आलेले आहे की, ज्या इमारतीतून सैनिकांवर हल्ला होत होता, त्या दिशेने सैन्याने प्रतिहल्ला केला. एक सैन्याधिकारी म्हणाला, "इस्रायली सैन्य निष्पाप नागरिकांवर हल्ला करत नाही. गाझामधील कारवाई चालू होती, त्या वेळेला नागरिकांच्या घरात लपून हल्ला करणाऱ्या शत्रूशी इस्रायली सैन्य लढत होते."

या शेवटच्या खुलाशामुळे मी संतापलो. त्यांच्या हातातली शस्त्रे अतिशय आधुनिक आहेत. आपण ती शस्त्रे कोणत्या लक्ष्यावर सोडतो आहे हे त्यांना अचूक माहीत असते. या प्रकरणात त्यांनी माझ्या मुलींच्या शय्यागृहावर नेम धरलेला होता. आमच्या घरातून हल्ला झालाच असेल तर तो फक्त प्रेम, आपुलकी आणि एकमेकांना प्रेमाने आलिंगन देणे याचाच होता. दुसरा कोणताच हल्ला केलेला नव्हता. माझ्या मुलांच्या मृत्यूनंतर असे खोटेनाटे सांगणे, हे माझ्या मुलांच्या पाठीत खंजीर खुपसणे होते; अनैतिक होते.

मी दूरदर्शनवर मुलाखत दिल्यानंतर मला असे विचारण्यात आले की लेवना स्टर्नबद्दल तुम्हाला काय वाटते? मी सांगितले की तिची समक्ष भेट घेऊन बोलायला आवडेल. ती माझे बोलणे ऐकून घेणार असेल तर तिचे म्हणणे मी शांतपणे ऐकून घेईन. प्रसिद्धिमाध्यमांनी माझी तिच्याबरोबर भेट घडवून आणला; पण ती अतिशय निर्विकारपणे वागली होती. आमच्या भेटीच्या ठिकाणी जमलेल्या इतरांना तिने सांगितले की, माझे जे अपरिमित नुकसान झाले आहे त्याबद्दल तिला वाईट वाटते आहे. नंतर तिने माझी क्षमाही मागितली. पण तरीसुद्धा तिचे ठाम मत होते की इस्रायली सैन्य स्वतःचा बचाव करण्यासाठी ही लढाई लढत होते. तेल अवीवच्या एका साप्ताहिक वर्तमानपत्राने तिचे म्हणणे पुढील शब्दांत मांडले, 'लेवना स्टर्न हिने अबुइलेशवर आरोप केले नाहीत; ती स्वतःचा बचाव करीत होती. पॅलेस्टिनी हे आतंकवादी आहेत हे तिचे मत इझेलदिन खोडून काढत होता; म्हणून तिचा बचावात्मक पवित्रा होता.'

एका इस्रायली अधिकाऱ्याचे असे म्हणणे होते की, माझ्या मुलांची हत्या होण्याआधीच गाझापट्टी सोडून मी जायला हवे होते. पण आम्ही जाणार कुठे? मशिदी, शाळा या सगळ्यांवर हल्ले होत होते. गाझामध्ये एकही सुरक्षित जागा

उरली नव्हती. माझे घर कोणते आहे हे सगळ्यांना माहीत असल्यामुळे मी माझ्या घरात राहणे पसंत केले. मला वाटले की माझे घर ही माझ्या कुटुंबीयांसाठी सर्वांत सुरक्षित जागा आहे.

पण वस्तुस्थिती अशी होती की, इस्रायली रणगाडे प्रत्येक घराघरावर नेम धरून हल्ला करत घरे उद्ध्वस्त करत होते. जिथे जिथे हमास पक्षाचे लोक राहत आहेत किंवा ज्यांना ज्यांना थारा दिलेला आह, अशा घरांवर ते हल्ले करत सुटले होते. हा सगळा विध्वंस झाल्यावर जर तुम्ही गाझापट्टीवर नजर टाकली आणि तुमची अशी समजूत जर झाली की, प्रत्येक घरात हमास पक्षाचे सैनिक लपलेले होते तर तुम्हाला कोणी दोष देणार नाही. दोन्ही बाजूंकडच्या सर्व लोकांना माहीत आहे की, हा समज खोटा आहे. अनेक वर्षांचा संघर्ष, त्यामुळे उद्भवलेली भीती आणि पॅलेस्टिनी समाजाबद्दलचा पूर्वग्रह, यामुळे सैनिक अतिरेक करायला उद्युक्त झाले असतील. ही कारवाई बघून इस्रायली सैन्याच्या काही कट्टर पाठीराख्यांनीसुद्धा टीका केली की सैन्य दलाने जास्त बळाचा वापर केला.

एरवी आम्ही ज्या व्हरांड्यात जमत असू, तिथेच आता माझ्याभोवती मित्रांचा गराडा पडू लागला. रोज तिथे जमण्याआधी मी प्रसिद्धिमाध्यमांना मुलाखती देत होतो. मी ज्यांना कधी भेटलोदेखील नाही तेही लोक मला पाठिंबा देण्यासाठी येत होते. सैन्याने केलेल्या कारवाईबद्दल त्यांची नाराजी व्यक्त करण्यासाठीही ते जमत असत. काही लोकांचे मात्र असे म्हणणे होते का, युद्धात जसे अनेक मरतात तशाच माझ्याही मुली मेल्या होत्या. तेल अवीव विद्यापीठातील समाजशास्त्र विषयाचे प्रोफेसर टॅमी रोनेन माझ्याबरोबर संशोधन करत होती. या दोन देशांतील संघर्षाच्या तणावाचा गाझा आणि इस्राईल सीमेवरील स्डेरॉट या गावामधील इस्रायली मुलांवर कोणता परिणाम होतो आहे, या विषयावर आम्ही संशोधन करीत होतो. इस्राईलच्या सीमेवरील या गावातसुद्धा गेली आठ वर्षे क्षेपणास्त्राचा मारा होत होता. ती म्हणाली, ''तू असा मनाने कोसळून जाऊ नकोस, तुला तुझ्या वाचलेल्या मुलांचे संगोपन करायला हवे.'' ॲनेल हार्पझ माझ्या दिशेने चालत येत होती. ती वरच्या मजल्यावर असलेल्या शथासोबत बसलेली होती. परिचारिका जेव्हा शथाला वेदनाशमक इंजेक्शन देत होत्या, तेव्हा तिनेच शथाचा हात घट्ट धरून ठेवला होता. ती आता मला धीर देण्यासाठी आली होती. बेस्सन, दलाल आणि शथा या माझ्या मुलींना ती सांटा फे येथील शांततेसाठी सकारात्मक प्रयत्न करणाऱ्या कॅम्पमध्ये भेटली होती. मी तिला सांगितले की मुलांबद्दल ही माहिती इथे जमलेल्या लोकांना दे. ती हुंदके देऊ लागली. ती म्हणाली, ''हे कुटुंब अतिशय शांतताप्रेमी आहे. त्यांच्यावर हल्ला होणे, ही नामुष्कीची गोष्ट आहे.''

शथा, घईदा आणि माझ्या भावावर तेल अवीवमधील हॉस्पिटलमध्ये उपचार चालू होते. मी त्यांच्यासोबत होतो. त्याच वेळी माझ्या तीन मुली आणि एक पुतणी यांचे गाझामध्ये दफन करण्यात आले. कुराणात असे म्हटले आहे की, मृत व्यक्तीचे दफन ताबडतोब करायला हवे. सीमा पार करण्याचा परवाना मिळवून तिथे वेळेवर पोहोचणे मला शक्य नव्हते. मृत्यू पावल्यावरसुद्धा मी मुलींच्या सोबत दफनविधीला हजर राहू शकलो नाही. आमच्या या शोकांतिकेत भर म्हणून आणखी एक घटना घडली. मला असे कळले बेस्सन, मायर आणि अया यांचे दफन आईच्या कबरीजवळ करता आले नाही, कारण इस्रायली सैनिकांनी त्या जागेत जायला कोणालाच परवानगी दिली नव्हती. जबालिया छावणीतल्या दफनभूमीत नादियाचे दफन झालेले आहे. मुलींची कबर मात्र तिथून अनेक किलोमीटर दूर अंतरावर आहे.

माझ्या या मुलींच्या हत्येनंतर मी ज्यांच्या ज्यांच्याशी बोललो त्या सर्वांच्या मनात सुडाची भावना होती, हे त्यांच्या बोलण्यातून कळत होते. झीव रोटस्टीनने माझ्या वाचलेल्या मुलांना तेल अवीवला आणण्याची व्यवस्था तर केलीच, शिवाय आमच्या सगळ्यांची राहण्याची व्यवस्था हॉस्पिटलजवळ केली. माझ्या गैरहजेरीत माझ्या मुलांची काळजी घेत असलेला आणि माझ्या मृत मुलींचा दफनविधी पार पाडणारा माझा भाऊ अट्टा हासुद्धा मुलांबरोबर आला. त्याची मुलगी घईदा अतिदक्षता विभागात होती. ती इतक्या गंभीररीत्या जखमी झाली होती की ती जगते की नाही असे आम्हाला वाटले. शथाची दृष्टी वाचवण्यासाठी आणखी शस्त्रक्रियेची जरुरी होती. मला आठवते एका शस्त्रक्रियेनंतर दलालने तिथे असलेल्या हॉस्पिटलमधील कर्मचाऱ्यांना आणि इतर रुग्णांना चॉकलेट्स दिली होती. ही आमची नेहमीचीच प्रथा होती- कृतज्ञता व्यक्त करण्याची. मी आणि मुले या परिस्थितीशी सामना देत होतो. जे लोक सुडाच्या भावना व्यक्त करीत होते त्यांना माझे प्रतिप्रश्न होते. एकाने विचारले, ''तुला इस्रायली लोकांचा तिरस्कार वाटत नाही का?''

''कोणत्या इस्रायली लोकांचा मी तिरस्कार करायचा?'' मी उलट प्रश्न विचारला. ''ज्यांच्याबरोबर मी काम करतो आहे त्या परिचारिकांचा, डॉक्टर्सचा, जे माझ्या घईदाचा जीव वाचवण्यासाठी आणि शथाची दृष्टी वाचवण्यासाठी प्रयत्नांची पराकाष्ठा करत आहेत, त्यांचा मी तिरस्कार करायचा का? ज्या बाळांना मी या जगात आणले अशा बाळांचा? माझ्या बालवयात मॅडमुनीसारख्या कुटुंबाने मला काम दिले, राहायला जागा दिली, त्यांचा?

पण प्रतिशोध घेण्याची, वचपा काढण्याची मागणी थांबली नाही. ज्या सैनिकांनी रणगाड्यातून क्षेपणास्त्रे डागली, त्यांच्याबद्दल काय? मी त्यांचा तिरस्कार का करत नाही, असे लोक मला विचारतात. पण व्यवस्था अशीच चालते. आपण तिरस्कार करतो आणि लोकांना दोष देतो, कारण आपण गुण्यागोविंदाने एकत्र राहू शकतो,

हे वास्तव आपल्याला स्वीकारायचे नसते. ज्या सैनिकांनी माझ्या घरावर क्षेपणास्त्र डागले, त्याची सदसद्विवेकबुद्धी त्याला टोचणी देत असेल असे मी समजतो. तो स्वतःच्या मनाला विचारत असेल की, माझ्या हातून हे काय घडले? आत्ता जरी तो असा विचार करत नसला तरी उद्या तो जेव्हा पिता होईल, तेव्हा आपल्या लहान मुलांकडे पाहून त्याला आपल्या कृत्याबद्दल वाईट वाटत राहील.

लोक मला सांगत आहेत की, या गोष्टीचा तुम्ही सूड घ्या. 'जर मी त्यांच्या म्हणण्याप्रमाणे इस्रायली लोकांवर सूड घेतला, तर माझ्या मुली मला परत मिळणार आहेत का?' असे मला 'सूड घ्या' म्हणणाऱ्यांना विचारावेसे वाटते. द्वेष करणे, तिरस्कार करणे हा एक आजार आहे. त्यामुळे जखमा भरून येत नाहीत. शांतता प्रस्थापित होत नाही.

श्लोमी एल्डरने मला नंतर सांगितले की, त्या दिवशी दूरदर्शनवर आमचे संभाषण जे प्रसृत केले त्याचा प्रेक्षकांवर एक कायमचा ठसा उमटला. तो म्हणाला, "इस्रायली लोकांना आत्तापर्यंत गाझापट्टीत काय चालले आहे, हे जाणून घ्यायची अजिबात इच्छा नव्हती; कारण हमास पक्षाने त्यांच्यावर गेली आठ वर्षे क्षेपणास्त्रांचा मारा केलेला होता. त्यामुळे ते प्रचंड रागावलेले होते. बहुतेक इस्रायली लोक आता चालू असलेल्या हल्ल्याचे समर्थन करणारे होते. त्यांच्यावर त्या दिवशीच्या प्रसारणाचा खूप मोठा परिणाम झाला. आता प्रथमच त्यांना समजले की, प्रत्यक्षात गाझापट्टीत काय चालले आहे. मला लोकांनी असे सांगितले की, इझेलदिनचा फोनवरचा आवाज आणि दूरदर्शनच्या पडद्यावर दिसणारा माझा चेहरा त्यामुळे ही बातमी फार प्रभावशाली झाली. इझेलदिनचे बोलणे ऐकून मी रडण्याच्या बेतात होतो. माझा बदललेला चेहरा पाहून इस्रायली लोकांच्या मनावर परिणाम झाला. त्यामुळे सहानुभूतीची लाट पसरली. इस्राईलच्या पंतप्रधानांनीसुद्धा मला सांगितले की, ही बातमी पाहत असताना त्यांनासुद्धा रडू फुटले. खरेतर ही वेळ दूरदर्शनवर महत्त्वाच्या प्रसारणाची वेळ नव्हती. पण तरीसुद्धा सहा-सात महिन्यांनी मला अनेक लोकांनी सांगितले की ती बातमी त्यांनी दूरदर्शनवर प्रत्यक्ष बघितली. ते जे पाच-सात मिनिटे प्रसारण चालले होते, त्यानंतर शस्त्रसंधी घडून आली.

"इझेलदिन मला मोबाइलवरून जे सांगत होता, त्या वेळी तो कधी पित्याच्या भूमिकेतून बोलत होता, तर कधी एका डॉक्टरच्या भूमिकेतून बोलत होता. याने मी भारावून गेलो. एका क्षणी या वैयक्तिक हानीमुळे तो ढसाढसा रडत होता. त्याच वेळेला त्याच्या जखमी मुली आणि भाऊ, पुतणी यांना शेबा हॉस्पिटलमध्ये नेण्याची व्यवस्था करण्याबद्दल सांगत होता. कारण तिथे त्यांच्यावर जास्त चांगले उपचार होऊ शकतील, 'मला माहीत होते की, या जखमींना इस्राईलमधील हॉस्पिटलमध्ये न्यायला हवे होते. गाझातील हॉस्पिटलमध्ये सर्वच बाबतींत कमतरता होती. शिवाय

तिथे जखमींची गर्दी झालेली होती. त्यामुळे तेथील हॉस्पिटलमध्ये कामाचा ताण होता.''

त्या वेळी मी जितके शांत राहायचा प्रयत्न करीत होतो, तितकेच या निष्पाप, सुंदर मुलींकडे माझे मन ओढ घेत होते. मी हॉस्पिटलमध्ये बसलो असताना मुलींचे शिक्षण, त्यांचे लग्न, या मुली समाजाकरता काय काम करू शकतात, याची स्वप्ने मी रंगवत असे. पण एका क्षणात स्वप्नांचा कसा चुराडा होतो, आनंदाने भरलेले घर कसे स्मशानासारखे होते, याचा अनुभव मी घेतला. ज्या मुलींचे लालनपालन आणि संगोपन केले, त्या एका क्षणात होत्याच्या नव्हत्या झाल्या. जणू माझ्यापासून त्यांना कोणीतरी पळवून नेले आहे.

राहून राहून मला त्या भयानक दिवसाची आठवण होते. या मुली त्या दिवशी त्या झोपायच्या खोलीत नसत्या तर किती छान झाले असते! जर युद्धबंदीची जी अफवा ऐकली होती, ती जर त्या दिवशी प्रत्यक्षात अमलात आलेली असती, तर हे घडलेच नसते. पण आता मात्र जे या दुर्घटनेतून वाचले, त्यांच्याकडे लक्ष द्यायचे मी ठरवले. त्यांना या मानसिक धक्क्यातून सावरावे, याचा मी विचार करू लागलो. माझी देवावर श्रद्धा आहे. देवानेच मला या मुली माझ्याकडे त्यांचा सांभाळ करण्यासाठी सोपवल्या होत्या. त्या त्याने आता परत नेल्या. पण तरीही या कृत्याचा माझ्या मनावर खोलवर परिणाम झालेला होता. गाझातील नागरिकांवर डोळे झाकून विनाकारण हल्ला करण्यातला मूर्खपणा करायचा आणि वर शहाजोगपणे म्हणायचे की आमच्यावर होणाऱ्या क्षेपणास्त्रांच्या हल्ल्याचा प्रतिकार म्हणून आम्ही क्षेपणास्त्रे टाकली.

जानेवारीअखेरीस शाळा परत सुरू झाल्या. मुले माझ्याबरोबर दहा दिवस इस्राईलमध्ये राहिली. त्यानंतर मी त्यांना माझ्या भावंडांच्या घरी राहण्यास गाझात पाठवले. रफाला रात्रीबेरात्री भीतीची स्वप्ने पडायची. भीतीमुळे तिची गादी ओली व्हायची. महम्मदची तीच गत होती. माझ्या या मुलाला या घटनेमुळे पुढे कित्येक महिने फिट्स येत होत्या. माझी मुलगी- जिच्या डोक्याला जखम झाली होती ती, माझा भाऊ आणि एक पुतणी हे सगळे बरे होईपर्यंत बराच काळ गेला. मग मी त्यांना घेऊन त्या उदास, मोडक्यातोडक्या आणि रिकाम्या घरात गाझात परत आलो. या काळात माझ्या मनात सतत विचार यायचे की, माझ्या घरात हा प्रसंग का घडावा? मी या बाबतीत काय करू शकतो?

युद्धाचे परिणाम

आमच्या घरावर हा जो बॉम्ब हल्ला झाला त्याचा परिणाम आमच्या घरावर खोलवर झाला. घर पार कोलमडले. आमची अपरिमित हानी झाली. मला शेकडो ई-मेल आले. जगभरातून हस्तलिखित पत्रेसुद्धा आली. त्यांतील बहुतेक लोक अनोळखी होते. त्यांना आमच्या दुःखात सामील व्हायचे होते. माझ्या सहकाऱ्यांचा अनमोल पाठिंबा मिळाला. या घटनेनंतर दोनच दिवसांनी युद्धबंदी झाली. ती १८ जानेवारी तारीख होती. माझ्या हयात मुलांच्या डोळ्यांत मला सतत प्रश्नचिन्ह दिसायचे. या सगळ्यातून सावरणे मला आवाक्याबाहेर वाटत होते. आता मी काय करावे? या सगळ्या घटनांचा अर्थ मी कसा लावायचा?

१ एप्रिलला मी शेबा हॉस्पिटलजवळील तात्पुरते घर सोडले. शथाला घेऊन मी माझ्या घरी आलो. इरेझ सीमेच्या पॅलेस्टिनी बाजूला आमचे हितचिंतक, नातेवाईक हे हातात फुले आणि पॅलेस्टिनी निशाण घेऊन आमच्या स्वागताकरता जमलेले होते. विद्यार्थी, प्रोफेसर्स, शेजारीपाजारी, डॉक्टर्स हे सगळे आले होते. खास बसेस करून ते आले होते. पॅलेस्टिनचे राष्ट्राध्यक्षसुद्धा हजर होते. प्रसिद्धिमाध्यमे आमचे आगमन चित्रित करण्याकरता हजर होते. लोक आम्हाला मिठ्या मारत होते. आमचे पापे घेत होते आणि भाषणे करत होते. आजूबाजूला सगळे भग्नावशेष पडलेले होते.

नासरच्या जखमा आता बऱ्या झाल्या होत्या. या दुर्घटनेनंतर तीन आठवड्यांनी तो घरी गेला होता. घईदा अजून पूर्ण बरी न झाल्यामुळे इस्राईलच्या हॉस्पिटलमध्ये तिला आणखी दोन आठवडे काढावे लागले. त्यानंतरच ती घरी परतू शकली. बांधकाम कामगारांनी दुरुस्तीचे काम सुरू केले. माझ्या मुली ज्या खोलीत गतप्राण झाल्या होत्या, ती खोली दुरुस्त होत होती. दुरुस्तीला लागणारे सामान सहजासहजी उपलब्ध नव्हते. त्याच्याकरता चौपट किंमत मोजावी लागली. दुरुस्तीच्या वेळी आमच्या घरात कामगारांच्या हत्यारांचा प्रचंड आवाज होत असूनसुद्धा आमचे घर

जणू स्मशानासारखे शांत वाटत होते. मी माझ्याच शयनगृहात झोपायचे ठरवले होते. माझी मुले मात्र माझे भाऊ अट्टा आणि रेझेक यांच्याबरोबर त्यांच्या घरी राहिली. माझ्या बहिणी एतिमाद आणि युस्त्रा याही तिथेच होत्या. त्यांनी धैर्याने या प्रसंगाला तोंड द्यायचा प्रयत्न केला खरा; पण मनातले दुःख सहन करणे त्यांना शक्य होत नव्हते. एका रात्री माझ्या उशीजवळ एक कविता लिहिलेली मला दिसली. रफाने अयाकरता ती कविता लिहिली होती. त्या कवितेचा अर्थ पुढीलप्रमाणे होता.

नाही, नाही, नाही, तू आपल्या घरातून कुठे नाहीशी झालीस गं?
अया तू आपल्या घरातले चैतन्य होतीस
तुझ्या अस्तित्वामुळे जे घर चैतन्याने भारून
टाकले होतेस, त्याचं आता काय झालं गं!
तो घरातला दिव्य प्रकाश आता कुठे लोप
पावला आहे?
ती सुंदर मुलगी कुठे गेली?
नाही, नाही नाही
तू कुठे नाहीशी झालीय, अया?

हे शब्द लिहिणाऱ्या या लहान मुलीला तुम्ही काय म्हणाल?

'आमच्या बहिणी आईकडे गेल्या. त्या तिथे सुखात आहेत. आईने त्यांना बोलावून घेतले,' हेच महम्मद वारंवार म्हणत राहिला, जणू अल्लाची प्रार्थनाच.

तो हल्ला झाला, त्या वेळी जर मी तेल अवीव येथील हॉस्पिटलमध्ये कामावर असतो तर काय झाले असते! तो हल्ला चालू असेपर्यंत मुलांपासून माझी ताटातूट झाली असती. त्यांची देखभाल मला करता आली नसती. त्या दूर असताना ही भयंकर बातमी माझ्या कानावर आली असती. मग मी काहीच करू शकलो नसतो.

मला नेहमी अशी काळजी वाटायची की मी माझ्या कुटुंबापासून दूर असताना त्यांच्यावर एखादे संकट कोसळले तर? मी लहान होतो तेव्हा मी कामावर जात असे, त्या वेळी माझ्या आईला काहीतरी होईल अशी भीती सतत मला वाटायची. आमचे लग्न झाल्यावर तशीच भीती मला नादियाबद्दल वाटायची. विशेषतः प्रशिक्षण आणि नोकरी याकरता जेव्हा जेव्हा मला परदेशी जावे लागे त्या वेळी. हे सगळे वाईट घडून गेल्यावर मात्र आत्ता घडलेली भीषण दुर्घटना पाहायला आई आणि नादिया दोघीही या जगात नाहीत याबद्दल मी अल्लाचा आभारी आहे.

माझ्या वैयक्तिक जीवनात माझे कधीही भरून न येणारे नुकसान झाले.

त्याबद्दल माझ्या मनात परत परत तेच विचार येत राहतात. घईदाच्या जिवावर बेतणाऱ्या दुखण्यातून ती पूर्ण बरी होईपर्यंत आम्ही तिला बेस्सन, मायर, अया आणि नूर यांच्या मृत्यूची बातमी कळू देण्याचा धोका पत्करला नाही. जेव्हा जेव्हा तिने त्यांच्याबद्दल विचारले तेव्हा तेव्हा आम्ही तिला सांगितले की, त्याही गंभीर जखमी झाल्यामुळे अतिदक्षता विभागात आहेत. सुरुवातीला या उत्तराने तिचे समाधान झाले खरे; पण मध्येच ती म्हणायची की 'त्या आता या जगातच नाहीत' असे तर नाही ना सांगणार? ती सतत त्यांची चौकशी करत राहायची. शेवटी आम्ही- तिचे वडील, शथा आणि मी ठरवले की, आता तिला सत्य सांगायची वेळ आलेली आहे. हे काम शथाने केले. तिने घईदाचा हात हातात घेऊन सांगितले की त्या चौघी जणी त्या हल्ल्यात मृत्यूमुखी पडल्या. घईदा जोराने किंचाळायला आणि रडायला लागली, म्हणू लागली की माझ्या बहिणी तिथे नाहीत तर त्या घरात मला परत जायचे नाही. आम्हाला वाटले की सत्य काय आहे हे सांगून आम्ही चूक केली की काय! कारण तिची अवस्था अजूनही नाजूक होती. शथा तिच्याजवळ राहिली आणि हळूहळू दोघी एकमेकींना सांभाळून घेऊ लागल्या. या दोघी त्या हल्ल्यात सापडल्या होत्या. त्यांच्या शरीरात बॉम्बमधील धातूचे तुकडे घुसले होते. त्यांच्या जखमांना टाके घातलेले होते आणि त्या वेदनेने तळमळत होत्या. दोघींनी जिवाभावाची माणसे गमावली होती.

आम्ही घरी पोहोचलो. आजूबाजूला भग्न इमारतींचे अवशेष होते. तेथील पूल कोसळलेले होते. सगळीकडे दगडमातीचा खच पडलेला होता. माझ्यासमोर दोन पर्याय होते. निराशामय, अंधकारमय जीवन जगायचे का आशावादी राहायचे. मी जर नैराश्याने ग्रासलो, तर हा हल्ला करणाऱ्यांचा तिरस्कार करून त्यांचा सूड घेण्याची इच्छा मनात बाळगावी तर मी मानसिक उदासीनतेत जाईन. मला नैराश्य येईल आणि मी मनोरुग्ण होईन. त्यामुळे जीवनात अधिकच गुंतागुंत निर्माण होईल. पण मी आशावादी राहिलो तर माझ्या वाचलेल्या मुलांचे उज्ज्वल भवितव्य घडवू शकेन.

पण याआधी काही सत्य गोष्टींना सामोरे गेले पाहिजे. गाझापट्टी संपूर्ण उद्ध्वस्त झाली होती. बॉम्बहल्ल्याने सगळीकडे मोडतोड झाली होती. फक्त सरकारी इमारती आणि पोलिस मुख्यालय उद्ध्वस्त करणे, हे इस्रायली संरक्षण दलाचे ध्येय आहे असे जरी ते म्हणत होते, तरी त्या इमारतींच्या जोडीला आजूबाजूच्या सगळ्या इमारती उद्ध्वस्त झालेल्या होत्या. माझ्या घराच्या खिडकीतून जिथपर्यंत नजर जाईल तिथपर्यंत उद्ध्वस्त भूमी दिसत होती. जबालिया शहरातच पडझड झालेल्या इमारतींचे भग्नावशेष जवळ जवळ पाच लाख टन होते. साराजेवोला जेव्हा वेढा पडला होता, त्या वेळेसारखे ते दृश्य दिसत होते. अफगाणिस्तानातील मुजाहिदीन लोकांचा हल्ला झाल्यावर अफगाणिस्तानची जी दशा झाली होती, तशीच जबालियाची

स्थिती झाली होती. अर्धवट जळालेल्या इमारतींचे भग्नावशेष होते, त्याचप्रमाणे काही इमारतींचे सांगाडे उरलेले दिसत होते. इमारतींच्या खिडक्यांच्या जागी मोठीमोठी भगदाडे पडली होती. त्या इमारती भूतबंगल्यासारख्या दिसत होत्या. युद्धात एकमेकांबद्दल कमालीचा तिरस्कार-द्वेष उफाळून येतो. त्याच्या दुष्परिणामांचे हे दृश्य स्वरूप या भागांमध्ये प्रकर्षाने जाणवत होते. इमारती निकामी आणि निरुपयोगी करणे एवढ्यावरच हे थांबत नाही. फक्त भगदाडे पाडून शत्रू थांबत नाही. परत परत त्या इमारतींवर हल्ले करून त्या जमीनदोस्त केल्या जातात. त्यांचा संपूर्ण नायनाट केला जातो. एक काळ लोक तिथे नांदत होते, याचा मागमूसही तिथे ठेवला जात नाही. पण खरेच तिथे वस्ती होती. त्यांना परत यायचे होते. खरे तर परत यावे असे तिथे काहीच शिल्लक नव्हते. मातीचे ढिगारे, तुटलेल्या विजेच्या तारांचा गुंता, एवढेच बाकी होते.

हे हृदयद्रावक दृश्य मी पाहिले त्या वेळी माझ्या मनात येऊन गेले की, हे सैनिक त्यांच्या कृतीबद्दल अनभिज्ञ होते का? इतके उद्ध्वस्त करण्याचा निर्णय कोणाचा असतो? अशी कृती करताना ते कोणता विचार करत असतील? इस्रायली संरक्षण दलाची अशी समजूत होती की, पॅलेस्टिनी लोकांकडून कासम क्षेपणास्त्रांचा मारा होतो आहे. याबद्दल खुलासा कोण करणार?

त्या हिवाळ्यातील त्या भयंकर दिवसांत गाझापट्टीत काय घडले याबद्दल अनेक लोकांना अनेक प्रकारची माहिती सांगायची आहे. मुख्य प्रसिद्धिमाध्यमांत याचा उल्लेख गाझामधील युद्ध असा केला जातो. या युद्धाला सांकेतिक भाषेत ऑपरेशन 'कास्ट लीड' असे नाव इस्रायली संरक्षण दलाने दिले होते. त्याला अरब जगतात या युद्धाला 'गाझामधील कत्तल' असे म्हटले गेले. इस्रायली लोक याला दक्षिणेतील युद्ध असे म्हणतात. नक्की किती लोक या युद्धात मारले गेले याची आकडेवारी उपलब्ध नाही. पण दोन्ही बाजूंच्या मते या युद्धात मृत पावलेल्या पॅलेस्टिनी लोकांची संख्या ११६६ ते १४१७ या दरम्यान कुठली तरी आहे. इस्रायली मृतांची संख्या फक्त १३ आहे. जिवंत असलेल्या लोकांबद्दल आणखी आकडेवारी सांगता येईल. गाझा पट्टीतील जवळजवळ चार लाखांपेक्षा जास्त लोकांचा नळाचा पाणीपुरवठा खंडित झाला. चार हजार कुटुंबीयांची घरे संपूर्ण उद्ध्वस्त तरी झाली किंवा इतकी प्रचंड पडझड झाली की, तिथे परत राहायला जाणे अशक्य होते. हजारो लोक बेघर झाले. ८० शासकीय इमारतींवर बॉम्बहल्ले झाले.

सप्टेंबर २००९ मध्ये संयुक्त राष्ट्राच्या मानवाधिकार संघटनेने या युद्धासंबंधीचा एक अहवाल सादर केला. त्या अहवालावरून आणखीनच गदारोळ माजला. दोन्ही बाजूंच्या राजकारणी लोकांनी हा अहवाल स्वीकारला नाही. हा अहवाल आदरणीय

न्यायाधीश रिचर्ड गोल्डस्टोन यांनी लिहिला होता. ते दक्षिण आफ्रिकेचे होते. इस्राईलने गाझावर केलेल्या हल्ल्याला पॅलेस्टिनी नागरिकांना अद्दल घडावी आणि त्यांची मानहानी व्हावी, त्यांना घाबरवावे, त्यांचा मनोभंग व्हावा यासाठी हेतुपुरस्सर केलेला हल्ला,असे म्हटले आहे. सुरक्षित आसरा शोधण्यासाठी घरातून बाहेर पडलेल्या पॅलेस्टिनी नागरिकांवर हल्ले करून त्यांना ठार मारले. खरेतर ते शरणागतीचे पांढरे निशाण दाखवत चालले होते, तरीही हे घडले. इस्रायली सैन्याने अन्नधान्याची नासाडी केल्याबद्दल त्यांना दोष दिला. पाणीपुरवठा आणि मलनिस्सारण व्यवस्था कुचकामी केली, असाही आरोप न्यायाधीशांनी ठेवला. गाझा शहरावर आणि जबालिया निर्वासित बॉम्बहल्ला करताना पांढऱ्या फॉस्फरसचा वापर बेफिकिरीने, निर्धास्तपणे केला. त्याचप्रमाणे इस्पितळांवर आणि संयुक्त राष्ट्रांनी पुरवलेल्या सुविधांवर हल्ला केला. मशिदीत प्रार्थना चालू असताना तिच्यावर क्षेपणास्त्रांचा मारा केल्याबद्दलही इस्रायली सैन्याला त्यांनी दोषी ठरवले.

गेली आठ वर्षे आठ हजार क्षेपणास्त्र इस्राईलवर टाकल्याबद्दल त्यांनी हमास संघटनेवरसुद्धा टीका केली. विशेषतः या क्षेपणास्त्रांच्या हल्ल्याने नागरिक मारले गेल्याबद्दल आणि नागरी इमारतींवर हल्ले केल्याबद्दल. पॅलेस्टिनी लोकांनी जी क्षेपणास्त्रे नागरी वस्तीवर टाकली, त्यामुळे तेथील नागरिकांचे मानसिक खच्चीकरण व्हावे, हा उद्देश होता. ही क्षेपणास्त्रे इस्राईल लोकांच्या घरांवर, शाळांवर आणि त्यांच्या धर्मस्थळांवर नेम धरून टाकलेली होती. त्यामुळे नागरिकांची धावपळ व्हावी, हाच त्यामागे उद्देश होता. न्यायाधीश गोल्डस्टोन यांनी दोन्ही बाजूंनी या घटनांची सार्वजनिक चौकशी करावी, अशी शिफारस केली होती. पण त्याकडे दोन्ही बाजूंच्या शासनांनी लक्ष दिले नाही. इस्राईल सरकारने हा अहवाल प्रचारकी थाटाचा आणि पूर्वग्रहदूषित आहे असे म्हटले. हमासने हा अहवाल राजकीय, असमतोल आणि अप्रामाणिक असल्याचे म्हटले.

मध्य पूर्वेत असे नेहमी घडते. शब्दांच्या अवडंबरामुळे सत्य परिस्थिती नेहमीच झाकली जाते. माझ्या मते बहुतांशी इस्राईलचे आणि पॅलेस्टिनचे लोक या तीन आठवड्यांच्या युद्धामुळे प्रचंड भयभीत झाले होते. सर्वसामान्य लोकांनी या युद्धाबद्दल केलेल्या टीकाटिप्पणीमधून मला असे जाणवले की, दोन्ही बाजूंच्या लोकांनी एकमेकांशी संवाद साधला पाहिजे आणि त्यातून जो निष्कर्ष निघेल त्यांची अंमलबजावणी केली पाहिजे. मला वाटते, तेच योग्य आहे. वाइटातून काहीतरी चांगले होते हा माझा निरंतर समज आणखीनच दृढ झाला. एकमेकांशी संवाद साधण्याव्यतिरिक्त अन्य कोणत्याही मार्गाचा विचारही करता येणार नाही, हे मला प्रकर्षाने जाणवले. माझ्या तीन अनमोल मुली आणि माझी पुतणी या युद्धात गमावल्या आहेत. मध्य पूर्वेतील तथाकथित पद्धतीनुसार सूड घेण्याचा मार्ग माझ्या मुली मला परत मिळवून

देणार नाहीत. अशा वेळी राग येणे साहजिक आहे. जे घडले ते तुम्हाला मान्य नाही हे रागातून दर्शवले जाते. त्यामुळे सूड उगवण्यापेक्षा इतर मार्ग चोखाळण्यास तुम्ही प्रवृत्त होता. पण द्वेष करणे सोडलेच पाहिजे. सुडाची भावना आणि द्वेष मनात निर्माण झाला की शहाणपण बाजूला राहते; दुःख मात्र वाढते आणि त्यामुळे संघर्ष वाढतो. या वाईट घटनेतून एक चांगली गोष्ट साधता येऊ शकते, ती म्हणजे दोन्ही बाजूंनी एकत्र येऊन हा आपल्यातील दुरावा दूर करण्यासाठी सेतू बांधण्याचे सुंदर काम करणे.

दोन्ही बाजूंमधील दुरावा कसा सांधायचा, याबद्दलचे माझ्या मनात जे विचार होते ते या दुर्घटनेमुळे दृढ झाले. दोन्ही बाजूंमधील दुरावा संपण्याकरता सेतू बांधणे हाच उत्तम राजमार्ग आहे, याबद्दल मी ठाम झालो. हिंसेचा मार्ग निरर्थक आहे, वेळेचा अपव्यय करणारा आहे, नागरिकांचे अमोल जीवन संपवणारा आणि नैसर्गिक संपत्तींचा ऱ्हास करणारा आहे, हे माझ्या नसानसात भिनले. त्याचा काहीच उपयोग होत नाही; उलट वैर वाढत जाते. एकच मार्ग आहे वैर संपवण्याचा आणि तो म्हणजे दोन्ही बाजूंनी समजूतदारपणे एकत्र राहणे. एकमेकांची ध्येये साध्य करण्यासाठी एकमेकांना मदत करणे. आपल्याला सुखाचा, समाधानाचा मार्ग दाखवणारा प्रकाश आपणच शोधायला हवा. इथे मला धर्माबद्दल बोलायचे नाहीये. सत्याची कास धरून दोन्ही देशांनी सुखाचा मार्ग शोधायला हवा. अविश्वासाचे धुके दूर करून शहाणपणाचा मार्ग दिसेल असा प्रकाश आपल्याला हवा आहे. एकमेकांशी बोलणे, एकमेकांबद्दल विश्वास वाटणे, एकमेकांबद्दल आदर दाखवणे या मार्गाने आपण अंतिम सत्याचा शोध लावू शकतो. द्वेषाने आंधळे होण्यापेक्षा डोळे उघडे ठेवून आजूबाजूला काय चालू आहे त्याचे नीट निरीक्षण करा. जर अंतिम सत्य आपल्याला उमगले तर आपण शेजारी शेजारी गुण्यागोविंदाने राहू शकू आणि तरच हा साठ वर्षांचा दुरावा कमी होईल.

मी डॉक्टर आहे. त्यामुळे वैद्यकीय परिभाषेत मी नीट खुलासा करू शकतो. आपल्या दोन्ही देशांना युद्धाचा हा आजार परत कधीच होऊ नये याकरता प्रतिबंधक उपाय करायला हवेत. एकमेकांबद्दल आदर दाखवणे, एकमेकांचा मानसन्मान जपणे आणि समानता याचे इंजेक्शन प्रत्येकाला द्यायला हवे. त्यामुळे द्वेषभावना कमी होण्यास प्रतिबंध होईल.

शांतता प्रस्थापित करणे, लोकांच्या शारीरिक आणि मानसिक जखमांवर उपचार करणे आणि नवजात बालकांना या जगात आणणे, यासाठी मी माझे आयुष्य वाहून घेतले आहे. त्याचप्रमाणे वंध्यत्वाचा शाप असलेल्या जोडप्यांचे प्रश्न सोडवणे, हेही माझे ध्येय आहे. माझ्या कामाचे स्वरूप असे आहे की, इस्रायली डॉक्टरांचे सहकार्य मला घ्यावेच लागते; किंबहुना त्यांच्या सहकार्यानेच मी पुढे जातो.

गाझामधील जखमींना आणि आजारी लोकांना उपचारासाठी इस्त्राईलच्या हॉस्पिटलमध्ये आणण्याचे काम मी गेली कित्येक वर्षे एकटाच पार पाडतो आहे. या मार्गानेच जाण्यावर माझा दृढ विश्वास आहे. माझ्या मुलांना मी हेच संस्कार दिलेले आहेत. इस्त्रायली आणि पॅलेस्टिनी या दोघांनी समजूतदारपणे सहजीवन व्यतीत करावे म्हणून मी माझे आयुष्य पणाला लावले. एवढेच नाही, तर माझ्याकडे होते नव्हते ते सर्व याकरता मी वेचले; पण या युद्धाचे भीषण परिणाम माझ्या घरापर्यंत पोहोचले. हे सगळे माझ्या कल्पनेपलीकडचे आहे. असे काही घडेल याची मी स्वप्नातदेखील कल्पना केली नव्हती.

न्यू यॉर्कमधील एक पत्रकार मोना एल्थवे हिने या दुर्घटनेनंतर सहा आठवड्यांनंतर माझी मुलाखत घेतली. तिने असे लिहिले आहे, 'मध्य पूर्वेत 'आम्ही' आणि 'ते' अशा भाषेत बोलणारे अनेक लोक आहेत; पण त्यामध्ये ही व्यक्ती एकटीच अशी आहे की ती इस्त्रायली लोकांचा तिरस्कार करायला ठाम नकार देते.' हा तिने माझ्याबद्दल जो उल्लेख केला तो मला फार महत्त्वाचा वाटतो. त्या मुलाखतीत मला भावलेला मुद्दा हा आहे. मला माझे दुःख उगाळण्यात स्वारस्य नाही. मी त्यात वेळ घालवत नाही. मी खरंच कोणाचाही तिरस्कार करत नाही. पण तरीही मला नेहमी असा प्रश्न पडतो की, हे माझ्या बाबतीत का घडावे? माझ्या सोन्यासारख्या मुली त्या हल्ल्यात दगावल्या. त्यांच्याबरोबर मी का मेलो नाही, असा प्रश्न मला पडतो. दैवाने कोणत्या तरी खास कारणाकरता मला वाचवले की काय? माझ्या घरी सांत्वनासाठी आलेले मित्र आणि अनोळखी लोक मला विचारतात की, गेल्या वर्षातील या दोन दुर्घटना माझ्या घरात घडल्या; ती दैवाने मला शिक्षा दिली असे तुम्हाला वाटते का? माझ्या पत्नीचा कॅन्सरमुळे मृत्यू आणि माझ्या मुली आणि पुतणी यांचा बॉम्बहल्ल्यात झालेला मृत्यू, या दोन दुर्दैवी घटना. पण मला राहून राहून असे वाटते की, या हल्ल्यात मी का मेलो नाही?

मला असे तीव्रतेने जाणवते की, कुराणातील अयूब असो किंवा ताल्मुड आणि बायबल यांमधील जॉब, त्याच्या देवावरच्या श्रद्धेची सत्त्वपरीक्षा देवाने पाहिली. त्याचे उभे पीक नष्ट झाले. त्याची मुले मारली गेली. त्याची संपत्ती गेली. तो आजारी पडला. त्याचे मित्र त्याला सोडून गेले. इतके होऊनही त्याचा अल्लावरचा विश्वास ढळला नाही. तसेच माझ्याबाबतीत घडते आहे की काय, असे मला वाटते. देव माझीही परीक्षा घेतो आहे आणि मला असे वाटते की, या संकटातून बाहेर पडायचा मार्ग मला गवसेल. अल्लावर माझा विश्वास असल्यामुळे त्याने गाझातील सत्य परिस्थिती विशद करण्याकरता माझी निवड केली असेल. तेथील जनजीवन विस्कळीत झाल्यामुळे लोकांना होणारा त्रास, निर्वासित छावणीत राहावे लागल्यामुळे होणारी मानहानी, चहूबाजूंनी शत्रूचा वेढा असल्यामुळे होणारी मुस्कटदाबी, ही सत्य

परिस्थिती जगापुढे मांडण्यासाठी अल्लाने माझी निवड केलेली असावी, जेणेकरून पॅलेस्टिनी आणि इस्त्रायली लोक सलोख्याने शेजारी शेजारी नांदतील.

परस्परसामंजस्याने दोन्ही देश एकत्र, शेजारी म्हणून सुखाने नांदू शकतील यावर माझा दृढ विश्वास आहे. एकमेकांचा सूड घेणे आणि शिक्षा करणे हे चक्र अव्याहत चालावे, असे मला अजिबात वाटत नाही. गाझामधील ही दुर्दैवी सत्य परिस्थिती जगाला तेव्हाच पटेल, जेव्हा ज्यू लोकांचा तिरस्कार न करणाऱ्या एखाद्या पॅलेस्टिनी व्यक्तीकडून त्यांना ती समजेल. आत्तापर्यंत आलेले प्रत्येक संकट जणू माझा निर्धार अधिक पक्का व्हावा, मला मानसिक शक्ती मिळावी, ऊर्जा मिळावी याकरता मिळालेली संधीच आहे, असे मी समजतो. त्यामुळे मी पुढच्या लढ्यासाठी तयार होतो. किंवा दोन्ही बाजू जोडण्यासाठी दूत म्हणून माझी योजना झालेली असेल. हे काम जास्त चांगले पार पाडता यावे यासाठी ही कसोटी अल्लाकडून घेतली गेली असावी.

मी काही प्रेषित नाही. मीसुद्धा सामान्य माणूस आहे. माझ्यावर जे संकट कोसळले, दुर्घटना घडल्या त्यामागे अल्लाची योजना असावी हे स्वीकारण्याचा प्रयत्न मी करतो आहे. जी हिंसा झाली, जे हल्ले झाले त्यामागे मानवी हात होता. पण यातूनही काही चांगले घडावे यासाठी जास्तीत जास्त प्रयत्न करणे, हे माझे ध्येय आहे. या वाईट घटना परत परत घडू नयेत यासाठी मी प्रयत्नशील राहीन.

प्रत्येक कृतीमागे काही कारण असते. माझ्या कुटुंबाची जी प्रचंड हानी झाली त्यामागे अल्लाचा काहीतरी उद्देश असणार. माझ्या मुलींच्या मृत्यूमुळे इस्त्रायली लोकांचे डोळे खाडकन उघडले. गाझात काय घडते आहे हे त्यांना समजले. हाच संदेश मला सगळ्यांना द्यायचा होता. आमच्या जागी तुम्ही असता तर तुमच्या मनाची अवस्था काय झाली असती, याचा विचार करा. माझ्या घरातील या दुर्घटनेमुळे युद्धबंदी झाली. इस्त्राईल जनतेचे डोळे उघडले. तसेच पॅलेस्टिनमध्ये राहणारे ज्यू आणि जगातील सर्वांना गाझामधील रहिवाशांवर कोसळणारी रोजची हलाखीची परिस्थिती कशी आहे, त्याची कल्पना आली आणि त्यांचे हृदयही दुःखाने पिळवटून गेले. या दुर्घटनेमुळे जगाला जी शिकवण मिळाली त्यामुळे आमचे भवितव्य सुधारेल, असे मला वाटते. अजून आशा आहे. भूतकाळ आपल्याला पुष्कळ काही शिकवतो.

माझ्या मुली बेस्सन, दलाल आणि शथा यांना शांतता शिबिरात ॲनल हार्पझ् भेटली होती. ती शथाला आणि मला भेटण्याकरता हॉस्पिटलमध्ये आली. शथा दहा आठवडे हॉस्पिटलमध्ये होती, तोपर्यंत ती तिच्या बाजूला बसून होती. मार्चअखेरीला आम्ही जबालियाला परत निघण्याच्या थोडे आधी तिने मला एक ई-मेल पाठवला. 'बेस्सनच्या स्मृत्यर्थ' हा तिच्या मेलचा मथळा होता. तिचे पत्र पुढीलप्रमाणे होते-

प्रिय,

शेवटी एकदाचा मला वेळ मिळाला बेस्सनच्या मृत्यूचा शोक करायला. याआधी मी खूप कामात होते. बेस्सनच्या मृत्यूने मी कोसळलेच होते. शथा आणि घईदा या दोघींना मला आधी भेटायचे होते. कारण त्या जखमी झालेल्या होत्या, अत्यवस्थ होत्या. त्यांना भेटण, हे मला फार जड जाणार होते. या पत्राबरोबर मी एक कविता पाठवते आहे. ती कविता वाचल्यावर माझ्या मनाला खूप शांती मिळते.

शांतता प्रस्थापित व्हावी म्हणून जे प्रयत्न तुम्ही करता आहात त्याकरता मी तुम्हा प्रत्येकाला धन्यवाद देते. बेस्सनच्या मृत्यूमुळे लोकांच्या मनात बदल होईल, अशी मी आशा करते. आपल्या सगळ्यांना मनापासून जे वाटते आहे ते या दोन्ही देशांतील सर्वांना जाणवेल, अशी इच्छा मी व्यक्त करते आणि त्या जगन्नियंत्याला प्रार्थना करते की, शांती प्रस्थापित होऊ दे. बेस्सनच्या आठवणी किंवा जी दुर्घटना तुमच्या भागात घडली त्याबद्दल जर तुम्हाला काही सांगायचे असेल तर ते माझ्याकडे पाठवा. तुमच्या घरातील ज्या मुलींचे बलिदान झाल, त्यांच्या स्मृत्यर्थ एक संकेत स्थळ तयार करायचे एकाने कबूल केले आहे. या घटनेबद्दल एखादी कथा, कविता किंवा लेख जे योग्य वाटेल ते लिहा. मी त्याला प्रसिद्धी देईन. तुमच्या मुलींसंबंधीच्या आठवणी माझ्याकडे पाठवा. माझी कविता पुढीलप्रमाणे-

जिथे प्रेम शाश्वत असते

माझ्या लाडक्या बेस्सनच्या स्मृत्यर्थ

बेस्सन, मी तुला स्पर्श करायला आतुर आहे.
अजून एकदातरी मला
तुला कवेत घ्यायचं आहे.
तुझ्या आईच्या निधनाचे दुःख मला किती झाले आहे
हे तुला सांगायचे आहे गं!

पण आता तूही नाहीस.
तुझे सुंदर हास्य,
तुझे मृदू वागणे
तुझ्या स्वभावात असलेला हळुवारपणा.

कोणाहीबद्दल त्यांच्या वागण्याचे,
बोलण्याचे मतप्रदर्शन न करणारी तू.
लोकांबद्दल तुला वाटणारी करुणा.
तुझी जगण्याची पद्धत,
तुझी स्वप्ने, तुझ्या आकांक्षा.
अन् शांतता नक्कीच प्रस्थापित होईल असे मानणारा
तुझा आशावाद... युद्धापूर्वी होता ना!
मी तुझ्या बाबांशी बोलले.
त्यांनी मला तुझा फोननंबर दिला.
तो अजून माझ्या गाडीत आहे.
मी रोज तो फोननंबर बघते.
तुझे नाव वाचते.
बेस्सन
मला वाटते, मी तुझ्याशी आणखी बोलायला हवे होते,
पण मला धाडस झाले नाही.
तुझ्या निधनाच्या तीन दिवस आधी आपण बोललो होतो.
तेव्हा मी तुला म्हटले होते की,
तुझ्या सुरक्षिततेसाठी मी प्रार्थना करीत आहे.
पण माझी प्रार्थना देवाने ऐकली नाही.
बॉम्बहल्ला झाला,
कासम क्षेपणास्त्रं कोसळली,
अलोट धूर पसरला,
मला वाटते की देवाने मला दगा दिला.
माझ्या देशाने, माणसातील क्रौर्याने,
युद्धपिपासू लोकांनी मला फसवले.
हिंसेने सर्व प्रश्न सुटतील असे मानणाऱ्या लोकांनी
माझा विश्वासघात केला.
पण देवाने मला एक छान भेट दिली-
शथा, इझेलदिन, अट्टा आणि घईदा
यांच्याबरोबर सहा आठवडे मी घालवले.
या काळात सुडाची भावना किंवा तिरस्काराचे शब्द
मला ऐकायला मिळाले नाहीत.
राग-क्रोध दिसला नाही.

फक्त शांतता प्रस्थापित होणे शक्य आहे
हा गाढा विश्वास मला जाणवला.
इतके पराकोटीचे नुकसान होऊनसुद्धा
असे वातावरण तिथे होते.
त्यांच्यामुळे मला हे दुःख सहन करण्याचे बळ मिळाले.
त्यांच्या दृढनिश्चयामुळे माझाही शांततेवर विश्वास बळावला.
त्या शांत होत्या त्यामुळे
मलाही मनःशांती मिळाली.
बेस्सन, तुला मी वाचवू शकले नाही.
तेही माझ्याच लोकांपासून, याबद्दल मला माफ कर.
शांतता निर्माण होऊ शकते अशी आशा मी तुला दाखवली;
पण तसं झालं नाही,
याबद्दल मला क्षमा कर.
आशा, शांतता आणि मृदुता यांचं प्रतीक
म्हणजे तू आहेस बेस्सन!
तू जायच्या आधी तुझ्या बाबांनी
त्यांचं एक छान स्वप्न मला सांगितलं होतं.
पुष्कळ लोक असलेल्या खोलीत
ते आले तेव्हा त्यांच्यात तू पण होतीस.
त्यांनी तुला विचारलं,
"तू इथं का बसली आहेस?
आपल्या संस्कृतीत पुरुषांमध्ये स्त्रिया किंवा
मुलींनी असं बसणं मान्य नाही."
तू उत्तर दिलंस,
"बाबा, आता सगळं ठीक आहे.
मी मजेत आहे.
इथं मी पुरुषांमध्ये बसले तरी चालतं,
कारण त्यांना आता माझी जरुरी आहे."
हे ते स्वप्न होतं.
बेस्सन, पुरुषांमध्ये बसून
त्यांच्यावर प्रभाव टाकण्यासाठी यापुढे
दुसऱ्या कुणालाही मृत्यू स्वीकारण्याची वेळ येऊ नये.
पुरुषांमध्ये बसण्याचा हक्क मिळवण्यासाठी

स्त्रीला मरणच पत्करावं लागतं का गं?
स्त्रियांचं म्हणणं ऐकलं गेलं पाहिजे.
जगातील सर्व पुरुषांना मनापासून हे पटलं पाहिजे.
स्त्रियांचा आवाज, त्यांचं म्हणणं ऐकलं गेलं पाहिजे.
हे पुरुषांना अंतःकरणापासून जाणवलं पाहिजे
तरच प्रेम शाश्वत राहील,
अभंग राहील.

ॲनल... मार्च २००९

तिच्या पत्राने माझ्या हृदयाची तार छेडली गेली. बेस्सन, मायर आणि अया यांच्या सन्मानार्थ मी एक न्यास स्थापन करणार आहे. मध्य पूर्वेतील स्त्रियांना आणि मुलींना उत्तम आरोग्य मिळावे आणि त्यांच्या शिक्षणासाठी योग्य त्या सुविधा या न्यासातून त्यांना मिळाव्यात, जेणेकरून त्या सामर्थ्यशील होतील. त्यामुळे त्यांचे जीवनमान सुधारेल.

आमच्या समाजात स्त्रियांच्या प्रश्नांकडे गंभीरपणे कधीच लक्ष दिले गेले नाही. याबद्दल या पुस्तकात मी आधीच लिहिले आहे. पॅलेस्टिनी स्त्रियांच्या नशिबात नेहमीच त्याग करणे आणि दुःख भोगणे, हेच आलेले आहे. जेव्हा अंदाधुंदी होते तेव्हा त्या अस्थिर परिस्थितीत कसे निभावून न्यायचे, ते या स्त्रियांना चांगलेच माहीत आहे. ते त्यांच्या अंगवळणीच पडले आहे. असे नाही की त्यांना सामाजिक प्रश्नांत भाग घेता येत नाही. ते त्यांच्या कुवतीबाहेरचे आहे असेही नाही. आमच्या या भागातील प्रश्नांबद्दल, भवितव्याबद्दल होणाऱ्या चर्चांत त्यांना भाग घ्यायचीच बंदी आहे. त्यांना या प्रश्नात सामील करून घेतले जात नाही. त्यांच्या मताची दखल घेतली जात नाही.

मुलींना आणि स्त्रियांना सर्व समाजात अशी संधी मिळायला हवी, या मताचा मी आहे. यासंबंधीच्या चर्चासत्रात त्यांनी भाग घ्यायलाच हवा. मी डॉक्टर म्हणून अनेक पॅलेस्टिनी आणि इस्त्रायली बालकांना या जगात यायला मदत केलेली आहे. नवजात पॅलेस्टिनी आणि नवजात इस्त्रायलीमध्ये काही फरक नाही. या बालकांना जन्म देणाऱ्या ज्या माता आहेत त्या माता या दोन्ही देशांत सलोखा निर्माण होण्याच्या कार्यात मोठा सहभाग घेऊ शकतील.

गाझातील अनेक स्त्रिया, कन्यांना त्यांच्या आर्थिक आणि सामाजिक परिस्थितीमुळे शिक्षण घेता येत नाही. माझ्या देशातील स्त्रिया आणि मुली भविष्यात शांततेची मशाल हातात धरतील, असा माझा दृढ विश्वास आहे. पण त्यासाठी त्यांना सामाजिक जोखडातून बाहेर पडायला हवे. निर्वासित छावणीत राहण्यामुळे त्यांच्यावर

अनेक बंधने आलेली आहेत. त्याचप्रमाणे शत्रूचा वेढा पडलेला आहे. या सगळ्यामुळे त्या दडपल्या गेल्या आहेत. त्यातून त्यांची आधी सुटका व्हायला हवी. त्यांना जेव्हा आर्थिक आणि सामाजिक स्वातंत्र्य प्रदान होईल आणि समाजाकडून सन्मानाची वागणूक मिळेल, तेव्हाच त्या खऱ्या अर्थाने समर्थ होतील. संपूर्ण समाज सुधारायला हवा असेल तर आधी स्त्रियांना शिक्षण आणि सन्मान देऊन समर्थ करायला हवे.

माझ्या मुली खास होत्या. त्या शालीन होत्या. फार गोड स्वभावाच्या आणि इतरांच्या मनाचा विचार करणाऱ्या होत्या. लोकांना मदत करण्यास त्या नेहमी तत्पर असायच्या. स्त्रियांना शिक्षण दिले पाहिजे यासंबंधी असलेली कुराणातील वचने त्या तोंडपाठ म्हणून दाखवायच्या. त्या लहान असतानाच त्यांनी खूप मोठी स्वप्ने बाळगली होती. त्या महत्त्वाकांक्षी होत्या. आपल्याला पुढे काय करायचे आहे याबद्दल त्यांच्या मनात ठाम कल्पना होत्या; पण आमच्या समाजात माझ्या मुलींइतका प्रगल्भ विचार करणाऱ्या मुली आणि स्त्रिया फार नव्हत्या. काही कुटुंबात मुलींना जरी पुढे जाण्याची, शिक्षण घेण्याची इच्छा असली तरी त्यांच्या कुटुंबाकडे पुरेशी साधनसामग्री नसते किंवा वडील किंवा कुटुंब त्यांच्या पाठीशी उभे राहत नाहीत. पालकांकडे इच्छाशक्तीच नसते. हे सगळे बदलायला हवे.

माझ्या मुलींच्या बलिदानानंतर त्याची भरपाई म्हणून पैसे देण्यासंबंधी इस्त्राईलमध्ये चर्चा चालू आहे. पण दुर्दैव म्हणजे आजपर्यंत एकही पैसा मिळालेला नाही. मुली आणि स्त्रिया यांच्या प्रगतीकरता स्थापन होणाऱ्या प्रतिष्ठानाची सुरुवात या पैशातून व्हावी अशी माझी इच्छा आहे. माझ्या मुलींच्या बलिदानाबद्दल कोणीही दिलगिरीदेखील व्यक्त केली नाही. इस्त्राईल सरकारने माझ्या घरावर बेतलेल्या दुर्घटनेची जबाबदारी घेतली आहे; कारण हा हल्ला चुकून झालेला होता. त्यात माझ्या मुली बळी पडल्या याचीही जबाबदारी त्या सरकारने घेतली होती. पण क्षमा मागण्याचे सौजन्यही त्यांनी आजपर्यंत दाखवले नाही. सरकारतर्फे कोणत्याही अधिकाऱ्याने याबाबत दिलगिरीही व्यक्त केली नाही. जर ते आपल्या शब्दाला जागणारे असतील तर ते नुकसानभरपाई देतील, त्यांच्याकडून झालेल्या चुकीची जबाबदारी घेऊन क्षमा मागतील. हे सगळे झाले तरच माझ्या मुलींच्या बलिदानाची जी नुकसानभरपाई ते देतील, त्यातून मला प्रतिष्ठान उभे करता येईल. त्याचे बीज मला रोवता येईल. स्त्रिया आणि मुली यांना प्रतिष्ठा मिळवून देण्याचा हा प्रकल्प मला सुरू करता येईल.

मुली आणि स्त्रियांना आपले विचार समर्थपणे, ठामपणे मांडता यावेत याकरता ही संस्था काम करेल. मध्य पूर्वेतील स्त्रियांचे- पर्यायाने सर्व समाजाचे जीवनमान सुधारण्याकरता हे प्रतिष्ठान प्रभावी साधन ठरेल. आपल्याला समाजात जो चांगला बदल करायचा आहे, तो घडवून आणण्यात स्त्रिया महत्त्वाचा सहभाग घेऊ शकतात, हे आपल्याला मान्य करावेच लागेल. जर समाजात काही सुधारणा कोणी सुचवली

तर सगळा समाज चिंतातुर होतो. विशेषतः स्त्रियांच्या सुधारणेसंबंधी जर काही बदल सुचवला असेल, तर ही समाजातील बेचैनी प्रकर्षाने जाणवते. पण यासंबंधी गंभीरपणे बोलण्याची वेळ येऊन ठेपली आहे.

पॅलेस्टिनमधील प्रत्येक मुलीला शिक्षणाची संधी मिळाली पाहिजे. पॅलेस्टिनच काय, पण जगातील प्रत्येक मुलीला ही संधी मिळाली पाहिजे. या प्रतिष्ठानातून उच्च माध्यमिक शिक्षण आणि महाविद्यालयीन शिक्षण याकरता शिष्यवृत्त्या दिल्या जातील. सध्या चालू असलेले अभ्यासक्रम आणि इतर सेवा स्त्रियांच्या आणि मुलींच्या विकासासाठी कितपत योग्य आहेत, याचाही या न्यासातर्फे अभ्यास होईल. सध्याच्या अभ्यासक्रमात ज्या उणिवा असतील त्या भरून काढण्याकरता नवीन अभ्यासक्रम आखला जाईल. त्याचप्रमाणे सध्याच्या अभ्यासक्रमात योग्य ती सुधारणा करता येईल. तसेच या प्रतिष्ठानचे पैसे स्त्रिया आणि मुलींच्या प्रगतीकरता योग्य ते संशोधन करण्यासाठी खर्च केला जाईल. या प्रतिष्ठानाची ही महत्त्वाची कामे असतील. त्याचबरोबर या आमच्या प्रयत्नांतून जे निष्कर्ष निघतील, जे बदल व्हावेत अशी आमची इच्छा असेल, त्याला समाजाचा पाठिंबा मिळवण्यासाठी आम्ही प्रचार साहित्य तयार करू.

या प्रतिष्ठानाचे नाव 'अबुइलेश' प्रतिष्ठान असे राहील. स्त्रियांवर खोलवर परिणाम करणाऱ्या ज्या सामाजिक समस्या आहेत, त्याबद्दल संपूर्ण मध्य पूर्वेत आवाज उठवण्यासाठी एक व्यासपीठ तयार करणे, हे या प्रतिष्ठानचे अंतिम ध्येय आहे. ज्या वेळी समाजातील स्त्रिया आणि मुली यांच्या समस्यांबाबत सखोल विचार पुढाऱ्यांसमोर प्रत्येक स्तरावर मांडले जातील, तेव्हा एकंदर सर्व समाजाची मूल्ये बदलतील. गाझापट्टीमधील- किंबहुना सर्व पॅलेस्टिनमध्येच लोकांचे जीवनमान सुधारेल. इस्राईल आणि संपूर्ण मध्य पूर्वेमध्ये हे जीवनमान उत्तम होईल. माझ्या मुलींची आठवण या कार्यामुळे जपली जाईल, अशी माझी इच्छा आहे.

ही दुर्घटना घडल्यानंतर मला युरोप, अमेरिका, आशिया येथील अनेक देशांत प्रवास करण्याची संधी मिळाली. गाझामधील सत्य परिस्थिती; इस्राईल आणि गाझा या दोन देशांनी गुण्यागोविंदाने राहणे कसे गरजेचे आहे याबद्दल माझे विचार सांगण्याकरता मला हिंडावे लागले. त्यासाठी मला देशोदेशी आमंत्रणे आली. प्रत्येक भेटी वेळी मला वस्तुस्थिती काय आहे, हे विशद करण्याची संधी मिळाली. लोकांच्या मनात असलेला गैरसमज मी दूर करू शकलो आणि मध्य पूर्वेतील लोकांच्या मानवी हक्कासाठी आणि इस्राईल आणि पॅलेस्टिन यांच्यात सलोखा राहण्यासाठी लोकांचा पाठिंबा मिळवू शकलो. तशी संधी मला या प्रवासामुळे मिळाली. येथील स्त्रियांचे हलाखीचे जीवनमान सुधारण्यासाठी माझे प्रतिष्ठान काय

करणार आहे, हे मी लोकांना सांगू शकलो. दोन्ही देशांत सलोखा स्थापन व्हावा असे मला वाटते. त्याचप्रमाणे येथील स्त्रियांना उत्तम प्रतिष्ठा मिळावी याबद्दलही मी कार्य करणार आहे. अशा रीतीने माझ्या चळवळीला ही दोन व्यासपीठे मिळाली.

एप्रिल २००९ मध्ये युरोपीय लोकसभेच्या सभासदांना भेटण्यासाठी मला ब्रुसेल्स येथे येण्याचे आमंत्रण मिळाले. त्या वेळेला त्यांनी मला बेल्जियमचे सन्माननीय नागरिकत्व बहाल केले. मला युरोपीय लोकसभेच्या अध्यक्षांना भेटण्याची संधी मिळाली. त्या वेळी हॅन्स गर्ट पॉटेरिंग हे अध्यक्ष होते. ते जर्मनीचे होते. त्या वेळी मला असे समजले की, बेल्जियम लोकसभेच्या मंत्र्यांनी २०१० सालच्या शांततेच्या नोबेल पारितोषिकासाठी माझी शिफारस केली होती. जिन मार्क डेलिझे हे त्या मंत्र्याचे नाव होते. त्या दिवशी मी प्रसिद्धिमाध्यमांशी बोलताना माझी झालेली ही शिफारस, माझे हे नामांकन, मी जगातील जे लोक अन्याय सहन करतात, ज्यांना पूर्वग्रहदृष्टीने रागवले जात, अशा लोकांना अर्पण केले. इस्रायली आणि पॅलेस्टिनी लोकांच्या पुढाऱ्यांनासुद्धा माझी ही झालेली शिफारस अर्पण केली आणि त्यांना कळकळीची विनंती केली की युद्धामुळे होणारा सर्वनाश टाळण्याचा प्रयत्न करा. आता रक्तपात पुरे! वैर पुरे! सैनिकी उपाययोजना निष्फळ ठरलेली आहे. दुसरा मार्ग शोधला पाहिजे. हा कलह मिटवण्याकरता, सामोपचार आणि सहनशक्ती यावर लक्ष केंद्रित केले पाहिजे. चांगले कार्य करून लोकांचा जीव वाचवण्याकरता हरप्रकारे प्रयत्न केले पाहिजेत.

जगात वेगवेगळ्या देशांत या बाबतीत मी जेव्हा बोलायचो, तेव्हा मला लोकांचा उत्तम प्रतिसाद मिळाला. त्यामुळे मी भारावून गेलो. माझ्या घरात जी दुर्घटना घडली, त्याबद्दल मला सगळीकडून सहानुभूती मिळाली. राजकीय पुढारी आणि समाजातील लोकांवर प्रभाव पाडू शकणाऱ्या अशा सर्व व्यक्तींच्या सदिच्छा मला मिळाल्या. माझ्या सोन्यासारख्या मुली मला परत मिळणार नाहीत, हे सत्य आहे; पण माझे जे वैयक्तिक नुकसान झाले त्याचा फायदा पुढे नक्कीच होईल. शांतता नांदेल, अशी मला खात्री वाटते. जगात अशक्य काही नाही.

मी ब्रुसेल्सहून परत आल्याबरोबर मला कळवण्यात आले की, मला २००९ सालचे नियारकोस पारितोषिक देण्यात येणार आहे. हे पारितोषिक जे जगण्यासाठी पराकाष्ठा करतात, त्यांना दिले जाते. सतत हिंसाचार चालतो अशा देशांकरता आणि लोकांकरता जी संस्था काम करते, त्यांच्यातर्फे ते पारितोषिक ठेवलेले आहे. पॅलेस्टिनी लोकांच्या जीवनाचे वास्तव ज्यांना समजले, त्यांच्याकडून मिळालेल्या या पारितोषिकामुळे माझा सन्मान झाला आहे, असे मला वाटले. स्डेरॉट येथील नोमिका झिऑन हिलाही हे पारितोषिक मिळाले. जे लोक युद्धाचे उदात्तीकरण करतात अशा लोकांबद्दल बोलताना ती म्हणाली, "कुठल्याही प्रश्नांची दुसरी बाजू समजून घेण्याची

जी मानवी मनाची कुवत आपण दिवसेंदिवस गमावत चाललो आहोत, हे बघून मी भयभीत होते. दुसरी बाजू समजून घेणे म्हणजे त्यांच्या भावना समजून घेणे, त्यांच्यावर गुजरलेल्या संकटाने आपणही भयभीत होणे आणि त्यांना सहानुभूती दाखवणे. आपल्या पुढाऱ्यांनी एकत्र बसून बोलावे आणि युद्धाची- हिंसेची भाषा सोडून वेगळे काहीतरी आपल्याला सांगावे, यासाठी त्यांच्यावर दबाव आणणे आपल्या सर्वांचे कर्तव्य आहे. आपला आवाज ऐकला जाईल, असा दिवस नक्की उजाडेल.''

मी तिचे भाषण लक्षपूर्वक ऐकले. पारितोषिक स्वीकारल्यानंतर मी माझे मनोगत सांगू लागलो तेव्हा मी माझ्या सर्व कुटुंबाच्या वतीने, किंबहुना सर्व पॅलेस्टिन लोकांच्या वतीने बोलत आहे, असे मला वाटले.

मी म्हणालो, ''जर माझे आई-वडील, माझी बायको आणि माझ्या मुली थडग्यातून बाहेर येऊन या माझ्या आनंदाच्या क्षणी या समारंभात हजर झाल्या तर मला खूप आनंद होईल. तसेच पॅलेस्टिनी समाज, विशेषतः गाझावासी माझ्या या आनंदात या क्षणी हजर झाले तर त्यांच्या ध्यानात येईल की, त्यांच्या लढ्यात ते एकाकी नाहीत. जगातील इतर अनेक लोक त्यांच्या विचाराशी सहमत आहेत. इस्रायली व पॅलेस्टिनी लोकांनी चांगल्या शेजाऱ्यांप्रमाणे सलोख्याने राहावे, अशी त्यांचीही इच्छा आहे. या दुर्घटनेमुळे मला या कार्यासाठी लढण्याचे आणखी बळ मिळाले आहे. मानवकल्याणासाठी, विशेषतः पॅलेस्टिनी लोकांसाठी काम करण्याचा माझा निर्धार आणखीनच दृढ झाला आहे. पण हे काम करण्याची नुसती तयारी असून उपयोगी नाही; त्या दिशेने प्रत्यक्ष कृती करायला हवी. चांगले सज्जन लोक भरीव काही न करता फक्त टीका करतात किंवा स्वस्थ बसतात, म्हणून दुर्जनांचे फावते. प्रत्यक्ष कृती करण्याची वेळ आता आली आहे. आपण भविष्याकडे लक्ष द्यायला हवे. पॅलेस्टिनी लोकांची प्रतिष्ठा इस्रायली लोकांच्या प्रतिष्ठेहून जराही कमी नाही. दोन्ही देशांतील लोकांना एकमेकांशी सहकार्य करीत शांततेने राहण्याची आता वेळ आली आहे. या मार्गावरून परत फिरण्यासाठी आता रस्ताच नाही.

ज्या दिवशी बॉम्बहल्ल्यात माझ्या मुलींनी प्राण गमावले, त्याच दिवशी आमच्या कुटुंबाने सर्व विचार करून मी टोरोंटोची नोकरी स्वीकारावी, असे ठरवले होते. टोरोंटो विद्यापीठातील सार्वजनिक आरोग्यविषयक शिकवणाऱ्या डल्ला लाना कॉलेजमध्ये मला काम करायचे होते. डॉ. पीटर सिंगर आणि डॉ. अब्दुल्ला दार यांनी मला ही नोकरी देऊ केली होती.

२००९ च्या उन्हाळ्यात आम्ही टोरोंटोला निघण्याची तयारी करत होतो. त्या वेळी हमास आणि इस्राईलमध्ये शस्त्रसंधीची बोलणी चालू होती. इजिप्त त्यासाठी पुन्हा दोघांना मदत करायला तयार होता. गाझामधून इस्राईलवर होणारा क्षेपणास्त्रांचा

मारा थांबवण्याची तयारी हमासने दर्शवली होती. तसे त्यांनी जाहीरही केले होते. टप्प्याटप्प्याने इस्राईलने गाझावरील बंदी उठवून माल पाठवायची सुरुवात करण्याची तयारी दर्शवून प्रतिसाद दिला होता; पण क्षेपणास्त्रांचे हल्ले पूर्णपणे थांबले नाहीत. तसेच मालाची पाठवणी अपेक्षेपेक्षा पुष्कळ कमी प्रमाणात सुरू झाली.

त्या उन्हाळ्यातील प्रत्येक संध्याकाळी माझे मित्र आणि नातेवाईक घरातील कडक उकाड्यापासून बचाव करण्यासाठी बाहेर रस्त्यावर येत असत. आम्ही माझ्या घरासमोर प्लॅस्टिक खुर्च्यांवर बसून गप्पा मारत असू. दिवसभरात काय काय घडले याची माहिती जाणून घेत असू. माझ्या मदतीची ज्यांना गरज असेल अशांच्या बरोबर मी संवाद साधत असे. मी इस्राईलला जात असे आणि येताना तेथून वस्तू घेऊन येऊ शकत असे. त्यामुळे लोक त्यांना हव्या असलेल्या वस्तू मला आणायला सांगत. कुणाच्या मुलाचे बूट, कुणाचा चश्मा तर कोणासाठी पारपत्र अशा विविध मागण्या असत. आजारी लोकांसाठी तज्ज्ञ डॉक्टरांची भेट ठरवायचे काम मी करीत असे. गरजूंसाठी रुग्णवाहिकेतून गाझा सीमा पार करण्याची व्यवस्था मी करीत असे. गाझातील प्रथितयश लोकहा- हमीद कुटुंबीय, अकेल, अबू झईदा यांसारखे जमातीचे प्रमुखसुद्धा- त्यांच्या प्रकृतीच्या तक्रारीसंबंधी सल्ला घेण्यासाठी माझ्याकडे येत. हे माझे जग. त्याला मी आता मुकणार म्हणून गाझामधून माझे प्रयाण कायमचे असणार नाही.

जुलैअखेर आम्हाला निघायचे होते; पण त्यापूर्वी बरीच कामे पूर्ण करायची होती. शथाला तिची कॉलेजची शेवटच्या वर्षाची परीक्षा द्यायची होती म्हणून स्वतःला बैठकीच्या खोलीत कोंडून घेऊन दिवसरात्र अभ्यास करत होती. तिला पदवी परीक्षेत पहिल्या दहांत येण्याची तीव्र इच्छा होती. दलाल तिच्या ड्रॉइंग बोर्डवर अक्षरशः चिकटून बसलेली होती. वास्तुविद्या परीक्षेत सादर करण्याकरता अखेरचा आराखडा तयार करीत होती. मुलांच्या प्रवासाला लागणारी कागदपत्रे जमवण्याचे काम माझ्यासमोर होते. त्याचप्रमाणे टोरोंटोला राहण्यासाठी घर शोधायचे होते. विमानप्रवासाची तिकिटे काढायची होती. आम्हा सहा जणांची पाच वर्षांकरता जाण्याची तयारी करायची होती. हे सगळे मला बघायचे होते.

या प्रवासाबद्दल आम्हाला खूपच उत्सुकता होती; मात्र त्याबद्दल गोंधळाचीच परिस्थिती होती. पण सगळी तयारी करणे गरजेचे होते. आमचे सर्व नातेवाईक, शेजारीपाजारी आणि मित्रपरिवार यांचा आदल्या दिवसापासून राबता सुरू होता. त्यांच्या डोळ्यांत पाणी होते. ते आम्हाला मिठ्या मारून शुभेच्छा देत होते. माझ्या धाकट्या मुलांनी गाझाच्या बाहेर कधी पाऊल टाकले नव्हते. विमानात बसणे तर दूरच होते. फक्त शथा जेव्हा तेल अवीवच्या हॉस्पिटलमध्ये उपचार घेत होती, त्या वेळी तिला भेटण्यासाठी ही मुले आली होती. त्यांना फक्त आमच्या घरावरून घिरट्या घालणारी

इस्त्रायली 'एफ १६' विमाने माहिती होती. इरेझ सीमा पार करताना प्रथमच ही मुले इस्त्रायली मनुष्य डोळ्यांनी पाहतील- तो असेल संरक्षणासाठी असलेला सैनिक. त्यामुळे मला जरा घोर लागून राहिला होता; कारण ते इस्त्रायली माणूस म्हणजे सैनिकच पाहतील. मी सगळ्या सूटकेसेस घेऊन इरेझ सीमेवर मुद्दाम लवकर पोहोचलो. कारण सूटकेसेसची तपासणी करायला वेळ लागतो. नंतर मी घरी जाऊन मुलांना घेऊन आलो. सीमा पार करायला आम्हाला संध्याकाळचे पाच वाजले. सीमा पार केल्यावर आम्ही जणू स्वतंत्र होतो. उत्सवमूर्ती, प्रसिद्ध व्यक्ती होतो. विमानतळावर दूरदर्शनचे कॅमेरे आमचे प्रयाण टिपत होते. शिवाय चॅनेल १० या दूरदर्शन वाहिनीचा वार्ताहर श्लोमी एल्डर तिथे त्या वेळी त्यांच्या वाहिनीच्या वतीने माझी मुलाखत घ्यायला हजर होता. आमच्या कठीण काळात जो पाठीशी उभा राहिला, आम्हाला ज्याने मदत केली, तोच हा श्लोमी एल्डर (त्याने जे वार्तांकन केले त्याचा मथळा होता, 'सहजीवनाच्या पुरस्कर्त्यांचे गाझातून प्रयाण' त्याने मला देण्यासाठी एका बरणीत गाझाची वाळू आणली होती.) माझ्या जन्मभूमीचा मला विसर पडू नये म्हणून ही खास भेट त्याने दिली. आमचा हा निरोप समारंभ आनंद आणि दुःख याने भारावलेला होता, जो डोळ्यांत अश्रू घेऊनच पार पडला. जन्मभूमी सोडून जाण्याचे दुःख वाटत होते; पण भविष्यातील प्रगतीबद्दल आनंद होता. विमानतळावरील सोपस्कार पूर्ण व्हायला तीन तास लागले. मध्यरात्री आमच्या विमानाने प्रयाण केले.

विमानाने उंच झेप घेतल्यावर खाली विमानतळावरचे दृश्य डोळ्यांत साठवून मुलांनी माझ्याकडे बघितले. आम्हाला सगळ्यांना वाटले की हे सगळे आपण धाडसच करतो आहोत. आम्हाला सगळ्यांना अयाचे म्हणणे आठवले, 'मला विमानाने जायचे आहे डॅडी.'

मला जे जे अपेक्षित होते ते सगळे टोरोंटोला मला मिळाले. दुःखाच्या कोशातून बाहेर येण्यासाठी जो वेळ हवा होता, जे वातावरण हवे होते ते इथे मिळाले. दलाल आणि शथा यांनी टोरोंटो विद्यापीठात नावे दाखल केली आहेत. आमच्या शेजाऱ्यांनी आमचे मनापासून स्वागत केले. तिथे आम्ही व्यवस्थित स्थिरावलो. नवीन घरात पहिल्या काही दिवसांतच एक चांगली घटना घडली. बहुतेक सर्व घरांच्या मागच्या मोकळ्या जागेत कुंपण असायचे. शेजारच्या घरातदेखील माझ्या लहान मुलांच्या वयाची मुले होती. या मुलांनी पहिली गोष्ट ही केली की दोन्ही घरांच्या मधले कुंपण तोडून टाकले. त्यामुळे दोन्हीकडच्या मुलांना एकमेकांना सहज जाता यावे हा हेतू होता. त्यामुळेच मी निश्चिंत झालो. या साध्या कृतीतून माझ्या डोक्याला खूप खाद्य मिळाले.

दुर्घटना घडली म्हणून आपले आयुष्य तिथेच थांबून राहत नाही. त्या दुर्घटनेचा

अंमल आपल्यावर जास्त काळ आपण राहू देता कामा नये. त्या घटनेतून बाहेर पडून जगायला आपण शिकले पाहिजे.

मध्य पूर्वेबाबत माझे स्वप्न आहे की ती जागा सुरक्षित, शांततामय आणि सहकार्याने राहता येईल अशी असेल. पण फक्त शब्द उच्चारल्याने, इच्छा व्यक्त केल्याने हे साध्य होणार नाहीये. आम्ही प्रत्येकाने सलोखा निर्माण होण्यासाठी प्रयत्न करायला हवा. सहजीवनाचे स्वप्न साकार करण्यासाठी प्रत्यक्ष कार्य करायला हवे.

आत्ता शांतता असावी असे म्हणणे वरवरचेच आहे. अनेक देशांच्या महत्प्रयासाने या दोन देशांत निर्माण झालेले समझोते; त्याचप्रमाणे त्या भागातील देशांमध्ये यासंबंधी झालेल्या सततच्या वाटाघाटी शांतता प्रस्थापित करण्यात अपयशी ठरलेल्या आहेत. या दोन देशांत होणारा रक्तपात थांबवायला, वैर थांबवायला, तणाव कमी करायला या सगळ्या प्रयत्नांचा काहीच उपयोग झालेला नाही. मध्य पूर्वेतील सतत येणारी बातमी असते ती युद्ध सुरू झाले किंवा युद्ध थांबले, हीच.

आता लोक कंटाळले आहेत. कारण शांततेच्या दिशेने काहीच प्रगती होत नाहीये. त्यांच्या दैनंदिन जीवनातील असुरक्षितता बदलण्यासाठी दुसरा मार्ग शोधत आहेत. म्हणून कुठलीही अधिकृत घोषणा किंवा जाहीरनामा करायचे टाळावे. त्याऐवजी एकत्रित, शांतपणे राहण्यासाठी दोन्ही समाजांनी इतर मार्गांचे अवलंबन करावे. फुटबॉलच्या स्पर्धा आयोजित कराव्यात. सभा, संमेलने घ्यावीत. कौटुंबिक सहभोजन आयोजित करावे. या मार्गाने पॅलेस्टिनी आणि इस्रायली दोन्ही समाजाने एकत्र यायला सुरुवात करावी. थोडक्यात सांस्कृतिक देवाणघेवाण करावी. क्रीडा क्षेत्रात एकत्र यावे. ही सुरुवात फलदायी ठरेल. एकमेकांना नीट ओळखणे, समजून घेणे आणि परस्परांचा आदर करणे, सन्मान करणे, ही महत्त्वाची पायरी आहे संबंध सुधारण्याची. आपली मूलभूत नैतिक मूल्ये सारखीच आहेत. आपल्या मुलांना वाढवण्याच्या पद्धती, समाजात वावरण्याच्या सवयी, आपला मुद्दा हिरिरीने मोठ्या आवाजात मांडणे, आपली विनोदबुद्धी आणि पुरातन वास्तूंचे जतन करणे, अशा अनेक बाबतींत आपल्यात साम्य आहे. सध्याच्या संघर्षाच्या दलदलीतून आपण स्वतःला बाहेर काढू शकतो, असा विश्वास बाळगायला हवा. या सततच्या संघर्षाने दोन्ही समाजांची घुसमट होत आहे. यातून आपण आपली सुटका करून घेऊ शकू, अशी जबरदस्त आशा करायला हवी.

माझे महत्त्वाचे नीतिमूल्य मला माझ्या वैद्यकीय व्यवसायाने शिकवले आहे. ते म्हणजे माणसे ही माणसेच असतात. आपण एकमेकांना सभ्यतेने आणि सन्मानाने वागवायला हवे. एकमेकांचा दृष्टिकोन सुस्पष्ट समजून घ्यायला हवा आणि आपल्या कृतीची जबाबदारी स्वीकारायला हवी तरच या युद्धाच्या वाईट आठवणी मागे टाकून सलोख्याने राहण्याच्या दिशेने आपण वाटचाल करू शकू.

माझ्या मते, सामान्य लोकांमध्ये सहजीवन आणि सहकार्य, भागीदारी आणि एकमेकांच्या आनंदात-दुःखात सहभागी होणे, हा एकमेव मार्ग पॅलेस्टिनी आणि इस्रायली लोकांसमोर आहे. शांतता प्रस्थापित करणे अथवा एकमेकांना क्षमा करणे, याबद्दल विचार करण्याऐवजी एकमेकांची प्रतिष्ठा, परस्परांवर विश्वास, आपली समान मानवी मूल्ये, मानवता आणि अशी हजारो लहान लहान पावले टाकण्याचा आपण विचार करायला हवा. मगच आपण अंतिम ध्येयाकडे- म्हणजे शांतता प्रस्थापित करणे, एकमेकांना माफ करणे, इथपर्यंत पोहोचू शकू. दोन्ही देशांत एकमेकांबद्दल जोपर्यंत द्वेषभावना ओतप्रोत भरलेली आहे, तोपर्यंत मध्य पूर्वेतील संघर्ष संपणार नाही. युद्धाचा मार्ग व्यर्थ आहे. दोन्ही बाजूंनी त्याचा त्याग करायला हवा. आपण नेहमी म्हणतो की शब्द अथवा लेखणी बंदुकीपेक्षा जास्त प्रभावी असतात. बंदुकीतून सुटलेल्या गोळ्या आपल्या लक्ष्यापर्यंत पोहोचतातच. माझे तत्त्वज्ञान सोपे आहे. पालकांनी आपल्या मुलांना सांगावे- आपल्या शेजाऱ्यांशी, भावांशी भांडू नका; त्याला मित्र बनवा म्हणजे दोघांची प्रगती होईल.

वादाचा मुख्य मुद्दा ध्यानात घ्या. तो म्हणजे पॅलेस्टिनी लोकांचा इस्राईलमधील आपल्या गावी परतण्याचा हक्क. इस्राईलमधील जहाल गटाचा युक्तिवाद असा आहे की इस्राईल हा छोटा देश आहे. तेथे आणखी लोकांना सामावून घेता येणार नाही, अर्जेंटिना, इथिओपिया आणि इतर अनेक देशांतील ज्यू लोकांना त्यांच्या देशात सामावून घेतले आहे. साऱ्या जगातून ज्यू आपल्या मायभूमीला परतले आहेत. हे येथील रहिवासी असलेले पॅलेस्टिनी विसरू शकत नाहीत. जागा नाही हा महत्त्वाचा मुद्दा नाहीच.

येथील पॅलेस्टिनी लोक किती हलाखीच्या परिस्थितीत राहत आहेत, याबद्दल आंतरराष्ट्रीय समुदाय आता अधिक विचार करू लागले आहेत. २७ ऑक्टोबर, २००९ रोजी ॲम्नेस्टी इंटरनॅशनल या संस्थेने आक्रमित पॅलेस्टिनी प्रदेशातील जनतेला स्वच्छ, पुरेसे आणि निर्जंतुक पाणीसुद्धा मिळत नाही याबद्दल तपशीलवार अहवाल सादर केला आहे. हा अहवाल ११२ पानांचा आहे. इस्राईलच्या धोरणामुळे पॅलेस्टिनी जनतेचा योग्य दर्जाचे राहणीमान मिळण्याचा हक्क कसा डावलला गेला आहे, हे दर्शवले आहे. राहणीमान या संज्ञेत अन्न, पाणी, आरोग्य, निवारा आणि कामधंदा हे सर्व येते.

सध्याचा दुरावा, संघर्ष सतत राहणे योग्य नाही. दोन्ही बाजूंना राहणाऱ्या सामान्य लोकांना हे माहीत आहे. ही परिस्थिती सुधारली पाहिजे, असाच दोन्ही बाजूच्या लोकमताचा कौल आहे. ते पण आता लगेच व्हावयास हवे असे त्यांचे मत आहे.

मी गाझातच राहायला हवे होते, असे माझा मित्र डॉ. श्लोमो युसेफचे मत आहे. त्याच्या मते कॅनडात गेल्यावर तेथील सुस्थितीतील आयुष्यामुळे माझ्यातील शांततेची आच थंड होईल. मी इतर सर्वसामान्य लोकांप्रमाणे वागू लागेन. तो म्हणतो, 'तू असा कधीच नव्हतास, तू गाझात परत यायला हवेस. इस्राईल आणि पॅलेस्टिनमध्ये समझोता होऊन दोन्ही लोक शांततेत सहजीवन कंठू लागावेत यासाठी प्रयत्न करीत राहावे. आपले हाती घेतलेले कार्य पूर्ण करण्याकडे लक्ष द्यावे.' मी श्लोमोला आश्वासन देतो की, मी निश्चित गाझाला परत येईन. तोपर्यंत येथूनच मी माझे अंगीकारलेले व्रत पूर्ण करण्याचे प्रयत्न करीत राहीन.

माझ्या कॅनडा प्रयाणाबद्दल डॉ. झीव्ह रोटस्टीन यांच्याही संमिश्र भावना आहेत. तो एका वार्ताहराशी बोलताना म्हणाला, "त्यांच्यासमोर एक खास कार्य आहे. ते त्याला एका फलदायी मुक्कामाला पोहोचवेल. ते दोन्ही समाजाच्या शोकांतिकेचे प्रतीक असेल. शत्रुत्व आणि संघर्ष पूर्णपणे अनावश्यक आणि असमर्थनीय आहे. आरोग्य व्यवस्था हा विषय दोन्ही समाजांना सांधणारा समान धागा होऊ शकतो. त्याचा उपयोग निश्चित होतो. तुम्ही एखाद्याचा जीव वाचवा, आणखी एकाचा, असे सतत करीत राहा. आपले कार्य करीत राहा, प्रयत्न सोडू नका. त्यामुळे पॅलेस्टिनी आणि इस्रायली लोकांना समोरासमोर प्रत्यक्ष ओळखण्याची संधी मिळते. सैनिकांच्या बंदुकीमार्फत एकमेकांना ओळखण्याऐवजी हा मार्ग नक्कीच चांगला आहे. या माझ्या कामात इझेलदिन सहभागी आहे. त्याला माझे विचार पटतात. त्याचेही स्वप्न माझ्यासारखेच आहे. मला त्याला सर्व प्रकारे मदत करायची आहे. यापूर्वी आम्ही गाझा, पश्चिम किनारा आणि इस्राईलमधील डॉक्टरांच्या मध्ये चांगले सौहार्दाचे संबंध प्रस्थापित कसे होतील, याचा विचार करीत होतो. एकमेकांच्या शिकण्याच्या, शिकवण्याच्या पद्धती, औषधोपचार करण्याच्या पद्धती समजून घेण्यासाठी आणि त्यात सुधारणा करण्यासाठी शिक्षणकेंद्राची स्थापना करण्याचा आम्ही प्रयत्न करीत होतो. हे काम पूर्ण करण्यास तो नक्की परत येईल."

माझ्या कुटुंबावर झालेला आघात मला अजून अविश्वसनीय वाटतो. असे काही माझ्या बाबतीत घडेल असे मला कधीच वाटले नव्हते. माझ्या तीन मुली आणि एक प्रेमळ पुतणी मी या घटनेत गमावल्या आहेत. त्यांना आता मी या जगात आणू शकत नाही. पण माझ्या बाकीच्या पाच मुलांची देखभाल मला करायची आहे. तेच आता माझे भविष्य आहे. ही मुलेच माझे स्वप्न पुरे करतील, अशी मला आशा आहे. सध्याच्या परिस्थितीत बदल घडवून आणून या भागात शांतता स्थापण्याच्या कार्यात ते यशस्वी होतील, अशी मी आशा करतो.

मी एवढेच म्हणू शकतो- माझ्या मुलींचा मृत्यू या संघर्षातील शेवटचा ठरू दे. माझ्यावरील आघाताने जगाचे डोळे उघडू देत. आपण एकमेकांना विचारू,

आपण कोणत्या दिशेने जात आहोत? आपण हे काय करीत आहोत? आपण एकत्र बसून विचार करण्याची वेळ आलेली आहे. पॅलेस्टिन आणि इस्राईलमधील दरी सांधली जाऊन शांतता प्रस्थापित होण्याच्या मार्गातील शेवटचा बळी माझ्या मुलींचा ठरणार असेल, तर हे दुःख पचवायला, ही हानी स्वीकारायला मी तयार आहे. असे मी अनेक वेळा बोललो आहे. एक नवी पहाट उगवायला हवी, एकमेकांना प्रामाणिकपणे समजून घ्यायची, एकमेकांबद्दल विचार करण्याची संधी मिळायला हवी. ऑस्लो सहमतीनंतरच्या अनेक वर्षांत शांतता वाटाघाटी मोडल्या. पुन्हा सुरू झाल्या आणि परत फिसकटल्या, तेही नियोजित सीमारेषेवरील काही चौरस मीटर प्रदेशावरून- म्हणजेच एका क्षुल्लक बाह्य प्रश्नावरून. मी तुम्हाला सांगतो, असा कोणताही जादूचा महत्त्वाचा टापू अथवा टेकडी किंवा सखोल प्रदेश नाही, की जो एका बाजूने दुसऱ्याला दिला की मध्य पूर्वेत शांतता प्रस्थापित होईल. शांतता तेव्हाच प्रस्थापित होईल, जेव्हा दोन्ही बाजूंच्या मनात त्याची ओढ निर्माण होईल. एकमेकांचा सन्मान करण्यासाठी आणि कोणत्याही परिस्थितीत द्वेष करणे सोडण्यासाठी प्रबळ इच्छाशक्तीची गरज आहे. मगच आपण शांतता प्रस्थापित करू शकू. माझ्या मुलींचे बलिदान ही त्यासाठी कोणीही दिलेली शेवटची किंमत ठरो.

उपसंहार

मला असे वाटते की, या माझ्या पुस्तकात समस्त पॅलेस्टिनी लोकांचे जीवन, त्यांना ज्या दुःखदायक, भयानक घटनांना सामोरे जावे लागले त्या सर्वांचा समावेश समर्थपणे व्यक्त झाला आहे. पॅलेस्टिनींचा आव्हानांना तोंड द्यायचा निर्धार आणि त्यामुळे खचून न जाता समर्थपणे सामना करण्याचा निश्चय चांगल्या तऱ्हेने मी मांडू शकलो आहे, अशी मला आशा आहे.

या पुस्तकात स्वातंत्र्याबद्दलचा विचारही मी मांडला आहे. रोगांपासून, दारिद्र्यापासून, अज्ञानातून मुक्तता, तसेच जुलूम, जबरदस्ती, दडपशाही आणि तिरस्कार यांतून सुटका करण्याचा आपण सर्वांनी प्रयत्न करायला हवा. वर्षभरात मला आणि माझ्या कुटुंबाला एका भयानक डोंगराएवढ्या दुःखाला सामोरे जावे लागले. कोणत्याही सहनशक्तीबाहेरच्या या दुर्घटना होत्या. पण मी अल्लावर पूर्ण विश्वास असलेला सच्चा मुसलमान असल्यामुळे अल्ला करतो ते नेहमी चांगल्या करताच, यावर माझा विश्वास आहे. जे जे वाईट कृत्य होते ते मानवनिर्मित आहे. आपण याला टाळू शकतो किंवा बदलू शकतो.

पहिला आघात होता तो माझ्या प्रिय पत्नीच्या निधनाचा. त्याच्यामुळे मला अधिकच बळ मिळाले ते माझ्या कार्यासाठी. मी आणि कुटुंबीय नादियाच्या मृत्यूच्या दुःखातून सावरलो. आमच्यावर पडणाऱ्या अधिक जबाबदाऱ्या पेलण्यासाठी आणि एकमेकांना दुःखातून बाहेर पडण्यास मदत करण्यासाठी आम्हाला अधिक मनोबल मिळाले.

नंतर जानेवारी २००९ मध्ये माझ्या तीन अमूल्य मुली आणि एक पुतणी इस्रायली बॉम्बहल्ल्यात गमावल्या. माझ्या घरावर हा हल्ला झाला होता. या सततच्या संघर्षात माझ्या मुलींचा बळी गेला. त्यांच्या शरीराचे तुकडे तुकडे झाले. त्यांची डोकी धडावेगळी झाली. इतक्या लहान वयात त्यांचे आयुष्य संपले, हे पाहून कोण शत्रूचा तिरस्कार करणार नाही? कोण स्वतःचा क्षोभ आवरू शकेल? मी सच्चा मुसलमान असल्यामुळेच मी माझा क्षोभ टाळला आणि कोणाचाही तिरस्कार

करायचा नाही, असे मी ठरवले. कुराणाची शिकवण आहे की, आपले भोग आपण शांतपणे सोसले पाहिजेत. जे लोक अन्याय करतात आणि इतरांना त्रास होईल असे वागतात, त्यांना माफ करायला हवे. याचा अर्थ असा नाही की, त्यांनी केलेला अन्याय दूर करण्यासाठी आपण काहीच करायचे नाही.

आपले नामवंत लोकहितवादी नेते एखाद्या स्मारकावर, दगडावर कोरलेली अथवा धातूच्या पाटीवर लिहिलेली त्यांची नावे पाहायला जिवंत राहतील; पण आपली मुले आणि गरीब लोक त्यांची नावे मात्र फक्त वाळूतच लिहू शकतात, जी चिरकाल टिकू शकत नाहीत. त्यांच्या थडग्यावर कोरलेली त्यांची नावे त्यांचे वारसच फक्त वाचू शकतात. जगात, सर्व संघर्षात बळी गेलेल्या निष्पाप लोकांना आदरांजली वाहण्यासाठी मला तुम्हाला काही सांगायचे आहे, ते माझ्या कुटुंबाच्या बाबतीत काय झाले ते मी सांगतो. मी स्थापन करीत असलेल्या प्रतिष्ठानमुळे माझ्या मुलींची नावे लोकांच्या स्मरणात राहतील. तसेच मुलींच्या शिक्षणाचे कार्य करणाऱ्या शाळा, कॉलेजेस आणि इतर संस्थांवर त्यांची नावे कोरली जातील, अशी मी आशा करतो.

जे लोक निराशावादी झालेले आहेत, त्यांच्यात आशावाद जागृत व्हावा, माझ्या पुस्तकामुळे त्यांना स्फूर्ती मिळावी, असे मला वाटते. शांतता प्रस्थापित होईपर्यंतच्या बिकट प्रवासातील अडचणींशी सामना करण्याचे आणि हालअपेष्टा सोसण्याचे बळ त्यांना मिळेल असे वाटते. या विश्वात सर्वांत पवित्र आहे मानवता आणि स्वातंत्र्य. सबंध जग हे एक मानवी कुटुंब आह, असे मी कुराणात शिकलो आहे. आदि पुरुष आणि आदि स्त्री यांच्यापासून हा मानववंश निर्माण झाला. नंतर त्यांच्या टोळ्या, देश उदयाला आले त्यामुळे आपण एकमेकांना नीट ओळखू शकतो. आपल्यातील विविधता समजू शकतो. या विविधतेने आपले जीवन समृद्ध होते. जगातील सर्वांनी जास्त न्यायबुद्धीने आणि प्रामाणिकपणे एकमेकांशी वागायला हवे. त्यामुळेच हे जग सर्वांना राहण्यासाठी सुसह्य, अधिक चांगले होईल. माझ्या कारुण्याने भरलेल्या सत्य घटनेने तुमच्या मनाची कवाडे उघडतील. तुम्ही गाझातील लोकांच्या बिकट परिस्थितीकडे डोळे उघडून नीट बघू शकाल. तुम्हाला तेथील सत्य परिस्थिती समजेल. सरसकट धादांत चुकीची पारख करून प्रतिकूल मत बनवण्याचे तुम्ही टाळू शकाल.

दंगल, हिंसा, संघर्ष यांमध्ये दुखावलेल्या लोकांना माझ्याकडून प्रेरणा मिळावी अशी माझी इच्छा आहे. या संघर्षात सापडलेल्या लोकांना त्यांनी वाचवावे. राजकारणी लोकांनी विध्वंसाचा मार्ग सोडून विकासाचा मार्ग स्वीकारायची वेळ येऊन ठेपली आहे. धोका पत्करण्याची तयारी नसेल तर त्यांना नेते म्हणवून घेण्याचा अधिकारच नाही. तिरस्कारयुक्त टीकेला न घाबरता सैनिकांना न पाठवण्याचा धोका पत्करून जगातील मानवांचे जीवनमान सुधारण्यासारखे योग्य काम करण्याचे

नैतिक धारिष्ट्य दाखवायला हवे.

आपण या शांततेच्या मार्गावर प्रामाणिकपणे मार्गक्रमण करायला हवे. प्रकाश आणि प्रेमच अंधार आणि तिरस्काराची भावना मिटवू शकतो. आपण एक नवी पिढी उभारू या. मानव संस्कृती सुधारण्याचे काम सर्व लोकांनी मिळून पुरे करायला हवे यावर विश्वास असणारी पिढी; या विश्वात मानवता आणि स्वातंत्र्य या सर्वांत पवित्र संकल्पना आहेत अशी दृढनिष्ठा असणारी पिढी; या पृथ्वीवर जर शांतता नांदावी अशी आपली इच्छा असेल तर पॅलेस्टिन आणि इस्राईलच्या पवित्र भूमीपासून आपण सुरुवात करायला हवी. दोन देशांमध्ये भिंतीऐवजी सेतू उभारायला हवा.

रोग्याच्या जिवात जीव असेपर्यंत एक डॉक्टर म्हणून मी तो बरे होण्याची आशा सोडत नाही; पण रोग्याची खालावत चाललेली प्रकृती सुधारण्यासाठी मी नवे उपचाराचे मार्ग शोधायला आणि कृतीत आणायला सदैव तयार असायला हवे. शांततेच्या प्रयत्नांत आपल्याला यश का येत नाही, याची कारणे शोधायचा आपण प्रयत्न करायला हवा. आपण समाधानी, आनंदी आणि सुरक्षित का होऊ शकत नाही हे शोधायला हवे. त्याचे कारण आपल्यातच आहे. ते शोधायला हवे. बाहेरची कारणे नाहीत. आपल्या अंतरंगात, मनात डोकावून पाहायला पाहिजे. तिरस्कार हा एखाद्या जुनाट आजारासारखा आहे. आपणच त्यावर उपचार करून तो घालवायला हवा. सर्वांनी मिळून गरिबी, हालअपेष्टा मुक्त जग निर्माण करायला हवे. स्वतंत्र समाज जर त्यांच्यामधील गरिबांना मदत करू शकत नसेल तर, त्यांच्यातील मोजक्या श्रीमंतांना पण तो यातून वाचवू शकणार नाही.

अज्ञान हा आपल्या दोन्ही समाजांचा मुख्य शत्रू आहे. आपण एकत्र मिळून आधी याचा मुकाबला केला पाहिजे. आपल्या प्रत्येकातील आणि दोन्ही समाजांतील मानसिक आणि शारीरिक बांध आपण तोडायला हवेत. आपण एका सुरात बोलले पाहिजे. आपले उज्ज्वल भवितव्य घडवण्याच्या मार्गावर एकत्र वाटचाल करायला हवी. आपण एकाच बोटीतील प्रवासी आहोत. बोटीतील कोणालाही आपण इजा केली तर सर्व जण धोक्यात येऊ. एकमेकाला दोष देणे थांबवायला हवे आणि आपली नीतिमूल्ये जपायला हवीत.

बोलणे, संवाद करणे चांगलेच आहे; पण तेवढेच पुरेसे नाही. आपण प्रत्यक्ष कृती करायला पाहिजे. लोक दररोज हाल भोगत आहेत. मृत्युमुखी पडत आहेत. छोट्याशा कृतीचासुद्धा चांगला परिणाम होतो. शब्दांपेक्षा कृती करण्याने अधिक सीमा केल्या जातात. मार्टिन ल्यूथर किंग म्हणतो, ''जेव्हा महत्त्वाच्या प्रश्नावर आपण शांत राहणे मान्य करतो, तेव्हा आयुष्याच्या अखेराची सुरुवात होते. शत्रूचे म्हणणे लक्षात राहण्याऐवजी आपल्या मित्राचे गप्प बसणे, निष्क्रिय राहणे आपल्या लक्षात राहते.''

मग तुम्ही आम्ही काय करू शकतो? बरेच काही करू शकतो. तुमच्या कुटुंबीयांकडे, मित्रांजवळ, समुदायात बोलताना सर्वांना न्याय्य वागणूक मिळायला हवी, असे तुम्ही ठामपणे सांगायला पाहिजे. राजकारणातील आणि धार्मिक पुढाऱ्यांनादेखील न घाबरता तुमचे हे म्हणणे जोरदारपणे सांगायला हवे. चांगले काम करणाऱ्या संस्था, प्रतिष्ठाने यांना तुम्ही मदत करायला पाहिजे. त्यांना पाठिंबा द्यायला हवा. मानवतेच्या प्रश्नांवर काम करणाऱ्या संस्थांमध्ये तुम्ही स्वयंसेवक म्हणून भाग घ्यायला हवा. मागासलेल्या, पराभूत विचारांच्या राजकारण्यांना सत्तेवरून खाली खेचायला हवे. जगात सुसंवाद वाढण्यासाठी आपण पुष्कळ गोष्टी करू शकतो.

आपण सर्व जण चुका करतो, पाप करतो वेळोवेळी. मी जे गमावले आहे ते परत मिळणार नाही, हे मला माहीत आहे. परंतु माझ्या कुटुंबीयांच्या बलिदानाने प्रेरित होऊन एक सच्चा मुसलमान, डॉक्टर या नात्याने मला पुढे चालायला पाहिजे. उज्ज्वल भवितव्य मिळवण्याच्या दिशेने मार्गक्रमण करीत राहिले पाहिजे. त्यांना न्याय मिळवून द्यायला पाहिजे.

मी माझ्या भाषणामध्ये एक गोष्ट नेहमी सांगतो. अतिशय बिकट परिस्थितीही एक लहानशी कृतीपण किती मोठे काम करून जाते हे मला सांगायचे आहे.

एक मनुष्य भरती ओसरल्यावर समुद्र किनाऱ्यावरून चालत असतो. त्या वेळी त्याला वाळूत निराधार असहाय अवस्थेत अडकून पडलेले स्टारफिश दिसतात. तेवढ्यात त्याला एक तरुणी एकेक मासा उचलून परत समुद्रात नेऊन सोडत आहे हे दिसते. तो तिला विचारतो, "तू हे काय करते आहेस?" ती उत्तरते, "मी त्यांना परत समुद्रात सोडले नाही तर ते मरतील."

"पण पुष्कळ मासे अडकलेले आहेत," तो माणूस म्हणतो, "तू जे करते आहेस त्यामुळे काय फरक पडतो?"

आणखी एक मासा उचलून त्याला समुद्रात परत सोडत ती मुलगी म्हणते, "या माशाला नक्कीच फरक पडतो माझ्या कृतीमुळे."

मी माझ्या तीन सुंदर कन्यांना गमावले. पण मला आणखी पाच मुले आहेत. त्यांना आणि मला भवितव्य आहे. 'आयुष्य हे सायकल चालवण्यासारखे आहे,' हे आइन्स्टाइनचे म्हणणे रास्तच आहे. आपला तोल सांभाळून आपण पुढे जात राहायला पाहिजे. सायकलस्वाराप्रमाणे मी पुढे जात राहणार आहे. पण तुम्हीसुद्धा या लांब प्रवासात माझ्यासोबत यावे, अशी माझी इच्छा आहे.

■